I0718441

LÊN MÙ SƯƠNG
XUỐNG MÙ SƯƠNG
... RA BIỂN

MINH NGUYỄN

Lên mù sương
Xuống mù sương
... Ra biển

Truyện ký

NHÀ XUẤT BẢN
NHÂN ẢNH
2021

LÊN MÙ SƯƠNG XUỐNG MÙ SƯƠNG... RA BIỂN
Truyện ký **Minh Nguyễn**

Dàn trang: **Nguyễn Thành**
Bìa: **Nguyễn Thành**
Nhân Ảnh Xuất Bản **2021**
ISBN: 9781989993804

TIỂU SỬ TÁC GIẢ: MINH NGUYỄN

Tên thật: NGUYỄN ĐỨC MINH
Giấy khai sinh: 11-10 tại Bến Tre
Hội viên: Hội VNS Quân Đội.
Hoạt động VHNT trước 75.
Chủ trương tạp chí: Sinh Hoạt (Ronéo)
Cộng tác trên các nhật báo: Công Luận, Sóng Thần, Tiền Tuyến
Tuần san, tạp chí: Thao Trường, Đời, Lý Tưởng, Ngôn Ngữ, Phù Sa,
Mây Trường Sơn...

Tác phẩm đã in:
- *Người Dưng Khác Họ* (NXB Đồng Nai)
- *Tình Yêu Sợi Khói Mong Manh* (GP Văn Nghệ Châu Đốc)
- *Chiếc Hôn In Hình Trái Tim* (NXB Mũi Cà Mau)
- *Tình Yêu Thuở Ban Đầu* (GP Văn Nghệ Châu Đốc)
- *Đánh Mất Tình Yêu* (NXB Trẻ)
- *Lên Mù Sương Xuống Mù Sương* (NXB HNV - Tái bản NXB Nhân
Ảnh HK)
- *Minh Nguyễn & Những Truyện Ngắn* (NXB. HNV - Tái Bản NXB/
Nhân Ảnh HK).

Tác phẩm in chung:
- Tuyển tập truyện ngắn *Văn Chương Việt* (NXB.CAND)
- *Tập truyện ngắn 9 tác giả* (NXB Thanh Niên)
- Tập truyện ngắn *Đêm Hát Cuối Cùng* (Văn Nghệ Châu Đốc)
- *18 Tác Giả Miền Nam Trong và Ngoài Nước* (NXB Thư Ấn Quán)

VỊNH HẠ LONG
KỲ QUAN ĐÁ DỰNG

Để không phải mất nhiều thời gian di chuyển từ Hải Phòng về Bãi Cháy, trung tâm du lịch của tỉnh Quảng Ninh, khám phá các khu vui chơi hiện đại Sun World Hạ Long Complex, khu vui chơi trên Ba Đèo, khu bảo tàng Quảng Ninh, khu vui chơi Tuần Châu; đặc biệt, ngồi thuyền du ngoạn trên Vịnh Hạ Long, một trong 7 kỳ quan thiên nhiên được thế giới công nhận. Nên ngay trong đêm, từ Đồ Sơn về lại Thanh Hóa, tôi đã lên mạng tìm công ty lữ hành nào đó, có chương trình đón khách từ Hải Phòng về Bãi Cháy, rồi đưa đi thăm Vịnh Hạ Long trong khoảng thời gian nửa ngày? Và quả nhiên, tôi đã không phải uổng phí thời gian, vì ngay sau khi nhấn chuột enter, tức thì màn hình máy tính hiện ra hàng loạt công ty cho tôi lựa chọn. Thêm nữa, trong thời gian dịch bệnh Covid 19 chưa thật sự qua đi, khách du lịch vẫn còn thưa thớt, nên giá vé khách sạn, vui chơi, ăn uống, tham quan Vịnh Hạ Long, đều được giảm gần phân nửa. Thấy vậy, tôi liền chọn ngay công ty dịch vụ lữ hành tương đối có tiếng tăm, đặt luôn 2 vé đi thăm vịnh cho tôi và Như. Nhờ vậy, đúng ngày giờ hẹn, sáng sớm một chiếc Limousin đã có mặt chờ sẵn ở trước cửa nhà Như, đồng thời cũng là khách sạn tôi ở, đón bọn tôi từ Hải Phòng chạy thẳng tới Cảng tàu khách Quốc Tế Hạ Long.

Nhắc tới Hạ Long, nơi rồng đáp xuống, mà không nhắc tới Quảng Ninh, e sẽ là một sự thiếu sót không hề nhỏ, bởi bất kỳ ai, nếu có máu đam mê du lịch, khi đặt chân đến Quảng Ninh hôm nay, sẽ không chỉ ngạc nhiên trước vùng đất hiện đang lưu giữ hơn 600 di tích lịch sử, văn hóa, tâm linh, như Trúc Lâm - Yên Tử, khu di tích nhà Trần ở Đông Triều, bãi cọc Bạch Đằng ở Quảng Yên, đền Cửa Ông ở Cẩm Phả... mà còn được thưởng ngoạn vẻ đẹp huyền ảo nơi núi rừng hùng vĩ, biển đảo nhiệt đới, những di sản lâu đời, thậm chí ngay cả ẩm thực, đều được bàn tay con người cải tạo làm cho nó thăng hoa theo từng ngày.

Biết vậy, song sự có mặt của tôi và Như chỉ được giới hạn trong thời gian không quá 2 ngày, nên chuyến đi chỉ đủ khám phá các khu vui chơi ở thành phố Hạ Long cùng với việc ngồi thuyền ra thăm vịnh Hạ Long mà thôi.

Và. Sau hơn một giờ di chuyển trên cao tốc Hải Phòng - Hạ Long, nhà xe cũng đã đưa bọn tôi về đến Cảng tàu khách Quốc Tế Hạ Long, nằm tại trung tâm du lịch Bãi Cháy, kế bên quần thể khu vui chơi giải trí Sun World Complex, bãi tắm công cộng, do tập đoàn Sun Group đầu tư.

Đây là một cảng tàu đẹp, được thiết kế mô phỏng theo kiến trúc các làng biển thanh bình, thơ mộng ở Việt Nam, pha trộn kiến trúc Châu Âu thế kỷ thứ 13, tạo ra vẻ đẹp bên ngoài, thoạt nhìn rất giống với một góc phố cổ Hội An qua gam màu vàng rất đặc trưng.

Cảng tàu khách Quốc Tế Hạ Long, rộng 7.600 m², gồm nhà ga hành khách rộng 4.500 m², cao 3 tầng, tổng diện tích lên đến 13.500 m², có sức chứa khoảng 2000 khách, gồm các hệ thống phòng chờ đầy đủ tiện nghi, các cửa hàng miễn thuế, các cửa hàng cung cấp dịch vụ ăn uống, siêu thị, cửa hàng bán lưu niệm, cùng với bên ngoài có tới 6 bến đón khách, chia ra làm 4 bến nội địa, dài 1.350 m, đón từ 200-300 du thuyền và tàu du lịch và hai bến Quốc Tế, dài 470 m, có thể đón cùng lúc 2 siêu du thuyền đẳng cấp Quốc Tế.

Cùng bước vào bên trong nhà ga của cảng, bọn tôi có cảm tưởng như đang đứng dưới tầng hầm con tàu cổ xưa nào đó, được thiết kế bởi những cột gỗ tròn, trần nhà màu gỗ sậm, tạo ấn tượng vừa cổ điển vừa lãng mạn, song không kém phần hiện đại, qua cách bài trí, sắp đặt khoa học từ khu tiện ích, cho đến khu dành riêng cho các đơn vị lữ hành, khu dành các đội tàu du lịch tư vấn khách hàng; đặc biệt, với khu vực giếng trời trông vừa lạ mắt vừa thích thú với thác nước, ánh sáng, âm nhạc, cây xanh, tạo nên điểm nhấn độc đáo.

Sau khi làm xong thủ tục theo đúng yêu cầu của cảng, tôi và Như thay vì ngồi ở khu vực phòng chờ, được thiết kế sang trọng, ấm cúng, đẹp mắt, qua hình ảnh 27 bức vẽ thể hiện các hải đồ, những con thuyền vào thế kỷ 19... bọn tôi kéo nhau đi uống cà phê, ăn sáng, ở cửa hàng dịch vụ nằm ngay trong tổ hợp gần đó.

Tôi hỏi Như:

- Em muốn ăn gì?

Cô nhanh nhẩu đáp:

- Gọi giúp em món bánh cuốn chả mực và chai nước trắng.

Tôi cười trả lời cô:

- Biết ngay mà.

- Anh cười biết gì?

- Dĩ nhiên, ra Hạ Long ăn sáng, không gì ngon hơn món bánh cuốn chả mực.

- Anh cũng biết sao?

- Không chỉ anh biết, mà cả thế giới hầu như ai cũng biết.

Như bật cười thành tiếng nói:

- Điêu không ai bằng anh.

- Không tin em thử tìm trong cuốn Lonely Planet xem thì rõ.

Thì ra, món chả mực giã tay là món được xếp vào loại ngon nhất, so với nhiều món ăn hải sản nổi tiếng tại Hạ Long. Sở dĩ, món chả mực thơm ngon, là do người làm đã khéo tay lựa chọn kỹ từng con mực mai tươi sống, thịt dày, gan vàng, mắt đen; đặc biệt, phải sống trong vùng nước của vịnh, thịt mới ngọt và dai, sau đó mang đi rửa sạch, cắt miếng nhỏ, cho vào cối giã, quết, với gia vị đặc trưng, cho tới khi hỗn hợp dẻo đặc lại, mới vo thành miếng, rồi đặt vào dầu chiên cho vàng. Theo truyền miệng, chả mực xuất hiện vào năm 1946, do một đầu bếp người Việt làm trong nhà hàng Pháp, sáng tạo, chế biến ra và nổi tiếng cho đến tận bây giờ.

Thời may, vừa ăn sáng xong, thì cũng vừa kịp lúc hướng dẫn viên đoàn, yêu cầu mỗi người hãy tự cầm trên tay chiếc vé của mình, theo sau cờ đi qua cổng kiểm soát, để được hướng dẫn tới nơi tàu đang neo đậu.

Từ trong nhà ga di chuyển ra bên ngoài, mọi người đặt chân lên cây cầu dẫn lát ván gỗ, chỉ vừa đủ chỗ cho 2 người đi cạnh nhau; bù lại, tận hưởng không khí trong lành, cùng với làn gió thổi mát lạnh trên vịnh biển.

Do là loại tàu tham quan đi về trong ngày, nên tàu thường nhỏ, vỏ làm bằng gỗ, sơn màu trắng, chở được khoảng 40 khách, bên trên có boong tàu, dành cho khách ngắm cảnh trời nước bao la trên vịnh.

Ngồi cùng bàn với tôi và Như trên tàu, ở dãy ghế phía đối diện, là một vị khách lớn tuổi, vẻ mặt phúc hậu, ăn nói lịch sự. Ông nhìn dõi theo bọn tôi một lúc hỏi:

- Các bạn đi chơi Vịnh Hạ Long bao nhiêu lần?

Như nhìn tôi rồi trả lời thay:

- Cháu ra đây lần thứ hai, còn bạn này mới đầu tiên ạ.

Vị khách quay sang hỏi tôi:

- Cậu ở đâu đến đây?

- Dạ! Từ trong Sài Gòn.

Ông ta vui vẻ nói:

- Vậy chúng ta không đồng hương cũng đồng khói rồi còn gì.

- Bác cũng từ trong Nam ra ư?

- Quận 10.

- Bác đến thành phố Hạ Long vào năm nào?

- Anh bạn trẻ à, năm 1985, làm gì đã có thành phố Hạ Long đâu.

- Là sao ạ?

- Bởi, mãi đến tháng 12 năm 1993, chính phủ mới ra quyết định sử dụng toàn bộ diện tích, dân số, của thị xã Hồng Gai cũ, để thành lập thành phố Hạ Long bây giờ.

- Cháu hiểu rồi.

- Cho nên, vào thời điểm đó, Bãi Cháy còn là vùng đất hoang sơ, nhiều lắm chỉ được 2 cái khách sạn tương đối lớn là, khách sạn Công Đoàn và khách sạn du lịch Hạ Long, kỳ dư 2 bên đường trống huơ trống hoác, với một bên là vịnh biển vắng tanh, một bên toàn là loài cây tạp cùng những đồi thông. Chứ đâu đã đẹp đẽ và hoành tráng, xứng đáng gọi là trung tâm du lịch lớn của cả nước, bao gồm Cảng tàu khách Quốc Tế, khu công viên Rồng, khu công viên nước, cáp treo Nữ Hoàng, biển nhân tạo... và nhất là Vịnh Hạ Long, nơi không chỉ được Unessco công nhận là di sản thiên nhiên thế giới đến 2 lần, mà gần đây còn được New 7 Wonders coi là một trong 7 kỳ quan thiên nhiên thế giới mới.

Được biết, Vịnh Hạ Long hình thành sau quá trinh vận động kiến tạo địa chất diễn ra hàng triệu năm trước. Tuy nhiên, với trí tưởng tượng phong phú của người Việt cổ, thì Vịnh Hạ Long ra đời từ rất nhiều truyền thuyết, trong đó có truyền thuyết nói về đàn rồng được Ngọc Hoàng sai xuống hạ giới giúp người Việt đánh bại giặc ngoại xâm. Giặc tan, thấy cảnh đẹp, đàn rồng đã ở luôn lại hạ giới, tạo nên vô số đảo đá như ngày hôm nay.

Thật vậy, Vịnh Hạ Long ngày nay tuy là một vịnh nhỏ, nhưng sở hữu một quần thể với hơn 1969 đảo đá vôi, đảo phiến thạch, có niên đại lên đến hàng triệu năm; đặc biệt, với vùng lõi được xem là di sản thế giới, có diện tích rộng 434 km², bao gồm 775 hòn đảo mang hình thù khác nhau, nổi sừng sững trên vịnh biển. Vì thế, nơi đây không chỉ sở hữu cảnh quan thiên nhiên sơn thủy hữu tình, mà còn là nơi quần tụ nhiều hang động, nhiều hòn đảo, sinh động, kỳ thú, như: hòn Lư Hương, hòn Gà Chọi, hòn Cánh Buồm, hòn Mâm Xôi, hang Đầu Gỗ, hang Trinh Nữ, đảo Tuần Châu, đảo Ti-Top...

Đang lúc trò chuyện với vị khách ngồi chung bàn, tôi chợt nghe âm thanh tiếng còi tàu vang lên, báo hiệu chuyến ra khơi sắp bắt đầu. Không ai bảo ai, mọi người tạm dừng mọi cuộc trao đổi, chuyện trò, dõi mắt nhìn cảnh vật hai bên hông tàu, đang lùi dần về phía sau.

Đợi một lúc, chờ cho con tàu rời cảng đi được một quãng đường tương đối xa, tôi và Như rời chỗ ngồi, dắt tay nhau đi lên trên boong, đứng tựa người bên lan can tàu, ngắm một số hòn đảo cao thấp, lớn nhỏ, nổi bềnh bồng trên mặt nước xanh biếc. Nơi mà 600 năm trước, trong tác phẩm Vân Đồn, nhà thơ

Nguyễn Trãi, người đầu tiên tôn vinh Vinh Hạ Long "Lộ nhập Vân Đồn san phục san/ Thiên khôi địa khiết phó kỳ quan", được tác giả Đào Duy Anh dịch thành "Đường đến Vân Đồn lắm núi sao/ Kỳ quan đất dựng giữa trời cao". Tuy nhiên, có phản biện cho rằng, Nguyễn Trãi đã chịu ảnh hưởng bởi 2 câu thơ của nhà thơ Phạm Sư Mạnh "Vũ trụ kỳ quan Dương Cốc nhật/ Giang sơn thanh khí Bạch Đằng thu", bởi sau 100 năm sau, Nguyễn Trãi mới dịch 2 câu trên là "Thạch lan ảnh phụ thương gian nguyệt/ Tiên Đồng yên hàm bích thụ thu". Tác giả Trần Nhuận Minh, dịch "Bóng đá núi, bóng trăng sông/ Cây xanh, khói biếc đã lồng sắc thu"?

Trải qua gần nửa tiếng di chuyển trên vịnh biển, tàu đưa bọn tôi đi ngang qua hòn Chó Đá hay Chú Chó Gác Cổng Trời, mà theo lời giới thiệu của hướng dẫn viên trong đoàn, khi xưa trên ngọn núi này, dân làng có nuôi 2 con vật là chó và mèo. Một hôm, trong lúc mọi người trong làng bận đi biển đánh cá, mèo ta ở nhà lợi dụng dịp đó, đã ăn vụng một số cá của dân chài. Phát hiện ra điều đó, chó liền rượt đuổi theo chú mèo, mèo ta sợ quá chạy lên núi trốn, lâu ngày hóa đá, để lại hình ảnh một chú mèo trên đỉnh núi; đồng thời, bên dưới chú chó chờ lâu quá cũng biến thành một con chó đá.

Kế đến, tàu chạy tới hòn Lư Hương, có hình in phía sau tờ tiền giấy 200 ngàn đồng VN; hòn Gà Chọi hay còn gọi hòn Trống Mái, với quan niệm "tốt mái hại trống" nên hòn to là hòn mái, hòn nhỏ là nòn trống; hòn Cô Đơn; hòn Ngón Tay... sau đó ghé tới hang Sửng Sốt, là một trong số những hang động nổi tiếng, nằm trên đảo Bồ Hòn, thuộc vùng lõi di sản Vinh Hạ Long.

Theo chân đoàn người bước xuống thuyền, tôi và Như leo tiếp hơn 100 bậc thang, len lỏi qua các tán lá rừng, qua những bậc đá cheo leo, mệt muốn đứt hơi mới lên tới được trước cửa hang Sửng Sốt, nằm ở độ cao 25m so với mực nước biển, diện tích 10.000 m², có lối đi lát đá trong hang dài nửa cây số, chỗ rộng nhất 80 m², cao 20 m, do các nhà thám hiểm người Pháp tìm thấy năm 1901, đặt tên La Grotte des Suprises, nghĩa là "động của sửng sốt", nhưng không hiểu vì sao mãi đến năm 1946 tên của hang mới được xuất hiện trên hệ thống truyền thông và chính thức đón khách vào năm 1993?

Từ ngoài vào trong, bọn tôi thấy hang giống như được chia ra thành một ngăn phụ và 2 ngăn chính. Ngăn phụ đầu tiên có diện tích tương đối nhỏ, nền động thấp, lối đi hẹp, muốn xuống bên dưới, phải đặt chân lên những bậc thang chỉ vừa đủ cho một người lách qua, trong cảm giác như đang lạc vào thế giới bao la dưới lòng đất. Ấn tượng nhất hiện ra trước mắt bọn tôi, chính là cảnh hồ nước thu gọn bên vô số nhũ đá rực sáng, toát lên vẻ kỳ bí, huyễn hoặc, khó tin. Chưa kịp hết ngỡ ngàng ở ngăn đầu tiên, bọn tôi tiếp tục bước sang ngăn chính thứ hai, chứng kiến một lòng hang rộng mênh mông, có thể chứa đến cả ngàn người, bao gồm vô số nhũ đá lấp lánh ánh sáng đèn, những tượng voi đá, hải cẩu đá, mâm xôi, hoa lá... tất cả dường như đang lung linh, xao động, giữa cõi thực và mơ, đặc biệt, với sự xuất hiện bên cạnh lối ra vào, khối đa hình con ngựa, thanh gươm dài, một vài ao hồ nhỏ, giống như dấu vết lưu lại của loài ngựa, gắn liền với truyền thuyết thánh Gióng. Tiếp đến, ngăn cuối cùng mở ra khung cảnh đáng kinh ngạc, với những khối đá mang hình ảnh những con thú, cây đa cổ thụ, nhìn chẳng khác gì một khu vườn cổ tích, chưa kể ở nơi cao nhất của hang, bọn tôi bất ngờ trông thấy một vườn thượng uyển với hồ nước trong vắt, xuất hiện cùng với nhiều ngõ ngách, dẫn tới các mật thất bắt gặp trong những phim võ hiệp của tác giả Kim Dung.

Đi hết một vòng theo chiều quy định của hang Sửng Sốt, bọn tôi có mặt ở cửa ra, để sau đó tàu tiếp tục đưa đi khám phá hang Luồn.

Do đã có sự sắp xếp từ trước, nên sau khi ghé bến thuyền hang Luồn nhận áo phao, tôi và Như thử trải nghiệm chèo thuyền Kayak trên vịnh, xem có gì khác biệt so với việc chèo thuyền trên sông hay biển ở nhiều nơi khác?

Về nguyên tắc, thuyền Kayak có cấu tạo nhỏ, hai chỗ ngồi, nên dễ dàng tiếp cận với các điểm tham quan có trần hang thấp như hang Luồn; đặc biệt, người khỏe ngồi sau, người nhẹ cân ngồi phía trước, cả hai sử dụng mái chèo bằng sức người là chính, nên không gây ra sự ồn ào như ngồi trên các thuyền khác.

Tranh thủ nhận thuyền, bọn tôi hòa vào đám đông, chèo thuyền tiến về phía cửa hang hình mái vòm, nơi phía trước có tảng đá mang hình con rùa cùng với một vách núi dựng đứng, bốn mùa yên tĩnh, phẳng lặng, soi gương, tận hưởng cảm giác tự do giữa khoảng trời nước trong xanh, để rồi sau đó vượt qua dưới cổng hang nằm sát mét mép nước, đối mặt ngay với một hồ nước rộng chừng 1 cây số vuông, bao bọc bởi 4 ngọn núi đá vôi, chim chóc hót líu lo, cây cối mọc um tùm; đồng thời, chạm mắt lên trần núi, bắt gặp nhiều vỏ ốc cùng với xác sinh vật biển hóa thạch, chứng tỏ trong hang trước đây đã từng có cư dân sinh sống.

Rời hồ nước, bọn tôi chèo thuyền ngược ra cửa hang Luồn, trở lại tàu cho kịp giờ ghé thăm đảo Ti Top, cách xa nơi này chừng 5 phút đồng hồ.

Lên thuyền ngồi chưa kịp nóng chỗ, bọn tôi đã nghe thấy tiếng xôn xao, mừng rỡ, của một số người, khi phát hiện trước mắt hòn đảo xanh um bên những tán rừng, với một bên dốc đứng, một bên nghiêng thoai thoải xuống bãi cát mịn màng hình bán nguyệt, mang tên đảo Cát Nàng khi xưa, nhưng đến năm 1962 được đổi thành Ti Top, sau chuyến ghé thăm của nhà du hành vũ trụ người Nga Gherman Titop.

Xuống tàu, mọi người được yêu cầu tập trung tại chân

tượng G. X - Ti -Top, nghe thông báo hạn định thời gian không quá 1 giờ, dành cho việc tắm biển hoặc tham gia leo núi ngắm cảnh. Nghe xong, tôi và Như nhanh chóng tách đoàn, len lỏi qua các dãy bàn ghế dành cho du khách nằm tắm nắng hay ngồi theo dõi các hoạt động vui chơi, tắm biển, ở bãi Vầng Trăng, trước khi tìm thấy con đường dẫn lên núi, khiêm tốn nằm cạnh quày bán bánh kẹo, xúc xích, nước uống. Tại đây, tôi và Như dừng lại mua vài chai nước, rồi đặt chân đi tiếp lên con đường núi ngoằn ngoèo, dựng đứng, mệt rã rời đôi chân, sau khi vượt qua hơn 400 bậc thang, lên tới khu nhà chờ nằm trên đỉnh núi cao chất ngất. Dù mệt, dù đang phải thở hổn hển, nhưng khi phóng tầm mắt chiêm ngưỡng một phần Vịnh Hạ Long, qua cảnh bốn bề trời xanh mây nước, điểm xuyết thêm hình ảnh lãng mạn của một số con thuyền du lịch, đang trôi chầm chậm ngang qua một số hòn đảo lớn nhỏ nhấp nhô, đủ cảm thấy mọi sự mệt mỏi tan biến một cách nhanh chóng.

Đang đứng, đột nhiên Như quay người sang nói với tôi, trong sự tiếc nuối:

- Phải chi em có nhiều thời gian hơn để được cùng anh trải nghiệm trên những du thuyền 5 sao kia một lần nhỉ?

Tôi cười trả lời cô:

- Muốn nhưng chưa chắc được nhà thuyền chấp nhận.

- Lý do?

- Vì chúng ta chưa là gì của nhau cả.

- Là sao?

- Bởi theo quy định, khách nam nữ ở trên tàu qua đêm, phải có giấy chứng nhận kết hôn.

- Có chuyện đó thật ư?

- Bạn anh kể như vậy, sau một lần trải nghiệm trên Vịnh Hạ Long, cùng với cô vợ mới cưới.

- Em cứ ngỡ thời đại bây giờ làm du lịch phải thoáng hơn chứ?

- Chỉ làm ra vẻ đạo đức thôi em ơi, còn có tiền thì mua được tất. Nếu thật sự muốn có một kỳ nghỉ như ý, tốt nhất em đi với gia đình hoặc bạn gái.

- Đi với bạn gái, nhỡ người ta ghép vào tội đồng tính thì chết?

- Ha ha! Nếu sợ dị nghị kiểu đó, em chỉ còn có nước ngồi du thuyền 5 sao "chay" mà thôi.

- Chay là sao em chưa hiểu?

- Nghĩa là lát nữa đây, trong khi ngồi trên thuyền trở về đất liền, em có thể mở youtube xem các youtuber sang chảnh, không chỉ bay thủy phi cơ đi thăm vịnh, mà họ còn thuê hẳn một chiếc du thuyền 5 sao sống ảo, sau đó quay video quăng lên mang cho ai thích thì mò vào đó xem và like.

Như tự an ủi:

- Ồ! Xem trên video đồng nghĩa với đi du lịch ảo qua màn ảnh nhỏ thì còn chi là thú vị nữa. Thôi! Đợi đến khi nào có ai ưng làm chồng, em sẽ trở lại Hạ Long sống ảo 2 ngày 1 đêm trên du thuyền đẳng cấp xem sao á?

Kết thúc buổi sáng khám phá Vịnh Hạ Long, thuyền quay trở lại cảng tàu khách Quốc Tế Hạ Long, thả mọi người xuống ngay trung tâm du lịch Bãi Cháy, cạnh tổ hợp vui chơi giải trí Sun World Hạ Long Complex. Một khu vui chơi đẳng cấp quốc tế, có diện tích lên đến 214 ha, trải dài trên 2 cây số bờ biển cát trắng, trên đó trồng một rừng dừa xanh bát ngát, bao gồm tổ hợp vui chơi Bãi Cháy và tổ hợp vui chơi trên đỉnh đồi Ba Đèo; đặc biệt, nối kết với nhau thông qua hệ thống cáp treo độc đáo 2 tầng Nữ Hoàng.

Nói gì thì nói, trước mắt tôi phải đưa Như đi giải quyết cái bụng trống rỗng trước đã, bởi trong suốt mấy giờ liền ngồi thuyền ngoạn cảnh, bọn tôi quên khuấy chuyện ăn uống, nên giờ đây mới cảm thấy cơn đói làm cồn cào ruột gan.

Tôi hỏi Như:

- Em thích ăn fast food hay buffet?

Cô đáp:

- Để tối hẵng ăn buffet đi anh.

Vậy là đã rõ, Như muốn ăn fast food cho nhẹ bụng, để lát nữa còn tham dự các trò chơi cảm giác mạnh, nếu không muốn cho "chó ăn chè". Hiểu ý, tôi đưa cô ghé Sun World Hạ Long Park, chui vào nhà hàng Pizza Temple, chuyên bán các combo pizza và thức ăn nhanh. Tại đây, sau khi ăn uống no nê, bọn tôi cố ngồi nán lại bên trong tránh nóng, chờ thời tiết mát mẻ mới ghé công viên Rồng, đứng dưới ủng hộ cánh thanh niên nam nữ dũng cảm, chơi các trò chơi cảm giác mạnh, sợ hãi, la hét, bên các trò chơi đứng tim có tên: Phi Long thần tốc, Tàu lượn siêu tốc, Tê Giác cuồng nộ, Vòng xoay tử thần, Tàu hải tặc, Chiếc cốc tử thần, Theo dấu chân rồng, Cuồng phong lốc xoáy, Cơn bão nhiệt đới... trong khi bọn tôi chỉ dám trải nghiệm ở các trò chơi tương đối nhẹ nhàng, lãng mạn như: Hành trình bí ẩn, Chiếc ô kỳ diệu, Bò sát đụng độ, Thằn lằn bay, Đu quay kỳ diệu, Dòng sông thử thách, Tour de Paris, Đoàn tàu cổ tích.

Thừa thắng xông lên, sau đó tôi cùng Như ghé qua công viên nước Typhoon Water Park, nghe giới thiệu hiện đại nhất Đông Nam Á, trải rộng trên diện tích 20 ha, lấy cảm hứng từ các khu vui chơi hàng đầu ở Mỹ, ở Yas Water World Abu Dhabi thuộc tiểu vương quốc Á Rập, tham gia các trò chơi nước như: Thử thách mãng xà, Vịnh mặt trời, Biển sóng thần, Đảo quốc kỳ diệu, Dòng sông lơ đãng, Cơn bão nhiệt đới, Tia chớp khổng lồ, Lốc xoáy liên hoàn...

Mệt. Trên đường rời công viên nước, may sao dọc hai bên đường, bọn tôi thấy đặt nhiều băng ghế trống, dành cho khách ngồi nghỉ chân, nên kêu Như tạm ngồi xuống đó trong trong chốc lát.

Tôi hỏi cô:

- Em mệt không?

Cô đáp:

- Chỉ thấy mỏi chân thôi chứ không mệt.

- Vậy em cứ ngồi đây, chờ tới khi nào hết mỏi chân mình sẽ đi tiếp.

Như trố mắt ngạc nhiên hỏi

- Ủa! Em tưởng bọn mình đã đi hết các khu vui chơi ở đây rồi chứ?

Tôi lắc đầu trả lời cô:

- Thật ra, anh và em chỉ mới đi hết có khu vui chơi Sun World Ha Long Park thôi, còn nhiều nơi hấp dẫn khác như: cáp treo Nữ Hoàng, khu Đồi Huyền Bí, Bảo Tàng Quảng Ninh, núi Bài Thơ, khu du lịch Tuần Châu, mình đã đặt chân tới đâu.

Nghe đọc tên những địa danh quen thuộc ấy Như săng sái hỏi:

- Để đến được nhà ga cáp treo mình đi đường nào anh biết không?

- Đừng lo, ở cuối con đường này anh thấy có bảng chỉ dẫn, không sợ bị lạc đâu.

- Còn khuya em mới sợ à nha.

Sau một hồi lang thang trong khu vui chơi, bọn tôi cũng đã có mặt đứng trước nhà ga Ocean hay ga Đại Dương với vẻ bên ngoài trông rất hoành tráng.

Lướt trên tờ quảng cáo phát không ở quầy vé, tôi đọc thấy giới thiệu đây là hệ thống cáp treo duy nhất chỉ có 2 cabin, được ví như "xe buýt 2 tầng trên không", có sức chứa lên đến 230 người, công suất vận chuyển 2000 người/ một giờ, bên trong rộng lớn, có ghế ngồi, tay nắm, thành vịn, cùng với những ô cửa kính chống lóa, giúp cho du khách có thể ngắm nhìn trọn vẹn Vịnh Hạ Long từ trên cao xuống. Được biết, cáp treo Nữ Hoàng đã nhận 2 kỷ lục Guinness cho cabin có sức chứa lớn nhất thế giới và có trụ cao nhất thế giới ở phía bên Bãi Cháy, cao 188, 88 m so với mặt đất.

Mất vài phút mua vé, cuối cùng tôi và Như cũng đã có mặt bên trong sảnh nhà ga rộng thênh thang, trang trí với tông màu đỏ chói sặc sỡ, tượng trưng cho sự may mắn theo phong cách Trung Hoa hay gì gì đó, không đáng quan tâm. Bọn tôi, dành ra ít phút đi dạo chơi quanh một số cửa hàng, xem người ta bán đồ lưu niệm, quần áo, tranh ảnh, chờ giờ đi qua cổng kiểm tra vé. Sau đó, thay vì cùng số đông người bước vào cửa cáp treo tầng 1, tôi dắt tay Như leo một số bậc thang đi lên tầng trên; đồng thời, cũng là cửa vào tầng 2. Sở dĩ, tôi chọn có mặt ở tầng trên cao, bởi trên đây it người chịu khó leo cao nên vừa không đông người, vừa dễ dàng nhìn trọn vẹn cảnh quan di sản thiên nhiên thế giới Vịnh Hạ Long, trong suốt cuộc hành trình di chuyển từ ga Đại Dương bên khu trung tâm du lịch Bãi Cháy, xuyên qua vịnh Cửa Lục, rồi dừng chân tại ga Mặt Trời trên đỉnh đồi Ba Đèo bên Hòn Gai.

Đúng như dự đoán của tôi, trên tầng 2 cáp treo, ngoài bọn tôi và anh nhân viên kỹ thuật vận hành, ngồi riêng lẻ trong một góc nhỏ, thì chẳng thấy bóng ai khác. Vì vậy, tôi và Như không bị lệ thuộc vào chỗ đứng nào trong cabin, mà tự do di chuyển hết nơi này sang nơi khác, miễn sao chọn được cho mình chỗ đứng thích hợp, quan sát suốt 2, 222 km tuyến cáp đi qua, trải nghiệm thỏa thích những đảo lớn, đảo nhỏ, cầu treo Bãi Cháy, vòng xoay mặt trời, khu vườn Nhật Bản, cảng Cái Lân, vịnh Cửa Lục, thành phố Hạ Long, cùng với di sản Vịnh Hạ Long bên dưới.

Phải mất gần 10 phút sau, đi từ ga Đại Dương bên Bãi Cháy, cáp treo mới đưa bọn tôi sang tới ga Mặt Trời, để từ đó bắt đầu cuộc hành trình khám phá khu Đồi Huyền Bí, bao gồm các trò chơi ở Vòng xoay Sun Wheel, Làn trượt Samurai, Vườn Nhật Bản, cầu Koi, Bảo tàng sáp, Xứ sở lộn ngược...

Ra khỏi cáp treo, bọn tôi liền nhanh chân có mặt ở cây cầu Âm Dương sơn màu đỏ lửa, mô phỏng theo hình ảnh chú cá Koi khổng lồ, nằm vắt qua nhau như 2 dải lụa mềm mại. Được biết, cầu phía trên là cầu Dương, có chiều dài 50m, gồm 97 bậc thang, nhìn xuống khu vườn cảnh thanh bình, cầu trượt Samurai, thành phố Hạ Long. Trong khi, cầu Âm nằm ngay bên dưới cầu Dương, dài 56,4 m, có 103 bậc thang, kết nối với cây cầu nhỏ bắc ngang hồ nước, là khu vườn Nhật Bàn. Tại đây, bọn tôi bước đi bên nhau trên con đường ngập tràn màu hoa anh đào, trong cảm giác lâng lâng như đang có mặt trên đất nước Phù Tang.

Bỏ qua khu vui chơi trẻ em Kidoland, bọn tôi tiếp tực leo lên tầng 2 khu Lâu Đài Huyền Bí, đi xuyên miệng con Khủng Long Bạo Chúa, có mặt tại xứ sở kỳ lạ, khu nhà lộn ngược, khu nhà nghiêng, khu dòng nước chảy ngược và đương nhiên, sau khi chụp ảnh sống ảo bên 53 bức tượng các nhân vật nổi tiếng thế giới, bọn tôi đã có mặt tại vòng quay Sun Wheel hay còn gọi là vòng quay Mặt Trời. May mắn sao, khi vừa đặt chân đến đây cũng vừa lúc đèn đóm ở khu Vui Chơi Huyền Bí bắt đầu bật sáng, biến cả ngọn đồi Ba Đèo trở nên lung linh, huyền ảo, hơn bao giờ hết. Và. Cứ thế, từng người từng người được cô nhân viên phụ trách vòng xoay sắp xếp 6 người ngồi chung một cabin, trong số 64 cabin hiện có, vị chi tất cả 384 chỗ ngồi, công xuất 1200 khách/ 1 giờ, nhưng trong thời gian dịch bệnh như hiện nay, lấy đâu ra một lượng khách đông đến vậy, may lắm chỉ được vài chục người.

Ngồi trên vòng xoay Sun Wheel, có đường kính 115 m, gắn 13.000 ngàn bóng đèn Led, phát sáng nghệ thuật, trên độ cao 215m, di chuyển mỗi vòng mất khoảng 15 đến 20 phút, được xem lớn nhất Việt Nam và thế giới; đồng thời, cũng là biểu tượng của du lịch Hạ Long, nên tôi và Như vô cùng thích thú, đắm chìm trong không gian lãng mạn nhưng không kém phần thơ mộng, tận mắt chứng kiến cảnh hoàng hôn trên Vịnh Hạ Long kéo dài từ chiều sang đêm tối cùng với quần thể khu du lịch Bãi Cháy, cầu Bãi Cháy, thành phố Hòn Gai, đẹp lung linh, huyền ảo, như được phủ vàng bởi một màu vàng ruộm.

Tạm biệt khu Đồi Huyền Bí, bọn tôi quay xuống bên dưới, tìm nơi ăn uống, nghỉ ngơi, phục hồi sức khỏe, để sáng hôm sau còn có sức khỏe, khám phá thành phố Hạ Long trước khi cùng nhau quay lại cảng hàng không Cát Bi - Hải Phòng, chia tay ai về nhà nấy.

Trải qua một đêm ngon giấc, sáng ra lại được ăn sáng buffet hải sản miễn phí tại nhà hàng nằm trong khách sạn xong, tôi nhờ thuê một chiếc xe máy, chở Như chạy thẳng tới vòng xoay ngã 5 Bạch Đằng, nơi giao nhau giữa các con đường Trần Hưng Đạo, Lê Thánh Tông, đường 24 tháng 5, ngắm công trình trụ đồng hồ có giá 35 tỉ đồng, lấy ý tưởng từ câu nói mà hầu như ai cũng biết "thời gian là vàng bạc", tọa lạc chính giữa đảo giao thông bề thế, được xem là công trình nghệ thuật, là niềm tự hào của người dân xứ sở Vàng Đen nói chung và thành phố Hạ Long nói riêng. Theo mô tả, trụ đồng hồ bốn mặt này, xây dựng với bộ khung bằng thép, có trọng lương tương đương 18 tấn kim loại, được ốp xung quanh bởi những tấm kính cường lực mạ nhũ vàng, chiều cao 28m, sắp đặt bên dưới với 53 hình khối lớn nhỏ. Vào những hôm trời quang mây tạnh, mỗi mặt trụ đồng hồ phản chiếu những hình ảnh mà nó nhận được từ mỗi góc phố đối diện, với bên này phản ảnh mặt giao thông đông đúc, mặt bên kia là trụ sở của những công ty, bên kia nữa là công viên hoa Hạ Long, bên kia của mặt bên kia nữa là bến cảng.

Choáng ngợp trước vẻ đẹp lộng lẫy, hoành tráng, của công trình trụ Đồng Hồ Quảng Ninh, Như buột miệng thốt lên:

- Em không ngờ, mới ngày nào, mà hôm nay thành phố Hạ Long, đã thay đổi diện mạo nhanh đến vậy.

Đứng loay hoay một hồi, tôi sực nhớ hôm qua trong lúc ăn tối, tôi nghe loáng thoáng nhóm phượt ngồi gần bàn, bàn tính sáng hôm nay sẽ dậy thật sớm, đi leo núi Bài Thơ "chui". Té ra, từ cuối năm 2017, sau vụ cháy rừng và sạt lở đất đá trên núi Bài Thơ, tỉnh Quảng Ninh đã ra lệnh đóng cửa điểm du lịch này. Tuy nhiên, trước nhu cầu khám phá không chỉ có khách trong nước mà cả du khách nước ngoài, ưa chuộng sự mạo hiểm, đã chấp nhận chi tiền cho nhà dân ở gần đường lên núi, để họ cho đi ngang qua ngõ với giá từ 20 đến 50 ngàn đồng 1 người, để được leo qua rào chắn lên núi, chụp cho được những bức ảnh đẹp, nhằm thỏa mãn sự hiếu kỳ hoặc khoe khoang sự "chiến thắng" trước lệnh cấm mà báo Lao Động điện tử mới đây cho rằng "Rào núi Bài Thơ nhưng lại loay hoay phát triển sản phẩm du lịch".

Đứng trước sự nghịch lý đến vậy, không chỉ riêng tôi mà còn nhiều người khác cũng không sao tránh khỏi sự tò mò.

Tôi nói với Như:

- Hay mình ghé lên phố Hàng Nồi, tìm quán nước nào chui vào, ngồi hóng chuyện thiên hạ đi leo núi Bài Thơ nha em?

Không những không phản đối mà Như còn khuyến khích tôi thêm:

- Chuyện này nghe có vẻ hay đó anh.

May sao, khi chạy đến đường Lê Thánh Tông, tôi chợt thấy bên đường có cửa hàng cà phê, nằm đối diện ngay ngõ hẹp dẫn lên núi Bài Thơ, thế là tôi dừng xe cùng Như ghé vào đó ngồi.

Theo truyền thuyết, ngày xưa núi Bài Thơ có tên là núi Rọi Đèn hay Truyền Đăng Sơn, nơi mà lính canh gác mỗi khi phát hiện giặc xuất hiện, chỉ cần đốt lửa làm hiệu coi như đã báo đến kinh thành, nên từ đó có tên gọi núi "Truyền Đăng" ra đời.

Vào mùa xuân năm 1468, vua Lê Thánh Tông trong lúc mang quân đi tuần trên vùng biển An Bang, có dừng quân dưới chân núi Truyền Đăng, đã xúc động trước cảnh biển xanh, núi cao, nơi vùng biển trời xinh đẹp, nhà vua đã cảm tác nên bài thơ chữ Hán và truyền cho quân sĩ khắc lên vách núi, từ đó ngọn núi có tên Đề Thơ hay Bài Thơ; đồng thời được công nhận là di tích lịch sử Quốc Gia.

Bài thơ được tam dịch như sau:

Nhận nước trăm sông, sóng cuộn đầy
Núi bày cờ thế, biếc liền mây.
Xưa theo người khác luôn bền chí
Giờ đã tung hoành một chớp tay
Đế chủ điệp trùng quân hổ mạnh
Hải Đông đã tắt khói lang bay
Trời Nam muôn thưở non sông vững
Yến vũ tu văn dựng nước này.

Vừa ngồi xuống, chưa kịp gọi nước uống, tôi đã nghe nhóm thanh niên nam, ăn mặc ra dáng phượt thủ, đang sửa soạn máy ảnh, fly cam, sẵn sàng chinh phục núi Bài Thơ nằm trên độ cao khoảng 200m, bất chấp lịnh cấm cùng với nhiều ngõ vào đã được bịt kín bởi hàng rào sắt quấn nhiều vòng thép gai.

Phàm tuổi trẻ bị cho là háo thắng, thích làm trái ngược với những gì được gọi là lề lối, phép tắc, nên họ buộc phải chứng minh sự tiến bộ bằng cách phản kháng lại thế giới qua các phong trào nổi tiếng mà ta tùng thấy như: Hippy, Hip Hop, Rap, này nọ....

Bất chợt, tôi nghe Như quay sang làm quen với cô gái ngồi chung với nhóm bạn trai kia:

- Sao chị không đi cùng các bạn kia?

Cô gái cười đáp:

- Mình cũng muốn lên núi sống ảo một lần, song tiếc là đường lên núi bị chính quyền rào chắn hai ba tầng cổng, nên bọn con gái làm sao dám leo trèo qua những chiếc cổng sắt, cao từ 2,5 m trở lên, lại còn quấn nhiều lớp dây thép gai, vừa nguy hiểm vừa dễ bị rách toạc áo quần như chơi.

Vừa dứt lời, cô gái chuyền cho Như mượn cái Ipad, xem đoạn clip leo núi Bài Thơ của nhóm Youtuber đang phát trên Youtube. Qua đó, hình ảnh từng thành viên lần lượt leo qua cái hàng rào, quấn đầy dây thép gai một cách khó khăn. Song, có lẽ nhờ quyết tâm cao, nên họ đã vượt qua mọi chướng ngại trên đường đi một cách an toàn, bằng sự có mặt trên đỉnh núi Bài Thơ, ghi lại toàn bộ vẻ đẹp tuyệt vời nơi Vịnh Hạ Long.

Nhìn những hình ảnh trên video, khiến tôi chợt nhớ đã đọc trên LĐO tháng 5-2019, lời phát biểu của cô Caroline, cháu gái nhả tỉ phú người Anh, người được đặc cách lên thăm núi Bài Thơ trở về: "Thực ra đường lên núi cũng không có gì khó khăn, nguy hiểm, nhưng phải nói, càng lên cao phong cảnh càng tuyệt đẹp. Tôi biết chánh quyền 'đóng cửa' núi Bài Thơ sau một vụ cháy mấy năm trước, nhưng không nên như thế, vì đây là một điểm du lịch quá tuyệt vời".

Tôi mang điều này ra hỏi Như:

- Em nghĩ sao về phát biểu trên?

Không cần suy nghĩ, cô đáp:

- Việc leo núi Bài Thơ, check- in phong cảnh đẹp là việc làm đáng được khuyến khích, nhằm thu hút thêm khách du lịch đến với Hạ Long. Tuy nhiên, để làm được điều này, em thấy chánh quyền trước hết phải trùng tu, sửa chữa lại con đường lên núi cho thật an toàn, để đảm bảo tánh mạng cho người leo núi.

Biết không có phép màu nào giúp bọn tôi có được sự may mắn như cô Caroline kia, nên tôi và Như đành uống cạn tách cà phê, rồi dò tìm trên Google Map, đường đến Bảo Tàng và Thư viện Quảng Ninh, nằm trên con đường ven biển Trần Quốc Nghiễn, kể ra cũng không khó lắm. Bởi, chỉ vài phút sau, bọn tôi đã có mặt đứng trước 2 tác phẩm nghệ thuật, do nhà điêu khắc người Tây Ban Nha, lấy cảm hứng từ than khoáng sản, đặc trưng của xứ sở được mệnh danh "vàng đen". Thiết kế thành hỗn hợp công trình kiến trúc văn hóa độc đáo, hoàn hảo, qua hình ảnh 2 khối nhà phủ bằng những tấm gạch bóng kính màu đen tuyền; đặc biệt, với font chữ viết tên Bảo tàng và Thư viện Quảng Ninh đầy ấn tượng, đã lôi cuốn nhiều bạn trẻ tìm đến đây selfie sống ảo.

Gửi xe vào bãi xong, tôi đưa Như đi dạo quanh một vòng trên khoảng sân rộng trước bảo tàng, tận tay sờ mó 2 khối than nguyên chất, nặng 28 tấn, từng xác lập kỷ lục Việt Nam.

Vào bên trong tòa nhà, tôi và Như đã không khỏi choáng ngợp trước một không gian rộng rãi, bao gồm cả thảy 3 tầng lầu, dùng làm nơi lưu giữ, trưng bày, các hiện vật quan trọng mang dấu ấn thời gian cùng với lịch sử hình thành ngành khai thác than tại Hòn Gai với:

- Tầng 1 là sự kết hợp hài hòa giữa thiên nhiên và biển cả, với điểm nhấn là bốn cột hình ống tượng trưng cho núi đá Hạ Long, cùng hiệu ứng ánh sáng đèn làm nổi bật hệ sinh thái biển.

- Tầng 2 là khu trưng bày khảo cổ độc đáo, mô phỏng đời sống ngư dân vùng biển Quảng Ninh cùng với không gian văn hóa tâm linh Yên Tử.

- Tầng 3 là không gian dành cho lịch sử hình thành ngành khai thác than khoáng sản cùng cới một số sa bàn của mỏ than lộ thiên.

Sau khi đã đi xem qua hết cả 3 tầng lầu ở Bảo tàng Quảng Ninh, tôi quay sang hỏi Như:

- Em từng đến Hạ Long rồi, theo em bây giờ mình nên đi đâu?

Như nhìn đồng hồ đáp:

- Còn cả một buổi chiều, hay mình chạy qua Tuần Châu chơi đi anh?

Tôi hỏi:

- Ở đó có gì?

- Trước năm 1960 Tuần Châu là hòn đảo biệt lập, nhưng là hòn đảo duy nhất có người ở và sinh sống, đồng thời là đảo đẹp nhất trong 1969 hòn đảo có mặt trên Vịnh Hạ Long, là nơi dành cho các viên chức nhà nước nghỉ mát. Đến năm 1997, người được mệnh danh là "chúa đảo Tuần Châu - Đào Hồng Tuyển" bỏ tiền ra xây dựng con đường nối từ đất liền ra đảo dài 2 km, sau đó đầu tư thêm nhiều cơ sở vật chất hiện đại, đã biến Tuần Châu trở thành điểm đến du lịch nổi tiếng với bãi tắm nhân tạo dài hơn 4 km, cảng tàu khách quốc tế Tuần Châu, khu trình diễn nhạc nước, khu biểu diễn cá heo, sư tử biển, câu lạc bộ biểu diễn xiếc thú, cá sâu....

Nghe kể, tôi định lấy xe chạy qua cầu Bãi Cháy, theo đường quốc lộ 18, để tới đảo Tuần Châu, nhưng chợt nhớ dịch bệnh Covid 19 mới chỉ tạm thời lắng xuống, chưa chắc gì bên Tuần Châu có đông khách đến xem các màn biểu diễn mà Như vừa kể. Bằng chứng là gần 2 ngày có mặt vui chơi ở Sun Worrld Hạ Long Complex, bọn tôi ghi nhận số lượng khách ghé đây vui chơi thưa thớt, e rằng doanh thu không đủ cho nhân viên nữa là?

Tôi trả lời Như:

- Với các màn trình diễn em vừa kể, anh nghĩ cần phải có lượng khách tương đối đông mới bõ công ra biểu diễn, trong khi khách du lịch ế ẩm như thế này lấy đâu ra người đến xem, e rằng chạy qua Tuần Châu chỉ mất thêm thời gian mà thôi, chi bằng mình về Hải phòng sớm, ăn uống, nghỉ ngơi, đợi tới giờ anh tiễn em ra sân bay bay trước, sau đó tới lượt anh bay chuyến sau sẽ tiện hơn.

Những tưởng nghe tôi nói thế Như sẽ buồn lòng, giận dỗi, nhưng không ngờ cô đã gật đầu đồng ý, lên xe cho tôi chở quay về khách sạn trả xe, tiện thể nhờ nơi đây liên hệ đặt vé xe tốc hành, chở bọn tôi về Hải Phòng, kết thúc chuyến đi khám phá di sản thiên nhiên thế giới Vinh Hạ Long vô cùng thú vị./.

ĐỒ SƠN HẢI PHÒNG

Trên đường từ thành phố biển Sầm Sơn về lại Thanh Hóa, Như luôn miệng năn nỉ tôi cho cô theo đi "giang hồ vặt" ra Hải Phòng một chuyến. Bởi, có đến hơn chục năm, cô chưa lần đặt chân trở ra đó, nghe nói bây giờ Hải Phòng đã có sự thay đổi ghê gớm, nhất là với biển Đồ Sơn.

Tôi hỏi cô:

- Còn việc ở Thanh Hóa em bỏ cho ai?

Như hớn hở trả lời tôi:

- Chuyện đó dễ hơn con cờ hó, nếu được anh đồng ý, tối nay em chỉ cần xem qua sổ sách kế toán một lúc là ok, hơn nữa em còn trở về Thanh Hóa chứ có đi luôn đâu mà anh lo.

Tôi dọa Như:.

- Anh báo trước, sau khi đến Hải Phòng, khám phá biển Đồ Sơn, anh tiếp tục ra thăm Hạ Long, liệu em có đi theo anh nổi không?

Như đưa ngón tay hình chữ V ra hiệu đồng ý cùng với câu trả lời:

- Dân Sài Gòn vốn có câu nói rất hay "dân chơi không sợ mưa rơi".

- Giỏi! Nếu em đã sẵn sàng rồi thì anh cũng không ngại.

Sáng hôm sau, chuyến bay cất cánh từ sân bay Thọ Xuân đưa tôi và Như đáp xuống cảng hàng không Cát Bi vào tầm mười giờ. Vì, đang vào mùa hè, nên thời tiết tháng 5 tháng 6 ở Hải Phòng thường là những tháng nóng nhất trong năm, đôi lúc nhiệt độ lên đến 39-40 độ C; tuy nhiên, vào ban đêm nhiệt độ hạ thấp xuống vài độ, khiến mọi người cảm thấy dễ chịu.

Trên đường từ sân bay Cát Bi về Đồ Sơn, xe chở bọn tôi về ngang qua trung tâm thành phố Hải Phòng, qua Cầu Rào, rồi từ đó tiến thẳng trên con đường dài hơn 20 cây số, mà dọc 2 bên đường thấy trồng toàn cây phượng. Hỏi thăm tài xế mới biết, chỉ trên đoạn đường ngắn này thôi, người ta đã trồng hơn 4.000 cây phượng dọc theo hai bên đường. Thật vậy, nhìn đâu bọn tôi cũng bắt gặp màu phượng thắm, đẹp như cô gái xuân thì đứng trùm trên đầu chiếc khăn màu đỏ. Thảo nào, người ta chẳng đặt tên cho Hải Phòng là "Thành Phố Hoa Phượng Đỏ". Điều này, nhắc tôi nhớ đã nghe ca khúc "Thành phố hoa phương đỏ" của nhạc sĩ Lương Vinh, đã phát trên truyền hình vào dịp lễ nào không nhớ:

Tháng Năm rợp trời hoa phượng đỏ
Ơi! Hải Phòng thành phố quê hương.
Ta yêu thành phố quê ta như chính người thương yêu nhất.
Những hẹn hò bên bờ sông lấp.
Những con đường tấp nập bao thuở ngày đêm.
Những bến Bính, Cầu Rào, Cầu Đất, Lạc Tiên...

Hoa phượng hay hoa phượng vĩ, có nguồn gốc từ Madagasca, do người Pháp du nhập sang nước ta vào cuối thế kỷ 19. Được trồng nhiều tại các tỉnh, thành phố lớn như Đà Nẵng, Sài Gòn và nhiều rất nhiều tại thành phố Hải Phòng. Hoa mang 5 cánh, có nhụy hoa, đài hoa, hình chim phượng. Ngoài ra, còn có thêm chiếc đuôi dài nên gọi là hoa phượng vĩ. Hoa phượng, biểu tương cho mùa hè, mùa chia tay kỷ niệm của lứa tuổi học trò đầy mộng mị, sau mấy năm dài miệt mài kinh sử. Có lẽ, vì có chung nỗi buồn cùng với nỗi niềm tâm sự đó, mà cố nhạc sĩ Thanh Sơn đã sáng tác nên nhạc phẩm "Nỗi Buồn Hoa Phượng", để lại dấu ấn qua nhiều thế hệ học trò.

Nếu ai đã từng nhặt hoa thấy buồn.
Cảm thông được nỗi vắng xa người thương.
Màu hoa phượng thắm như máu con tim.
Mỗi lần hè thêm kỷ niệm.
Người xưa biết đâu mà tìm...?

Được biết, quận Đồ Sơn là một bán đảo thuộc dãy núi Rồng vươn ra biển 5 km, cùng với hàng chục ngọn đồi nhấp nhô, cao thấp, từ 25 m đến 130 m, cách thành phố Hải Phòng 20 cây số, về phía Đông-Nam. Là nơi du lịch, nghỉ dưỡng, tắm biển, nổi tiếng ở phía Bắc từ thời nhà Nguyễn và thời Pháp thuộc.

Không đi không biết Đồ Sơn
Đi rồi mới thấy không hơn đồ nhà
Đồ nhà tuy có hơi già
Suy đi tính lại, đồ nhà vẫn hơn.

Mới đầu, nhiều người lầm tưởng bài thơ trên là thơ dân gian hay của tác giả khuyết danh nào đó, nhưng thực ra tác giả là một nhạc sĩ, một nhà giáo ở Hà Giang tên Phan Tiến Giang, quê Đầu Sơn, xã Bắc Hà, sống tại thị xã Kiến An, thành phố Hải Phòng.

Bài thơ mang nhiều ý nghĩa, từ khi ra đời đến nay đã hơn 20 năm, vừa độc đáo, dí dỏm, vừa nồng ấm nghĩa tình, được yêu thích, chế tác ra thành nhiều lời, nhiều thể loại; đặc biệt, các nghệ sĩ hát Xẩm, hát Văn nổi tiếng miền Bắc, như Xuân Hinh hay Tuyết Tuyết, đã có nhiều video ca nhạc phát trên Youtube, được hàng trăm, hàng triệu, lượt người yêu thích hay chia sẻ.

Chưa đi chưa biết đồ sơn
Đi rồi mới biết vẫn hơn đồ nhà

Đồ sơn bằng cái lá đa
Đồ nhà bằng cái bàn là Liên Xô
Đồ Sơn là của Quốc Gia.
Đồ nhà là của ông bà ngoại cho
Quốc Gia ăn cướp
Ngoại cho dùng dần
Đồ nhà tuy có hơi già
Nhưng mà đồ thật không là đồ sơn.

Thành phố Đồ Sơn chào đón tôi và Như qua mùi biển đang ở rất gần. Chính xác, là ngay chiếc cổng chào bề thế chắn ngang mặt đường rộng 6 làn xe, bên trên có hàng chữ "Chào Mừng Quí Khách Đến Đồ Sơn".

Tới một ngã ba, nơi có trụ đèn đang phát tín hiệu màu xanh, thay vì rẽ phải vào khu chợ cũ, tài xế đánh lái rẽ sang trái, chạy ngang qua trước mặt tòa nhà cao tầng sơn màu tím Huế, có tên khách sạn Sao Mai; qua luôn khu Bộ Xây Dựng, một trong hai nơi có dịch vụ mãi dâm nổi tiếng: khu Xo Lăng và khu 203; ghé điểm đầu tiên ở Đồ Sơn là đền Bà Đế để chiêm bái.

Đây là ngôi đền có cấu trúc bề ngoài giản dị, thanh thoát, trang nhã, tựa mình bên vách núi, sát ngay chân sóng biển, tạo nên kỳ quan thiên nhiên độc đáo sơn thủy hữu tình; đồng thời, gắn liền với truyền thuyết kể về nỗi oan trái của người con gái tên Đào thị Hương.

Chuyện kể, vào năm 1718 ở phía Đông Nam vùng Đồ Sơn, có vợ chồng họ Đào lấy nhau hơn 20 năm, mà chưa có được mụn con nào, nên ra sức tu thân tích đức, cầu xin trời Phật ban cho một đứa con. Động lòng trước sự thành tâm của họ, trời Phật đã ban cho gia đình họ cô con gái, lấy tên là Đào Thị Hương. Lạ. Từ khi sinh ra, đứa trẻ đã tỏa ra hương thơm ngào ngạt, càng lớn càng trở nên xinh đẹp; đặc biệt, khi tiếng hát nàng cất lên đã khiến cả muôn loài chim thú đều phải lắng nghe.

Năm 1736, khi chúa Trịnh Doanh cùng đoàn tùy tùng đi thuyền di hành đến vụng Ngọc núi Độc, Chúa vô tình nghe được tiếng hát mượt mà, trong lành, của người con gái quê, nên đã khiến cho lòng ngài rung động, bèn truyền lệnh cho đi tìm người hát. Khi gặp giai nhân với vẻ đẹp sắc nước hương trời, chúa đã đem lòng yêu thương quí mến. Từ đó, hai người quyến luyến bên nhau suốt thời gian dài, không muốn rời xa, nên trước khi trở lại Kinh đô, Chúa hẹn, trong thời gian ngắn sẽ đưa thuyền rồng về đón bà. Song, khi Chúa vừa ra đi thì, bà biết mình mang thai, nên ngày đêm lo sợ, trông ngóng Chúa trở về đón. Không may, chuyện hàng Tổng biết việc bà chưa chồng mà đã cò thai, nên theo lệ đòi phạt tiền, nhưng vì nhà nghèo quà không có tiền nộp phạt, hàng Tổng đã đem bà ra núi Độc dìm xuống biển. Trước khi chết, bà ngửa mặt lên trời khóc than: "Phận gái thân cô, gặp Chúa yêu thương tôi đâu dám chống, nhìn cha mẹ, hàng xóm, tôi đâu dám quên. Xin trời Phật chứng giám cho lòng con. Khi con bị dìm xuống nước, nếu có oan ức, xin trời Phật cho con nổi lên 3 lần". Quả nhiên, sau khi chết xác bà đã nổi lên 3 lần, mọi người trông thấy ai nấy đều kinh sợ. Mãi tháng sau, thuyền của Chúa trở lại đón bà, mới hay bà đã bị dìm chết trong nỗi oan khuất. Chúa nghe tin vô cùng thương xót, bèn lệnh cho hàng Tổng xây đền, lập đàn giải oan, cho bà. Từ đó, sự linh thiêng của ngôi đền đã khiến cho bọn trộm cướp không dám mò tới; bọn cường hào ác bá cũng không dám sách nhiễu dân lành. Đến đời vua Tự Đức, trong lần đi thăm đền nàng Hương, nhà vua đã ban sắc phong cho bà "Đông Nhạc Đế Bà - Trịnh Chúa phu nhân" để tưởng nhớ đến bà.

Quay lại phường Vạn Sơn, thuộc khu 1, bán đảo Đồ Sơn, bọn tôi xuống xe, đi bộ dọc theo bờ tường của khuôn viên chùa Hang, thấy trên các bờ tường thấp, nhà chùa cho đặt trên đó một dãy tượng các vị La Hán, tạc bằng loại đá trắng, trông vừa uy nguy vừa toát lên vẻ nghệ thuật.... trước khi tới được cổng chính ngôi chùa.

Chùa Hang, ngoài việc là ngôi chùa cổ ra còn được xem là ngôi chùa thiên tạo, lớn nhất trong khu di tích lịch sử Đồ Sơn, được các nhà nghiên cứu trong nước đánh giá là nơi đầu tiên Phật Giáo du nhập vào Việt Nam, có tên chữ là Cốc tự, xây dựng vào niên đại thế kỷ thứ 2 trước Công Nguyên.

Có lẽ, do đây là lần đầu tiên nhìn thấy các vị A La Hán nên Như thắc mắc quay sang hỏi tôi:

- Mấy tượng kia là ai vậy anh?

Tôi trả lời cô:

- Đó là tượng 18 vị A La Hán hay Thập Bát La Hán, gồm có các vị: La-Hán Thác Tháp, La-Hán Thám Thủ, La-Hán Khai Tâm, La-Hán Khánh Hỷ, La-Hán Tĩnh Tọa, La-Hán Ba Tiêu, La-Hán Tiếu Sư, La-Hán Tọa Lộc, La-Hán Trường Mi, La-Hán Hàng Long, La-Hán Bố Đại, La-Hán Khoái Nhĩ, La-Hán Trầm Tư, La- Hán Kháng Môn, La-Hán Ky Tượng, La-Hán Quá Giang, La Hán Phục Hổ, La-Hán Cử Bát. Đây là 1 chủ đề phổ biến trong nghệ thuật Phật giáo, tượng trưng cho tín ngưỡng đặc thù dân gian bao gồm 3 ý nghĩa. Giết hết mọi phiền não trong tâm. Đồng thời đạt được trạng thái tâm lý yên tịnh, không còn sinh tử, luân hồi. Và các ngài xứng đáng được người đời cúng dường.

Về lịch sử, chùa được tạo dựng trong một hang núi, tương truyền, do một nhà sư tên Bần, người xứ Thiên Trúc, theo thuyền đi truyền bá đạo Phật và đã đến cư trú tại hang và lập nên Cốc tự này.

Chùa Hang có cấu trúc hình thang, cao 3,5 m, rộng 7m, chia ra làm 2 bậc thềm, thềm bên ngoài rộng 23 m², thềm trong cao hơn nửa mét, xuyên thẳng vào trong núi với chiều dài 25 m. Càng vào sâu bên trong, hang càng thấp và hẹp với độ cao trong lòng hang 1,2 m, rộng 1,3 m.

Trải qua bao thăng trầm lịch sử, chùa không còn nằm cheo leo bên bờ biển, mà lui dần vào bên trong, cách xa vị trí của chùa cũ khoảng 100 m và nằm sát ngay mặt tiền đường, quay mặt ra hướng biển, nên khí hậu bên ngoài dù nóng bức, khắc nghiệt đến mấy, bên trong vẫn mát mẻ, dễ chịu. Trước đây, chùa có bàn thờ đá, tượng A Di Đà, bát hương đều bằng đá cùng nhiều bài thơ, vịnh về chùa Hang được khắc trên vách núi đá. Tuy nhiên, sau này do chiến tranh tàn phá và trùng tu nhiều lần nên không còn. Hiện tại, kiến trúc ngôi chùa gồm 3 tầng, tầng 1 dành cho việc bếp núc, tầng 2 là tòa tam bảo, tầng trên cùng là Tây Phương điện.

Rời chùa Hang, thay vì đi tiếp ra khu 1 biển Đồ Sơn, bọn tôi được một vị khách khuyên nên ghé thăm khu du lịch sinh thái Quốc Tế Đồi Rồng, nằm cách đây không mấy xa, vừa mới khai trương khu bể bơi nhân tạo với hệ thống lọc nước hiện đại nhất, mang từ nước ngoài về.

Chưa kịp nghe hết giới thiệu, Như đã tỏ ra vô cùng hào hứng thích thú, năn nỉ tôi:

- Mình ghé đó chơi nha anh, dù sao cũng nằm trên đường đi mà?.

Theo nhiều người, đây là dự án lấn biển rộng 420 ha, chia thành nhiều giai đoạn, mà giai đoạn đầu tập trung xây dựng, hoàn thiện, các hạng mục giao thông, khu vui chơi giải trí, thể thao nước, bãi tắm nước mặn nhân tạo, công viên cây xanh, đảo con sò, sân golf 18 hố. Đặc biệt, với sự có mặt của công nghệ lọc hiện đại nước ngoài, lọc nước biển đục thành trong, biến toàn bộ nước biển khu vực biển Đồi Rồng trở nên trong xanh, khắc phục đáng kể tình trạng nước biển vốn đã bị đục như nước biển ở Đồ Sơn.

Thực tế là vậy, song theo người dân địa phương cho biết, cách đây 13 mùa hè, tại phường Vạn Hương cũng đã từng có một siêu dự án mang tên Hoa Phượng, được chủ đầu tư san lấp, tạo dáng cho hòn đảo nhân tạo mang hình ảnh một bông hoa phượng 5 cánh, có đường trục chính nối từ trong đất liền ra đảo giống như cuống hoa, các tuyến giao thông uốn lượn mềm mại như đường gân của những cánh hoa xòe ra, tất cả được thiết kế nổi trên mặt nước biển. Nhưng kể từ đó đến giờ, không rõ vì lý do gì, mà trải qua hơn mười ba mùa hè rồi, mà hoa phượng trên vẫn chưa chịu nở. Đã thế, mới đây người phường Vạn Hương lại nghe nói, tập đoàn FLC sẽ đầu tư dự án 500 ha cho "Khu phức hợp dịch vụ, du lịch, nghỉ dưỡng và biệt thự cao cấp Đồ Sơn" qua mô hình hoa sen 6 cánh nữa

Nghe sao biết vậy, nhưng ấn tượng về khu du lịch sinh thái Đồi Rồng cứ quấn lấy trong đầu tôi và Như, nên sau một hồi chạy loanh quanh qua những con đường còn thơm mùi nhựa, qua những khu đất bạt ngàn bỏ trống, taxi thả bọn tôi xuống tại bãi đậu xe đã quy định, để từ đó đi bộ ngang qua quảng trường rộng 7 ha, bắt gặp dọc hai bên đường trồng nào dừa, nào cọ, dẫn ra tới tận ngoài bãi tắm nhân tạo. Cái bãi tắm dài ngút tầm mắt, rộng 23 ha, được đổ bởi hàng trăm tấn cát vàng mang từ nhiều nơi khác về.

Không thể kềm nén được cám dỗ từ biển, kèm theo sự nghi vấn cần được giải tỏa về sự mới lạ, hấp dẫn, từ biển nhân tạo đầu tiên trên đất nước, nên Như nhanh chóng tháo giày đang mang giao cho tôi giữ, cứ thế lội đôi chân trần xuống nước.

Tôi đứng trên bờ hỏi vọng xuống:

- Cảm giác thế nào em?

Như cười nói đùa:

- Giống đang ở biển Sầm Sơn Thanh Hóa quê em vậy.

- Em thử xem nước ở đây thế nào?

Như cúi xuống nhúng tay vào nước, rồi đưa lên miệng nhấm nhấm, một lúc sau cô trả lời:

- Có vẻ là nước biển thật.

Tôi chợt cười trước câu trả lời dí dỏm của Như, bởi nước trong hồ dù có là biển nhân tạo đi chăng nữa, thì cũng là nguồn nước dẫn từ ngoài biển vào, chỉ khác là được lọc qua hệ thống lọc hiện đại để trở nên trong xanh hơn mà thôi. Tuy nhiên, thực tình mà nói, màu nước ở đây cho dù đã được lọc qua hệ thống máy lọc hiện đại, vẫn không thể so sánh được với màu nước biển xanh như ngọc ở nhiều nơi khác, có chăng nó chỉ khắc phục được phần nào màu nước đục cố hữu ở biển Đồ Sơn mà thôi.

Đang lúc mải lo so sánh, tôi chợt thấy Như từ dưới biển đi trở lên, nên hỏi:

- Em lên thay đồ tắm biển chăng?

Như lắc đầu, buông ngay câu nói nghe thật là bội bạc:

- Chán chết.

- Vì sao?

- Đã mang tiếng đi tắm biển, mà biển chẳng có tí sóng nào, thì lấy gì làm vui.

À! Thì ra chân lý của dân đi biển, ngoài việc tắm mình trong làn nước mặn ra, biển cần phải có sóng để được đùa giỡn, nhảy sóng, mới thật sự thích thú.

Chia tay bãi tắm Đồi Rồng, tôi và Như tiếp tục làm cuộc hành trình khám phá, xem biển Đồ Sơn có gì khác so với nhiều nơi?

Nhìn từ trên cao xuống, Đồ Sơn trông chẳng khác gì một con rồng, gồm 3 bán đảo nhỏ mang trên mình những rừng thông, rừng phi lao, bạt ngàn màu xanh, đang vươn mình ra biển lớn, cùng với điểm nhấn là đảo Dấu, được ví von như một viên ngọc quí nổi lên giữa biển, tạo ra cảnh quan thiên nhiên vô cùng hùng vĩ. Đặc biệt, nơi đây còn gắn liền với những bãi tắm khu 1, 2,

3, đầy thơ mộng, lãng mạn, từng được xem là một trong những điểm du lịch nổi tiếng của miền Bắc. Cho dù, ở phía Bắc và phía Nam của quận Đồ Sơn, có 2 cửa sông Lạch Tray và Văn Úc nằm trong hệ thống sông Thái Bình mang phù sa đổ ra biển, cộng thêm việc quai đê lấn biển xây dựng khu các resort cao cấp, đã khiến cho nước biển ở bãi tắm khu 2 bị xem là đục như bát nước đất.

Thay vì cưỡi ngựa xem hoa, tôi và Như xuống xe ở đầu khu dân cư của quận Đồ Sơn, đi bộ thẳng tới quảng trường bề thế, có diện tích lên tới 2.400 m2, được bài trí xung quanh nhiều tiểu cảnh cùng một bệ tượng, trên đó đặt tượng đôi trâu chọi bằng đá đen, là biểu tượng của lễ hội truyền thống chọi trâu của người dân vạn chài ở Đồ Sơn. Theo đó, lễ hội là hình thức sinh hoạt văn hóa đã có từ thế kỷ thứ 18, mục đích là mưu cầu sự thịnh vượng, hạnh phúc, cho người dân địa phương. Tương truyền, vào ngày rằm tháng 8, người dân Đồ Sơn bỗng thấy xuất hiện một ông tiên, đang say sưa ngắm đôi trâu chọi trước cửa đền. Và. Từ đó lễ hội chọi trâu trở thành truyền thống trong đời sống tâm linh đối với người dân nơi đây. Còn dựa theo sách Đại Nam Nhất Thống Chí, dưới chân núi Đồ Sơn, thuộc huyện Nghi Dương, có đền thờ vị Thủy thần, tương truyền, một hôm có người bán thổ đi qua nơi này, nhìn thấy 2 con trâu chọi nhau dưới đền, nên hàng năm vào ngày mùng 9 tháng âm lịch, dân chúng Đồ Sơn có tục lệ chọi trâu tế thần. Nghe đâu, bên cạnh nhu cầu vui chơi, tìm hiểu thì, lễ hội cũng là dịp để người ta tưởng nhớ đến công ơn của vị thần đã duy trì kỷ cương làng xã, cũng như cầu nguyện cho "nhân khang, vật thịnh"; đồng thời, khẳng định tinh thần đoàn kết, duy trì ý thức cộng đồng.

Đi dọc hành lang bờ kè khu bãi tắm 1 trên đường Vạn Sơn, bọn tôi bắt gặp trên đường đi từ khu 1 đến khu 2, người ta cho đặt nhiều ghế đá, dành cho khách ngồi nghỉ chân, ngắm biển; những thảm cỏ nhìn thấy mát rượi; những công viên cây xanh cắt xén tỉ mỉ hay những bao lơn ăn rộng ra biển khá lý tưởng đối với những ai yêu thích khám phá, ăn uống, vui chơi, ngồi uống cà phê, hơn là chú tâm vào việc tắm biển. Bởi. Biển khu 1 thường hay có sóng to, địa hình nhiều đá nhọn sắc, do có nhiều hàu con đeo bám nơi vách đá; bù lại, ở phía bên đường đối diện, lại có nhiều điểm ăn uống, nhà hàng, khách sạn, nên rất thuận tiện cho việc vui chơi, lưu trú và nghỉ dưỡng.

Mải lo ngắm cảnh trời nước bao la, chừng ngó lại thấy một số đông gia đình mang theo phao bơi, dụng cụ lặn, băng ngang đường, đi xuống biển, tôi và Như mới hay mình đã về tới bãi tắm khu 2 lúc nào không biết.

Đây là bãi tắm được khách du lịch đánh giá khá lý tưởng, nên bất kỳ ai đến với biển Đồ Sơn đều ghé đến đây, vui chơi, tắm biển. Bởi. Bãi tắm khu 2 khá đẹp, thoáng rộng, độ dốc bãi tắm thoai thoải, cát mịn, mực nước cạn, sóng nhẹ; đã vậy, trên bờ còn có nhiều điểm vui chơi, ăn uống, khách sạn cao cấp, biệt thự trên núi, dinh Bảo Đai, khu chợ Cầu Vòng.... thu hút nhiều khách ghé thăm, nhất là các tour du lịch.

Theo chân mọi người, bọn tôi vượt qua các bậc thang bằng xi măng, đi xuống bên dưới, đặt chân lên bãi cát vàng mơ, bắt gặp quanh đây có khá nhiều hàng quán ăn uống, các dịch vụ cho thuê ghế ngồi, cho thuê dù vải, phao... được sắp xếp khá gọn gàng, ngăn nắp. À! Tôi chợt nhớ, nhờ thời gian giãn cách xã hội, phòng chống dịch Covid-19 vừa qua, mà bãi tắm khu 2 như được khoác lên mình một diện mạo mới, qua hình ảnh mọi thứ đều trở nên tinh tươm, sạch đẹp, thoáng đãng và đẹp mắt.

Đi men theo bờ nước ven biển, bọn tôi hòa mình vào sinh hoạt vui chơi, tắm biển, của mọi người. Tình cờ, nhìn thấy ai đó, vớt từ biển lên một con sứa biển to cỡ vài bàn tay, chuyền cho mọi người xem thành quả của mình. Tò mò, Như cũng thử cầm trên tay con vật mềm nhũn, trong suốt, tưởng chừng có thể tuột khỏi bàn tay bất cứ lúc nào. Nghe kể, loại sứa này không hề để lại sự ngứa ngáy nào trên con người, nên có thể chế biến thành món gỏi sứa ngon tuyệt cú mèo.

Sau một hồi dạo chơi dưới bãi, bọn tôi để ý thấy có rất nhiều chị phụ nữ, ghé ngồi quanh những chiếc bàn được kê sát chân bờ kè, chờ ăn món có đề bảng "bánh đa nồi đất", của một chị bán hàng rong. Được biết, đây là món ăn đặc sản của Hải Phòng, nổi tiếng không thua gì món chả cua bể Hải Phòng.

Ghé ngồi xuống dãy bàn đã có người ngồi, Như gọi hai tô bánh đa cua cho tôi và cô ăn thử.

Có lẽ, đoán biết bọn tôi từ xa đến, nên một trong số các chị ngồi cùng bàn hỏi Như:

- Các em từ trong Nam ra đây đi du lịch hả?

Như chỉ tay sang tôi giới thiệu:

- Bạn em mới là người ở trong Nam ra, còn em dân Thanh Hóa.

- Hai người là gì của nhau mà trông thật xứng đôi?

Như đỏ mặt cải chính:

- Bọn em mới là bạn của nhau thôi.

- Vậy mà chị cứ tưởng hai em là vợ chồng cơ đấy.

Hai tô bún nóng hổi được mang ra đặt trước mặt bọn tôi. Như thử dùng đũa kiểm tra xem thành phần món bánh đa nồi đất gồm có những gì. Này nhé, đây là là thịt cua đồng giã nhuyễn, nấu thành khối, kế đến chả thịt lợn, rồi chả cuốn lá lột, rau muống luộc, cà chua, nấm mèo thái mỏng, bánh đa đựng trong nồi đất, nước dùng, ăn kèm với rau sống, thêm chút ớt, nếu cần vắt trái quất thay chanh.

Xong. Như dùng muỗng húp thử một ít nước trong tô, trước khi cho biết ý kiến:

- Nước dùng có vị ngọt từ thịt, từ cua, nhưng mằn mặn, lờ lợ, ngang ngang, sao đó.

Nghe Như phát biểu như thế, một chị ngồi gần bên nói:

- Ngoài này không ai thích ăn vị ngọt của đường như trong Nam đâu em.

Như cười giả lả đáp:

- Vậy hả chị, nhưng em có phải người miền Nam đâu.

Trở lên bờ, bọn tôi được các tài xế điên mời chào, đưa đến thăm Dinh Bảo Đại nằm trên đồi Vung, ngay sau bãi tắm khu 2. Nơi mà trước đây, khi còn làm Hoàng Đế rồi Quốc Trưởng nước Việt Nam, đồng thời cũng là vị vua cuối cùng của chế độ phong kiến nhà Nguyễn, dùng là nơi làm việc, nghỉ ngơi.

Khác với những dinh thự nổi tiếng, Bạch Dinh Vũng Tàu, Dinh 1, Dinh 2, Dinh 3 Đà Lạt, Dinh Bảo Đại Buôn Ma Thuột, Dinh Bảo Đại Nha Trang, Dinh Bảo Đại Thanh Hóa... Dinh Bảo Đại ở Đồ Sơn, tuy cùng là kiến trúc Pháp nhưng lại nằm trên ngọn đồi thơ mộng, nhìn xuống một bên là biển Đồ Sơn, một bên là con đường với đầy hoa lá cùng chim muông hót líu lo.

Từ nơi bán vé, tôi và Như đi bộ theo con đường dành cho xe hơi, chạy thắng tới khuôn viên rộng 3.700 m², bao gồm bãi cỏ rộng, vườn cây cảnh, đài phun nước, ngôi biệt thự hình bát giác, trên ngọn đồi cao 36 m so với mực nước biển. Theo sử sách, biệt thự rộng 1.000 m², do quan toàn quyền Pierre Pasquier xây dựng năm 1928, dành tặng cho vua Bảo Đại. Biệt thự gồm 3 tầng, tầng hầm dùng làm bếp ăn và là nơi thoát hiểm cho gia đình, tầng 2 và tầng thượng trên gác 3, là phòng ngủ của vua, hoàng hậu, các công chúa và hoàng tử

Để tận mắt chứng kiến những vật dụng của vua chúa, đang còn hiện hữu trong Dinh thự lộng lẫy, xa hoa này, trước hết bọn tôi phải vượt qua mấy bậc thềm bằng đá granit đen, sau đó mới có mặt đứng ở phòng khách. Đầu tiên, đập vào mắt mọi người là cặp ngà voi thay cho bức bình phong, kế đến là 2 chiếc ngai vua và hoàng hậu sơn son thiếp vàng, lọng che, mũ, áo hoàng bào, hài thêu, bộ lư hương đồng, 2 ảnh vua và hoàng hậu treo nơi tường. Đi sâu hơn vào bên trong là các phòng họp, phòng ăn, các tủ đựng tư liệu, hình ảnh của gia đình...

Tiếp tục đi lên tầng 2, tầng 3, là các phòng ngủ của vua, hoàng hậu, công chúa và các hoàng tử. Mỗi phòng đều được trang bị đầy đủ giường, tủ, bàn trang điểm, bàn làm việc, điện thoại, máy điều hòa, tv; đặc biệt, mỗi phòng đều có cửa sổ nhìn xuống biển Đồ Sơn cùng với cảnh vật bên ngoài. Được biết, từ giữa năm 1999, biệt thự đã cho phép du khách nghỉ lại qua đêm, nhờ vậy giải tỏa sự thắc mắc của tôi và Như, khi phát hiện bên trong các phòng ngủ đều được gắn máy lạnh cùng với truyền hình màu thế hệ mới.

Trở xuống bên dưới, bọn tôi quan sát quanh ngôi biệt thự thêm một lát, trước khi quay ra xe để kịp thời gian chạy đến khu 3, khám phá tiếp khu resort Hòn Dấu.

Kia rồi, từ bên đường nhìn sang cổng Hòn Dấu resort, tôi có cảm giác như đang đứng trước 2 chiếc quạt gió khổng lồ trên cánh đồng Hà Lan nào đó, khác chăng 2 tòa tháp xây dựng trước cổng vào khu resort, thiếu mất bộ đôi cánh quạt?

Resort Hòn Dấu nằm trên đồi Vạn Hoa, được xây dựng bởi mô hình có nhiều tiểu cảnh, bao gồm thác Cam Ly, Thung Lũng Tình Yêu, hồ cá sấu, vườn thú, lâu đài cổ tích, chuột Mickey, vịt Donald, Bạch Tuyết và 7 chú lùn, các khách sạn, bungalow, bãi biển tạo sóng nhân tạo, bể bơi trẻ em, khu vui chơi cảm giác mạnh... giữa nơi chốn có đôi nét giống như cao nguyên Lâm Viên, nên được ví như một "Đà Lạt Thu nhỏ" ở Đồ Sơn.

Thắc mắc với tên gọi Đà Lạt thu nhỏ, tôi và Như quyết định, trước mắt mua vé tham quan khu resort, sau mới xem qua Đà Lạt ở đây như thế nào?

Đưa vé cho nhân viên kiểm soát ở ngay đầu những bậc thang, nơi có bảng chỉ đường lên Đà Lạt Thu Nhỏ xong, bọn tôi cứ tưởng điểm đến Đà Lạt nằm rất gần đâu đó, nhưng càng đi càng thấy cái hành lang cạnh bên sườn đồi, mỗi lúc một dài ra vô tận, với một bên là những rừng thông dựng đứng khoe tàn lá trên cao, một bên là khu vui chơi cảm giác mạnh, hồ bơi dành cho trẻ em ở ngay dưới chân, thích hợp cho những ai yêu thích chụp hình sống ảo.

Cuối cùng, chiếc cổng ghi hàng chữ "Welcome to Đà Lạt Thu Nhỏ", với phía sau là bảng chỉ đường tới các điểm thăm viếng, vui chơi như: Đền Nữ Thần Tình Yêu, khu trưng bày tượng 12 con giáp, thác Cam Ly, cầu treo, khu vườn thú, Thung Lũng Tình Yêu...

Bước qua cổng chào, bọn tôi đứng đối diện với một bên là nhà hàng Hoa Biển, một bên là Đền Nữ Thần Tình Yêu.

Đến đây tôi buộc phải hỏi ý kiến Như:

- Em muốn đi hướng nào?

Cô đáp gọn lỏn:

- Dĩ nhiên! Em chọn đường lên đền Nữ Thần, vì em là con gái mà.

Leo hơn chục bậc thang, bọn tôi đi dưới biểu tượng bàn tay nắm lấy bàn tay, lên đứng ở khoảng sân rộng có nhiều cây cao bóng mát, nhìn lên thấy ngôi đền nằm tít trên cao nên tôi ái ngại hỏi Như:

- Thế nào em, có leo lên đền nổi không?

Như trả lời rất tự tin:

- Anh tới đâu em tới đó.

- Vậy mình tiếp tục nhé?

Vừa đi bên tôi, leo tiếp các bậc thang, Như vừa hỏi:

- Nữ thần ở đây tên gì anh biết không?

- Anh nghe gọi là Leo Tarra hay sao đó.

- Còn vị nữ thần tình yêu mà thế giới hay nhắc?

- Trong thần thoại Hy Lạp, vị nữ thần tình yêu, sắc đẹp, niềm vui và sự sinh nở, chính là thần Aphrodite, vị thần này gắn liền với sao Kim Tinh, là hành tinh đặt theo tên nữ thần La Mã- Venus. Ngoài ra, nữ thần còn là đề tài của rất nhiều kiệt tác nghệ thuật hội họa, thơ ca, cùng với hàng triệu trái tim con người đang yêu; đồng thời, là một trong 12 vị thần trên đỉnh Olympus.

- Còn thần nào luôn mang theo một cây cung và những mũi tên ái tình bên mình?

- Đó là thần Eros, vị thần của tình yêu.

Từ xa, hiện ra trước mắt tôi và Như, ngôi đền có lối kiến trúc hình lục giác, gồm có các tầng mái ngói cong vút; những chiếc cửa cách điệu hình mái vòm không cánh, có thể nhìn thấy tận bên trong cái phù điêu hình tứ giác, không rõ trên đó khắc gì.

Vòng ra phía sau đền, đi một đoạn, bọn tôi gặp cổng vào khu vui chơi cùng với khu trưng bày tượng 12 con giáp, được cách điệu bằng các hình nhân mang đầu những con thú. Điều này, nhắc tôi chợt nhớ lại chuyện tranh cãi ồn ào một dạo, về các tượng khỏa thân nơi 12 con giáp, từng bị người dân và báo chí phản đối rầm rộ. Có lẽ, ví lý do nhạy cảm đó, mà hiện nay khu vực trưng bày tượng 12 con giáp, tạm thời che chắn bằng những tấm pa-nô quảng cáo, nhưng không cấm người vào xem.

Rời khỏi nơi đây, bọn tôi tiếp tục khám phá khu cầu treo, động ma, thung lũng tình yêu, khu vườn thú, trước khi kết thúc buổi tham quan Đà Lạt thu nhỏ, bằng sự có mặt tại hồ bơi tạo sóng liên hoàn, có view nhìn thắng ra biển đẹp tuyệt vời.

Thật vậy, đây là hồ bơi tạo sóng nhân tạo lớn nhất Châu Á, nằm giữa không gian rộng 6,7 ha, gồm có hệ thống lọc và sử lý nước hiện đại nhất Châu Á, có thể lọc hầu hết các cặn bã do nguồn nước biển chảy vào bể bơi. Chính nhờ vậy mà, bể bơi loại này đã giúp cho con người cảm nhận được yếu tố tự nhiên và đúng nghĩa là bãi tắm bao gồm cả những con sóng.

Nhắc tới sóng, tôi chợt nhớ lý do tại sao trước đây Như chê bãi tắm ở Đầu Rồng là vậy, song hôm nay với bãi tắm đúng như ý cô, liệu cô sẽ như thế nào?

Tôi nói với cô:

- Biển ở đây có đầy đủ sóng nè, em có muốn xuống bơi không?

Như đáp:

- Giờ thì em cảm thấy hết hứng thú rồi.

- Em nghĩ sao về cái được gọi là Đà Lạt thu nhỏ này?

Như nhún vai trả lời:

- Gọi thế chỉ tội cho Đà Lạt thôi, bởi ở Hòn Dấu chỉ có vài đồi thông, vài căn nhà gỗ, còn thác Cam Ly hay Thung Lũng Tình Yêu chỉ gọi cho có tên, trong khi Đà Lạt là vùng đất của những rừng thông bạt ngàn, của những cánh đồng hoa rực rỡ, của mù sương nối tiếp mù sương qua từng ngọn đồi... đáng yêu qua các tên gọi: "Thành Phố Mộng Mơ - Thành Phố Mù Sương - Thành Phố Ngàn Hoa - Thành Phố Của Tình Yêu".

- Em so sánh như thế không sợ người Hải Phòng buồn ư?

- Sự thật là vậy, em có nói ngoa đâu, ai không tin thì vào Đà Lạt kiểm chứng; ngược lại, Đồ Sơn có Casino trên đồi 9 ngọn đẹp hết biết luôn.

- Ý em muốn nhắc đến Casino Đồ Sơn chứ gì?

- Hi hi.

Từ Resort Hòn Dấu, tôi và Như chọn cách đi bộ lên casino Đồ Sơn, để được tự do nhìn ngắm cảnh vật nằm dọc hai bên đường cực kỳ xinh đẹp và lãng mạn, thoạt nhìn cứ ngỡ như đang leo dốc lên tháp truyền hình Namsan Seoul Tower, bối cảnh trong bộ phim "Vườn Sao Băng" của Hàn Quốc.

Thích quá, Như đi sát vào tôi, chụp vài bức ảnh kỷ niệm chuyến đi, rồi nói:

- Mai mốt ai hỏi em có người yêu chưa, em sẽ đưa ảnh ra khoe và nói là đi chơi Đồ Sơn với "bồ".

Tôi đùa lại với cô:

- Hay mình làm tình nhân của nhau đi?

Như hỏi:

- Tình nhân là sao?

- Tình nhân có thể là người yêu, người đang yêu hoặc nam nữ có tình cảm với nhau.

- Đơn giản vậy sao?

- Đơn giản bởi em vẫn là em, anh vẫn là anh, nhà ai nấy ở, không cần để ý đến nhau, không cần biết người kia đang nghĩ gì, làm gì, miễn khi cần là có mặt, nhờ thế mà hai người vẫn luôn là người yêu tuyệt vời của nhau.

Như gật đầu đồng ý:

- Ô! Vui nhỉ, vậy chúng ta thử chơi trò đó, bắt đầu luôn từ bây giờ nha anh yêu?

Xa xa, nơi phía trước cổng ra vào tòa lâu đài Casino Đồ Sơn, bọn tôi thấy có vài nữ du khách đang đứng chụp hình tự sướng, hay một hai youtuber trông rất quen mặt, đang điều khiển flycam quay cảnh sòng bạc nơi đây?

Đến nơi, tôi hỏi thăm một anh bạn đứng gần cổng vào:

- Không vào được hả anh?

Người này đáp:

- Ai có quốc tịch nước ngoài mới được vào, còn dân trong nước phải thỏa mãn một số điều kiện.

Biết sao bây giờ, bọn tôi đành đứng nhìn tòa lâu đài Vạn Hoa nằm xa tít ở tận bên trong với sự nuối tiếc.

Nhân lúc thấy bác bảo vệ vui tính, tôi bèn hỏi dò và được biết:

- Chủ nhân là đôi vợ chồng, vợ người Đồ Sơn, chồng người Pháp tên Xít-Tông, họ có cả thảy 2 con gái một con trai. Và. Tòa lâu đài được xây dựng theo phong cách Châu Âu thời Phục Hưng, gồm 2 tháp nhọn, do kiến trúc sư người Pháp, cũng chính là người thiết kế xây dựng công trình nhà hát lớn Hải Phòng, trong gần 2 năm 1936-1938.

Tôi thắc mắc hỏi:

- Sao lại có giai thoại nói, hồi những năm 20 của thế kỷ trước, có cô gái người Hải Phòng nào đó, đã may mắn trúng được món tiền lớn từ sổ xố Đông Dương. Do không biết dùng số tiền lớn đó vào việc gì, nên cô đã mua cả ngọn đồi 9 ngọn và xây dựng nó thành tòa lâu đài xa hoa, lộng lẫy này?

Bác bảo vệ nói:

- Mới đầu, tòa lâu đài được xây dựng thành một hotel có sàn nhảy hẳn hoi, đến năm 1992 nó được giao cho Cty liên doanh du lịch Quốc Tế Hải Phòng khai thác. Và, đến năm 1995 thì Casino Đồ Sơn đi vào hoạt động, đồng thời để lại nhiều giai thoại. Một trong những giai thoại đáng chú ý mang tên Tăng Phát Bảo, quốc tịch Mỹ gốc Hoa, bị bắt năm 2004 qua vụ buôn bán quota hàng dệt may. Ông này được biết là, người từng có tên trong Hội Đồng Quản Trị sòng bạc Las Vegas, thủ phủ cờ bạc nổi tiếng thế giới, đồng thời cũng là chủ nhân Casino Đồ Sơn.

- Có tin nói là Casino Đồ Sơn bị đóng cửa và bỏ hoang là chuyện thật hay chỉ là tin đồn vậy bác?

- Sự thật thì sòng bạc được chuyển xuống khu khách sạn dưới thung lũng Xanh, còn tòa lâu đài hiện nay đang bị bỏ hoang phế.

Ồ! Thì ra, Casino Đồ Sơn được dời xuống dãy khách sạn cao 4 tầng, là khách sạn Quốc Tế 4 sao duy nhất có mặt tại thành phố Hải Phòng, tọa lạc dưới thung lũng Xanh, chứ không phải bị đóng cửa như tin đồn.

Như thắc mắc hỏi:

- Dời xuống khách sạn bên dưới rồi có cho người mình vô tham quan không bác?

- Được! Nếu cô thỏa mãn một số quy định đại khái như: Trên 21 tuổi. Có chứng minh đủ năng lực tài chính để tham gia hoặc thuộc diện chịu thuế thu nhập loại 3 trở lên. Phải mua vé 1 triệu đồng cho 24 giờ hoặc 25 triệu đồng 1 tháng...

- Điều kiện khó quá, thà để dành tiền đi du lịch qua Campuchia, ghé Casino Naga World chơi đâu phải mất tiền vé.

Tôi đùa:

- Sao không qua Mã đi cáp treo lên Genting chơi cho đáng đồng tiền bát gạo hơn, vì ở đó ngoài casino ra còn có các khu mua sắm, khu vui chơi, phòng hòa nhạc, nhà hàng, gần 100 nhà buôn bán lẻ, đặc biệt, còn có nhà VN bán món gỏi cuốn và món chả giò ăn một cuốn no tới chiều.

Trong lúc quay ra định đi về, Như tình cờ nhìn thấy hình ảnh đảo Hòn Dấu đang phát trên Youtube do flycam ghi lại, cô bèn níu lấy cánh tay tôi nũng nịu nói:

- Anh yêu! Đảo Hòn Dấu xinh đẹp quá trời, hay tiện thể mình ra đó chơi một chuyến, rồi chờ hôm sau đi tiếp ra Vịnh Hạ Long?

Nghe có lý, tôi cùng Như ngồi xe điện, nhờ chở đến Bến Nghiêng, nơi mà vào thế kỷ XI (1058) vua Lý Thánh Tông, đã từng ngự giá đến đây thị sát, trong giấc mơ nhà vua bắt gặp một con rồng vàng, bèn cho xây dựng một tòa tháp và đặt tên Tường Long. Ngôi tháp, trước hết được dùng vào mục đích tôn giáo, sau là trạm quan sát tiền tiêu, bảo vệ bờ cõi quốc gia Đại Việt, trước hiểm họa xâm lăng từ mặt biển Đông Bắc.

Tại bến Nghiêng, ngay phía sau lưng tôi và Như là ngọn núi thuộc dãy Cửu Long vươn mình ra biển, phía trước là bãi tắm khu 2 nhìn ra cửa biển Ba Lộ. Dựa theo lịch sử, năm 1900 thực dân Pháp đã cho xây dựng tại Đồ Sơn, một quân cảng nhỏ, có độ dốc thoai thoải khoảng 5 độ, dùng để xe tăng đổ bộ xâm lược nước ta, do đó mà được gọi tên bến Nghiêng. Sau tháng 5 năm 1954 kháng chiến thành công, thì ngày 13 tháng 5 năm 1955 những người lính thực dân cuối cùng, cũng phải rút khỏi miền Bắc tại bến Nghiêng lịch sử này.

Hiện nay, ngoài việc bến Nghiêng là địa chỉ di tích lịch sử ra, còn là nơi xuất phát những chuyến tàu du lịch đưa khách ra khám phá đảo Dấu, đảo Cát Bà, Vịnh Hạ Long và cả Móng Cái.

Để ra đảo Dấu, hay đảo Dáu theo tiếng địa phương, bọn tôi phải ngồi tàu thủy, di chuyển trên biển mất 20 phút. Từ xa, mọi người trên tàu đã trông thấy đảo Dấu như con mắt 9 rồng nơi Đồ Sơn đang chầu về.

Việc làm đầu tiên của tôi và Như khi thuyền cặp cầu cảng là đi theo bảng chỉ dẫn, rẽ trái để ghé đến đền Nam Hải Đại Thần Vương chiêm bái. Ngôi đền nhỏ, chạm khắc cầu kỳ, tọa lạc ngay sát mép biển, dưới bóng những tàn cây cổ thụ. Nghe kể, ngôi đền rất thiêng đối với người dân Đồ Sơn và ngư dân miền

Duyên hải Bắc Bộ. Tương truyền, trong đêm quyết chiến với giặc Nguyên Mông ở cửa sông Bạch Đằng năm 1288, khi trời sẩm tối các ngư dân đánh bắt cá gần đảo Dấu, bỗng phát hiện một thi thể không đầu nổi trên mặt nước. Đốt đuốc tới gần, mới nhận ra người này mặc trang phục võ quan Đại Việt nhà Trần, trôi dạt, về đây, nên hè nhau mang xác ngài lên đảo, chờ sáng hôm sau tiến hành lễ mai táng. Không ngờ, sáng hôm sau khi dân làng trở ra thì thấy thi thể đã được mối phủ kín thành ngôi mộ khổng lồ. Người ta tin đây là điềm ứng, bèn cho lập miếu thờ thờ vị võ tướng này.

Theo sách Đại Nam Nhất Thông Chí, vào thời Hậu Lê, vua Lê ngự giá kinh lý vùng Đồ Sơn và nghỉ đêm trên đảo Dấu, đêm đó nhà vua đã mơ thấy một ông già râu tóc bạc phơ, vai đeo chiếc giỏ, xung mình là Thần đảo. Sáng ra, sau khi lên thuyền nhà vua kể lại câu chuyện cho các quan hầu cận nghe, rồi nói "nếu là thần đảo xin hãy cho ta thấy một báo ứng. Vừa nói dứt lời, có một con cá quẫy mạnh nhảy lên thuyền. Thấy linh nghiệm, vua bèn sắc phong cho tước hiệu Lão Đảo Đại Thần Vương, sau đó truyền trăm họ lập đền thờ thờ phụng. Lần khác, trong một lần kinh lý ra Bắc, khi vua Tự Đức đi thuyền ngang qua ngôi đền thì gặp phải sóng to gió lớn, Vua bèn lệnh cho dừng thuyền, để ngài lên đền khấn vái, khi Vua vừa bái lạy xong thì, liền ngay sau đó trời quang mây tạnh. Từ đó nhà vua phong cho ngôi đền tên Nam Hải Thần Vương.

Lui ra, từ đền thờ Nam Hải Thần Vương đi đến ngọn đèn biển Hòn Dấu, bọn tôi đi theo con đường độc đạo, rợp bóng cây xanh của khu rừng nguyên sinh, bao gồm các cây cổ thụ, thảm thực vật xanh mát, cùng quần thể 37 cây đa búp đỏ là đi sản Quốc Gia, những cây si, cây sanh, cây đa, cổ thụ thả những rễ phụ to cỡ cổ tay, bám xuống đất tạo thêm thế vững chắc cho cây: đặc biệt, với câu khẩu hiệu gây suy nghĩ "Đừng lấy đi gì ngoài những bức ảnh - Đừng để lại gì ngoài những dấu chân".

Hải đăng Đảo Dấu, hay Đèn Biển Hòn Dấu do người Pháp xây dựng từ năm 1892 đến 1896 nhưng đến năm 1898 mới được đưa vào hoạt động Đây là một trong 3 tháp đèn xưa nhất ở nước ta, gồm có các hải đăng Mũi Khe Gà, hải đăng Vũng Tàu, hải đăng Hòn Dấu. Ban đầu, ngọn hải đăng được xây dựng cao 140m so với mức nước biển, gồm 1 tòa nhà 2 tầng cùng với tháp đèn cao 5 tầng, bằng những khối đá có hoa văn rất đẹp. Sau, do chiến tranh tàn phá, dù đã có nhiều lần trùng tu, nhưng ngọn đèn biển không còn đẹp như lúc ban đầu.

Từ dưới chân đèn Hòn Dấu, tôi cùng Như leo hết thảy 125 bậc thang xoắn ốc, bằng gỗ, lên đứng trên hành lang của tháp. Từ đây, phóng tầm mắt nhìn xa xa, bọn tôi chiêm ngưỡng trọn vẹn vẻ đẹp hùng vĩ nơi biển đảo cùng cảnh núi rừng bao la, nhất là trong buổi chiều tà, thì không còn gì thú vị và hạnh phúc cho bằng.

Để kịp giờ về lại thành phố Hải Phòng, tôi và Như cảm thấy luyến tiếc khi phải chia tay đảo Dấu, nơi có phong cảnh đẹp chẳng khác gì chốn bồng lai tiên cảnh ở hạ giới.

Tạm biệt Đồ Sơn, tạm biệt nơi nghỉ mát, nghỉ dưỡng, có nhiều bãi tắm cùng phong cảnh thật tuyệt vời, xứng đáng được xem là mảnh đất của nhiều huyền thoại cùng với non nước hữu tình./.

GIÓ BIỂN SẦM SƠN

Trong lúc đi tìm chỗ ngồi trên chuyến bay từ Sài Gòn ra Thanh Hóa, tôi chợt thấy có chút lúng túng, khi phát hiện ra số ghế của mình trùng dãy với chỗ ngồi của cô nàng trẻ trung xinh đẹp, đã thế còn ở ngay cạnh tay phải cô gái nữa. Điều này có nghĩa, muốn vào ngồi đúng chỗ của mình, cạnh ô cửa nhỏ nhìn ra khoảng trời bao la bên ngoài, tôi buộc phải bước ngang qua trước mặt cô gái. Có lẽ, đọc thấy vẻ bối rối, khó xử, hiện ra trên nét mặt tôi hay sao, cô gái vừa tỏ ra lịch sự lên tiếng, vừa ép sát chân vào một bên ghế nói:

- Xin anh cứ tự nhiên bước vào chỗ ngồi của mình.

Tôi ngại ngùng nói:

- Xin làm phiền cô một chút.

Cô gái trả lời:

- Việc đi tàu xe như thế này là bình thường, có phiền hà chi đâu anh.

Dù đã được cô gái nhường chỗ cho lối đi, nhưng khi len lỏi giữa hai hàng ghế để vào ghế ngồi bên trong, tôi vẫn cảm thấy có cái gì đó không được thoải mái cho lắm. Cuối cùng, tôi sớm phát hiện ra sự bất tiện của việc mua vé máy bay giá rẻ, là phải chấp nhận mọi phiền toái xảy ra.

Sau khi đã yên vị, chỉ còn chờ giờ phi cơ được phép lăn bánh, tôi quay sang hỏi cô gái:

- Em đi công tác hay đi du lịch?

- Em về thăm nhà.

- Nhà trong thành phố hay còn phải đi xa hơn nữa?

Cô gái vui vẻ đáp:

- Nhà em ở ngay trung tâm thành phố.

- Em vào Nam lâu chưa mà nói giọng nghe không khác người Sài Gòn vậy?

- Em theo gia đình vào thành phố cách đây 20 năm.

- Em làm gì trong Sài Gòn?

- Em vừa tốt nghiệp Bachelor or Hospitality and Tourism tại RMIT.

- Ở Sing?

- Dạ ở trong nước.

- Ồ! Em gái anh cũng vừa tốt nghiệp ở đó.

- Thật vậy sao?

- Cùng ngành với em.

- Bạn í tên gì ạ?

- Thảo Trang.

- Tưởng ai, bạn ấy rất thân với em.

- Em tên gì?

- Ái Như.

- Ra vậy.

- Có phải nhà anh trên X đường X.

- Nhà của cha mẹ anh

- Em có ghé đến nhà vài lần sao không gặp anh nhỉ?

- Chắc những lúc đó anh bận đi "giang hồ".

- "Giang hồ ta chỉ giang hồ vặt. Nghe tiếng cơm sôi cũng nhớ nhà".

- Em quen tác giả này sao?

- Em thấy hay nên thuộc thôi.

- Đó là hai câu kết trong bài thơ có tựa "Giang Hồ" của nhà thơ Phạm Hữu Quang. Cả bài thơ gồm 8 khổ như thế này:

Tàu đi qua phố, tàu qua phố.
Phố lạ mà quen, ta giang hồ.
Chẳng lẽ suốt ngày bên bếp vợ.
Chẻ củi, trèo thang, với giặt đồ.

Giang hồ đâu bận lo tiền túi.
Ngày đi ta chỉ có tay không.
Vợ con chẳng kịp chào xin lỗi.
Mây trắng trời xa, trắng cả lòng.

Giang hồ ta ghé nhờ cơm bạn.
Đũa lệch mâm suông cũng gọi tình.
Gối trang sách cũ nằm nghĩ bụng.
Cười xưa Dương Lễ với Lưu Bình.

Giang hồ có buổi ta ngồi quán.
Quán vắng mà ta chửa chịu về.
Cô chủ giả đò nghiêng góc ghế.
Đếm thấy thừa ra một góc si.

Giang hồ mấy bận say như chết.

Rượu sáng lưa thưa đã rượu chiều.
Chí cốt cầm ra chai rượu cốt.
Ừ thôi trời đất cứ liêu xiêu.

Giang hồ ta chẳng hay áo rách.
Sá gì chải lược với soi gương.
Sáng nay mới hiểu mình tóc bạc.
Chợt tiếng trẻ thưa ở bên đường.

Giang hồ ba bữa, buồn một bữa.
Thấy núi thành sông biển hóa rừng.
Chân sẵn dép giày, trời sẵn gió.
Ngựa về ta đứng bụi mù tung.

Giang hồ tay nải cầm chưa chắc.
Hình như ta mới khóc hôm qua.
Giang hồ ta chỉ giang hồ vặt.
Nghe tiếng cơm sôi cũng nhớ nhà.

Nghe hết bài thơ Như cắc cớ hỏi tôi:

- Lần này anh cũng đi giang hồ hay sao?

Tôi cười, không trả lời thẳng vào câu hỏi của cô, mà chỉ nói bâng quơ:

- Đời người há chẳng giống như những chuyến đi hay sao?

Như than thở:

- Làm đàn ông con trai sướng thật, thích đi đâu cũng được, không ai cấm.

- Nói đúng ra, do bản chất người phụ nữ thích quản lý gia đình, nên như vậy.

- Lần sau, nếu có đi chơi đâu anh nhớ dẫn theo Trang, để em được đi ké với nha?

- Sao không phải lần này luôn cho tiện?

- Đây là quê hương em, nếu cần thổ công anh cứ thuê em, bảo đảm không sót một chỗ nào.

- Được như vậy thì còn gì bằng.

- Anh quên bọn em vừa tốt nghiệp ngành du lịch à?

- Anh chỉ sợ không đủ tiền trả công cho em thôi.

Như an ủi tôi:

- Giá của nhân viên trong thời gian thực tập rất hữu nghị, ok đại đi anh, thuê ai cũng vậy thuê em em cám ơn... hi hi.

Như nói chưa dứt câu, tôi đã cảm nhận được tiếng bánh xe phi cơ đang lăn bắt đầu ra phía đầu phi đạo, chờ đài kiểm soát không lưu cho lệnh cất cánh.

Trong khi chờ đợi tôi hỏi thăm Như về chỗ ăn ở:

- Ở ngay trong thành phố có nhiều khách sạn không em?

Như cười bí hiểm hỏi lại tôi:

- Anh hỏi khách sạn 5 sao hay trung bình?.

- Anh đi du lịch bụi thì đâu cần phải sang thế em.

- Khách sạn hạng trung thì thiếu gì anh, ngay khách sạn nhà em cũng tầm 2 sao.

Tôi ngạc nhiên hỏi cô:

- Ủa! Không phải cả nhà em vào Nam hết rồi hay sao, còn ai coi khách sạn ngoài này?

- Chú em làm quản lý, còn gia đình em điều hành qua mạng.

- Vậy thì tiện quá, em nói chú để dành cho anh một phòng, nha đại gia?

Như đùa:

- Khách hàng là thượng đế, còn anh...

Thấy Như ngập ngừng tôi hỏi luôn:

- Anh thì sao?

- Phải hơn thượng đế.

Tiếng động cơ bắt đầu rít mạnh làm lùng bùng hai bên lỗ tai, kèm theo sau đó sự rung lắc toàn thân, chứng tỏ phi cơ đang chạy lấy trớn trên đường băng, trước khi nhấc bổng mọi người lên khỏi mặt đất.

Nhìn qua ô cửa sát chỗ ngồi ra bên ngoài, tôi thấy những phi đạo, hăng ga, đài kiểm soát không lưu... đang chạy ngược về phía sau, nhường chỗ cho chuyến cất cánh an toàn.

Chờ cho phi cơ lên đến độ cao ổn định, tôi hít một hơi thật sâu vào phổi, rồi dùng hai ngón tay bịt kín mũi, dồn sức thở mạnh lên đôi tai, giải thoát sự lùng bùng khó chịu trước đó.

Sau gần 2 giờ bay, giọng cơ trưởng thông báo qua loa cho biết, phi cơ đang bay trên không phận tỉnh Thanh Hóa, yêu cầu mọi người thắt dây an toàn, chỉ trong ít phút nữa phi cơ sẽ đáp xuống phi trường Thọ Xuân, thời gian hiện giờ là 10 giờ, nhiệt độ bên ngoài 30 độ.

Theo thông tin tôi tìm hiểu được, sân bay Thọ Xuân hay sân bay Sao Vàng tên cũ, là sân bay hỗn hợp quân sự - dân dụng đặt tại thị trấn Sao Vàng, huyện Thọ Xuân, nằm cách thành phố 45 cây số. Những năm gần đây, sân bay này được bổ sung quy hoạch để trở thành cảnh hàng không quốc tế, có chức năng dự bị cho cảng hàng không quốc tế Nội Bài, đồng thời cũng là sân bay dùng chung cho dân sự lẫn quân sự.

Không phải chờ đợi lâu, ngay sau đó là tiếng chạm bánh kêu kịch- kịch khô khốc của phi cơ đáp xuống phi đạo, kết thúc chuyến bay an toàn.

Trong lúc đứng chờ xe tôi hỏi Như.

- Từ đây về nhà em có xa không?

- Khoảng nửa tiếng.

Liền sau đó, một chiếc Grap do Như gọi đã kịp tới, đưa bọn tôi về phường Hàm Rồng và cũng là khách sạn của gia đình cô. Nơi tôi sẽ lưu lại vài hôm để, trước là khám phá thành phố Thanh Hóa sau đó mới là thành phố biển Sầm Sơn.

Về tới khách sạn, sau khi thu xếp chỗ ở cho tôi xong, Như thấy còn sớm nên đưa tôi qua thăm động Tiên Sơn nằm trên núi Hàm Rồng.

Để đến với Khu Du Lịch Sinh Thái Văn Hóa Lịch Sử Hàm Rồng, nơi tọa lạc nhiều điểm tham quan nổi tiếng, bọn tôi phải vượt qua cây cầu Hàm Rồng, bắc ngang sông Mã, khởi công xây dựng năm 1904, với lối kiến trúc kiểu vòm thép, hiện đại nhất Đông Dương thời ấy.

Được biết, thi sĩ Tản Đà đã từng đặt chân đến nơi này và cảm tác nên những câu thơ để lại:

Ai xui tôi nhớ Hàm Rồng.
Muốn trông chẳng thấy cho lòng khôn khuây.
Từ ta trở lại Sơn Tây.
Con đường Nam Bắc ít ngày vãng lai.
Sơn cầu còn đỏ chưa phai?
Non xanh còn đối? Sông dài còn sâu?
Con thuyền đánh cá buông câu?
Còn xe lửa chạy trên cầu như xưa?

Ngày nay, ngoài giá trị lịch sử của cây cầu Hàm Rồng ra, người ta không thể không nhắc tới quần thể Hàm Rồng, bao gồm những sông, núi, hang động... đã trở thành địa điểm du lịch, thu hút rất nhiều du khách tới thăm.

Theo ghi chép: Khi xưa núi Hàm Rồng có tên là Đông Sơn, trải dài trên 2 cây số từ làng Dương Xá, men theo hữu ngạn sông Mã, tới chân cầu Hàm Rồng thì kết thúc. Tương truyền, do thế núi uốn lượn, uyển chuyển, như một con rồng 9 khúc, đến khúc cuối phình to như đầu một con rồng đang há miệng, nên dân gian gọi luôn nó là núi Hàm Rồng.

Vòng qua dưới chân núi, bọn tôi đặt chân lên các bậc đá, đi dưới các mảng cây cỏ, hoa lá, xanh rờn, tới độ cao 30 m, nhìn lên thấy cửa động ghi ba chữ "Tiên Sơn Động". Đây là động đá vôi, ăn sâu vào núi 600m, rộng 12m5, cao 20m, chỗ cao nhất lên đến 50m.

Bước vào bên trong, tôi thấy động được chia ra làm 3 khu: khu Chính Cung, khu hồ nước Tiên, khu Thoải Cung. Tùy vào hình dạng của mỗi nhũ đá, người ta liên tưởng có khi là những tòa sen, tượng Đức Phật, tượng Phật Bà Quan Âm, tượng chúa sơn lâm, tượng con rồng, tượng con cóc, hay tượng mãng xà.

Tiến sâu vào trung tâm động, hiện ra trước mắt tôi là những khối nhũ đá mang hình nàng Bạch Tiên Nương, cậu Hoàng Bơ tay cầm bó tơ hồng, mắt say đắm nhìn nàng tiên nữ ở phía đối diện. Tương truyền, ai đến đây cầu tình duyên hay xin hạnh phúc, chỉ cần dâng hương, khấn vái cậu Hoàng thì sẽ được toại nguyện. Ngoài ra, sau bàn thờ bà chúa Kho, còn có hình ảnh thửa ruộng bậc thang, các kho thóc, kho lúa, kho tiền, kho vàng, kho bạc... cùng với hồ nước Tiên linh thiêng, ai muốn sáng mắt, sáng lòng, chặt đầu gối, thì xin ít nước rửa mặt.

Ghé qua Thoải Cung, nhìn lên trần đá thấy những Nam Tào, Bắc Đẩu, tượng Ngọc Hoàng, ngự trị trên thiên đình. Nhìn sang phải, nơi thờ Đức Phật Bà Quan Âm, thấy các nhũ đá hình ngư long chầu, bên dưới có mãng xà thành tinh, uốn lượn từ trong hang vươn mình bay ra giữa khe núi.

Đến gần cuối động, bọn tôi đi men theo bãi Bụt, bước ra

ngoài cửa động. Đứng ngắm dòng sông Mã thơ mộng cùng ngọn núi Nít hay còn gọi núi Ngọc, giống như một con rồng đang vờn ngọc, nằm ở phía đối bên bờ Bắc, cho nên khi đi qua vùng này người ta luôn nhớ tới câu ca dao:

Chín chín ngọn núi bên Đông.
Còn ngọn núi Nít bên sông chưa về.
Chín chín ngọn núi đề huề.
Còn ngọn núi Nít chưa về bên Đông.

Rời động Tiên Sơn, Như đưa tôi đi tiếp sang động Long Quang. Theo truyền thuyết, đây là hiện thân của một con rồng, với đầu rồng chính là động Long Quang, lưng rồng là các dãy núi, đuôi ở cuối làng Đông Sơn. Sở dĩ, gọi hang Mắt Rồng là do phía trên động có 2 cửa 2 bên nhìn giống như 2 con mắt rồng, được xem là thắng cảnh nổi tiếng trong quần thể di tích lịch sử văn hóa Hàm Rồng.

Từ ngoài đường, tôi và Như lội bộ khoảng 100 m trên con đường rợp mát bóng cây xanh, sau đó leo tiếp 23 bậc thang đá lên đứng ở khoảng không gian thoáng mát nơi cửa động. Từ chỗ đứng, bọn tôi thu vào tầm mắt toàn cảnh thành phố Thanh Hóa, ẩn hiện giữa núi non trùng điệp cùng với dòng sông Mã uốn lượn quanh co. Có lẽ, nhờ có phong cảnh nên thơ, hữu tình, nên từ xưa động Long Quang đã lôi cuốn biết bao tao nhân mặc khách ghé đến vãn cảnh, đề thơ. Trong số đó có các vua nhà Lê, Nguyễn Trãi, Lê Quí Đôn, Phan Sư Mạnh, Nguyễn Thượng Hiền, Tản Đà; đặc biệt, trên vách đá của động còn lưu giữ bản khắc hai bài thơ của vua cha Lê Thánh Tông và vua con là vua Lê Hiển Tông.

Đi tiếp ra phía sau, bọn tôi thấy có một hang nhỏ, nghe kể vào mỗi mùa mưa, nước từ trần hang chảy xuống màu gạch đỏ cua, nên dân gian thi vị hóa thứ nước đó là nước mắt rồng.

Trưa. Trước khi chia tay quần thể khu di tích thắng cảnh

Hàm Rồng về nhà cơm nước, Như đưa tôi ghé thăm làng cổ Đông Sơn cách xa đây 8 cây số.

Làng Đông Sơn có tuổi đời trên dưới 1.200 trăm năm, nơi không chỉ được xem là một trong 10 làng cổ đẹp nhất nước ta, bao gồm đủ cả các loại hình di tích khảo cổ, di tích văn hóa lịch sử, danh lam thắng cảnh, kiến trúc truyền thống. Nổi bật nhất có lẽ là giếng cổ 2.000 năm tuổi và 13 ngôi nhà cổ; mà còn là nơi đầu tiên tìm thấy các di chỉ văn hóa Đông Sơn, gồm các bộ nông cụ, các loại vũ khí, đồ gốm, đồ trang sức, trống đồng khắc họa những hoa văn tinh xảo.

Lên xe, bọn tôi tiến về phía bờ Nam sông Mã, nơi có ngôi làng cổ Đông Sơn tựa lưng vào dãy núi Hàm Rồng, xây dựng theo kiểu mẫu của một ngôi làng thuần nông Bắc bộ, Tất cả được thể hiện qua cánh đồng mầu mỡ, bến sông tấp nập ghe thuyền, 3 phía còn lại là đồi núi bao bọc. Tuy có quá trình hình thành từ hàng ngàn năm trước, nhưng cái hay của ngôi làng là vẫn còn bảo tồn được các di sản văn hóa phi vật thể, vật thể, gồm các đình làng, miếu mạo, nhà cửa, con đường lát đá; đặc biệt, mỗi xóm còn giữ được nguyên cái cổng làng cổ kính, rêu phong, xây từ thập niên thứ 2 - thứ 3 thế kỷ trước, qua các tên, ngõ Trí, ngõ Nhân, ngõ Lễ, ngõ Dũng...

Xế trưa, cơm nước, nghỉ ngơi xong, Như tiếp tục đưa tôi đi thăm hệ thống di tích, di chỉ, thắng cảnh nổi tiếng xứ Thanh như: núi Mật Sơn, chùa Đại Bi, Thái Miếu nhà Lê, di chỉ khảo cổ núi Đọ, Lam Kinh, thành nhà Hồ, đền thờ Dương Đình Nghệ, Lê Uy - Trần Quang Khải, tượng đài Lê Lợi. Để rồi buổi chiều quay về trung tâm thành phố ăn tối với các món đặc sản xứ Thanh, chấm dứt một ngày ra sức quần thảo khắp hang cùng ngõ hẻm.

Sáng hôm sau, trong lúc ngồi thưởng thức món bánh cuốn nức tiếng xứ Thanh, tôi hỏi Như:

- Hôm nay em đưa anh đi những đâu đây?

Nhấp xong ngụm cà phê cô hỏi:

- Anh thích leo núi hay tắm biển trước?

- Tùy vào thổ công dẫn đi đâu anh theo đó.

Như nhờ ông chú đặt xe, chỉ vài phút sau, đã thấy chiếc xe 4 chỗ được khách sạn điều tới, chở tôi và Như chạy thẳng ra quốc lộ 47, hướng tới thành phố biển Sầm Sơn, cách xa nơi đây 16 cây số.

Được biết, trước thế kỷ 20 thành phố Sầm Sơn thuộc huyện Quảng Xương, án ngữ bởi dãy núi Gầm ở phía Nam, nơi mà mỗi đêm về dân làng lại nghe thấy tiếng gió va vào vách núi, phát ra thứ âm thanh nghe giống như tiếng gầm nên gọi đó là núi Gầm. Ngoài tên gọi ấy ra, người dân còn gọi nơi này với cái tên khác là núi Trường Lệ, bởi ngày xưa ngay dưới chân dãy núi có một làng nghề đánh cá mang tên làng Núi hay làng chài Trường Lệ.

Xe chạy sắp tới vòng xuyến thành phố Sầm Sơn, bỗng tôi nghe Như nói với tài xế:

- Cho bọn em đi thăm các thắng cảnh nổi tiếng trước rồi, chiều mới ghé về khám phá bãi biển sau nha.

Tôi ngạc nhiên hỏi:

- Vì sao?

Như đáp:

- Giờ này xem ra cũng đã muộn, có lẽ du khách không còn ai trên biển, mà chuyển qua đi viếng cảnh ở những nơi khác.

Nghe báo vậy, người lái xe cười thân thiện làm y theo lời Như, thay vì rẽ về con đường sát biển chạy vào trung tâm thành phố, anh ta đánh tay lái sang phải, chở bọn tôi hướng tới dãy núi dài, đẹp, kiến tạo bởi 16 ngọn núi đá hoa cương, cao thấp, màu xám xẩm, xếp liên tiếp nhau, hướng từ trong đất liền vươn ra biển, trong đó ngọn núi cao nhất 87m4 tên Trường Lệ.

Sầm Sơn phong cảnh hữu tình.
Hòn Kèo cao nhất Hòn Ngành thứ hai.
Thứ ba hòn núi Phù Thai".
Thứ tư Cổ Giải - nằm ngoài Đầu Voi.

Tới chân núi, xe bọn tôi chạy lọt thỏm giữa những cánh rừng xanh mát, hoang sơ, lãng mạn, bắt gặp đây đó nơi ven đường hình ảnh dễ thương của một số cặp đôi cô dâu chú rể đứng tạo dáng chụp ảnh cưới, trước khi xe chạy lên đến Hòn Trống Mái.

Vừa leo hết các bậc tam cấp bằng xi măng, đập vào mắt tôi và Như là khoảng sân bằng phẳng, trơ trụi, không có lấy một ngọn cỏ; ngoại trừ, 3 khối đá có hình dáng xinh đẹp, xếp chồng lên nhau. Với hòn lớn bằng phẳng nằm dưới làm bệ đỡ, 2 hòn nhỏ xếp chênh vênh bên trên, một hòn có đầu nhọn giống hình con gà trống, hòn còn lại ở phía đối diện to hơn, trông giống hình con gà mái. Cả 3 vô tình hình thành nên biểu tượng một cặp đôi uyên ương chung thủy, trống mái suốt đời bên nhau.

Theo truyền thuyết. Ngày xửa ngày xưa, tại làng chài Tầm Thôn có đôi vợ chồng nghèo, bám biển mưu sinh, sống hạnh phúc bên nhau. Vào một năm nọ, bỗng đâu nước biển dâng cao, gây ra lũ lụt giết sạch người dân trong làng, ngoại trừ gia đình họ. Tuy thoát chết, nhưng trong nhà không còn thứ gì để sinh sống, nên người chồng phải lên núi đi tìm thức ăn. Đợi ít lâu không thấy chồng trở về, người vợ ở nhà mòn mỏi đợi chờ trong sự bặt âm vô tín. Vì không thể chờ được mãi, người vợ bèn lần theo dấu chân người chồng đi tìm, cho đến khi sức tàn hơi kiệt, người vợ mới tìm thấy xác chồng, rồi cùng chết bên nhau. Cảm động trước mối tình chung thủy ấy, trời đất biến họ thành đá chồng đá vợ, giúp họ ngàn năm sống đời bên nhau.

Ngoài vẻ đẹp trữ tình nơi hòn Trống Mái ra, cung đường tiến về phía Tây Nam cũng hấp dẫn, quyến rũ, bọn tôi không kém; nhất là, đoạn đường hoang sơ, uốn lượn, quanh co, khi tiến gần tới đền thờ cô gái chuyên nghề bốc thuốc cứu nhân độ thế, tục gọi Cô Tiên.

Chuyện kể: Ngày xưa, trong làng có đôi trai gái yêu nhau tha thiết, nhưng chẳng may cô gái bị bệnh hủi, nên bị người dân đuổi ra khỏi làng. Thấy vậy, người yêu đã cùng nàng rời làng đến sống trong một hang núi, sau đó trở thành vợ chồng. Một hôm người vợ đi vào rừng hái thuốc, tình cờ nàng phát hiện ra cây thuốc lạ, ăn vào giúp nàng lành hẳn bệnh. Từ đó, nàng chuyên tâm nghiên cứu, bốc thuốc, giúp đỡ dân lành, nên khi nàng mất người dân quanh vùng đã lập nên đền thờ cô Tiên, để tưởng nhớ người đã giúp họ tránh khỏi mọi bệnh tật.

Bước qua cổng đền, bọn tôi leo tiếp hơn chục bậc thang xi măng, mới lên đến khoảng sân thoáng đãng ở trước ngôi đền. Được biết, đền xây dựng vào thời nhà Lý, theo kiến trúc cổ 3 lớp gồm, tiền đường, trung đường và hậu cung; đặc biệt, đứng từ hành lang trước sân, bọn tôi dễ dàng nhìn xuống bên dưới, thấy bãi biển Quang Vinh lởm chởm đá núi cùng với hòn Mê và cả một vùng Nghi Sơn thuộc huyện Tỉnh Gia.

Thắp xong nén hương quay ra, bọn tôi lên xe, tiếp tục chạy tới khu di tích đền Độc Cước hay còn gọi đền Thượng, nằm trên đỉnh hòn Cổ Giai.

Tương truyền, năm ấy nơi làng Kẻ Tường bỗng xảy ra một trận đại hồng thủy, cuốn trôi hầu hết mọi thứ ra biển. Đến khi thiên tai đi qua, người ta đi nhặt nhạnh lại những gì còn sót lại, bỗng thấy dạt vào bờ thi thể một phụ nữ bụng mang dạ chửa. Sau khi hạ sinh một cậu bé khôi ngô tuấn tú, người phụ nữ nguyện nằm lại tại đây làm đê chắn sóng che chở cho dân làng, trước khi mất. Cảm phục, thương xót trước tấm lòng cao cả ấy, dân làng mang đất đá đắp lên thi thể bà thành dãy núi, đó là núi Trường Lệ ngày nay.

Ngoài ra, cũng có huyền thoại cho rằng, trước khi chết người phụ nữ đã, hạ sinh một cậu bé khôi ngô, tuấn tú, lớn nhanh như thổi. Chẳng bao lâu sau, cậu trở thành chàng trai vạm vỡ, với sức mạnh phi thường. Cho tới một hôm, bỗng xuất hiện loài quỷ biển, không chỉ cướp phá, giết hại, dân lành dưới biển, mà còn diễn ra ngay trên đất liền, khiến cho dân chúng vô cùng hoang mang, nhiều người phải bỏ đi nơi khác kiếm sống. Để diệt loài thủy quái giúp đỡ dân làng, chàng thanh niên đã dùng một thanh kiếm sắc, rạch thân mình ra làm đôi, một nửa theo dân ra khơi tìm diệt thủy quái, một nửa ở lại đất liền trừ khử bọn ác quỷ. Nhớ ơn chàng, người dân đã lập đền Độc Cước ngay cạnh vết lõm mà họ tin đó là dấu chân khổng lồ của chàng, thờ cúng, cầu mong sự che chở, phù độ cho cuộc sống dân trong làng được bình yên.

Để lên đến chân đền Độc Cước, tôi cùng Như phải leo hơn 40 bậc thang đá dựng đứng, mệt đến bở hơi tai, chứng kiến toàn cảnh ngôi đền rêu phong, cổ kính,.tọa lạc giữa một khoảng sân rộng thênh thang. Đặc biệt, trước sân thấy có 2 pho tượng hình ngựa đúc bằng đồng, một cặp phỗng tạc bằng đá khối, cộng thêm 2 bức tượng ông thiện, ông ác, trấn giữ 2 bên lối ra vào.

Bước vào trong đền, ngoài pho tượng thờ thần Độc Cước một tay một chân bằng gỗ ra, tôi thấy hiện diện quanh đây các vật thờ cúng cổ xưa, các đạo sắc phong có từ thời Cảnh Hưng, những câu đối ca ngợi công lao vị thần viết bằng chữ Nôm...

Theo nhiều người hiểu chuyện cho biết, ngôi đền được xây dựng từ thời Trần sang đến thời Lê, và cũng đã được trùng tu nhiều lần. Bằng chứng là trong đền còn tồn tại một số cột kèo, môn lưu, những hiện vật thờ cúng, có niên đại từ thế kỷ 18 và 19, được làm từ gỗ lim, gỗ chò.

Không thể chịu đựng hơn nữa mùi khói hương làm cay sè đôi mắt, tôi và Như sớm rời khỏi nơi thờ cúng, bước ra ngoài, đứng hít thở không khí bên dãy lan can xây dựng sát ngay mép núi, vô tình bắt gặp thành phố tương đối hiện đại, nằm cách bãi biển chỉ một con đường khá là hoành tráng.

Tôi hỏi Như:

- Có phải dưới kia là thành phố biển Sầm Sơn không em?

- Đẹp không anh!

Hỏi chưa dứt câu, Như vội kéo tôi quay ra xe, nhờ tài xế chở xuống thăm thành phố Sầm Sơn.

Theo lịch sử. Hơn một trăm năm trước Sầm Sơn là vùng đất hoang vu, nhưng nhờ có khí hậu ôn hòa, núi non xinh đẹp, biển cả bao la, đã lọt vào tầm ngắm của thực dân Pháp. Vì thế, năm 1904 toàn quyền Đông Dương Jean - Ernet - Moulié đã ra nghị định xây dựng các đài quan sát, trạm y tế, trung tâm nghỉ dưỡng, ngay tại bãi biển và cả trên núi Trường Lệ, nhằm phục vụ các quan chức người Pháp, các quan lại triều đình nhà Nguyễn. Và, tiếp theo sau đó, chính xác vào năm 1906, Moulié tiếp tục cho làm con đường bộ dài 16 cây số nối Thanh Hóa tới Sầm Sơn cùng các công trình nghỉ dưỡng cao cấp, các thương nhân người Việt cũng cho xây dựng các khách sạn nhà hàng nằm dọc ven biển, đưa Sầm Sơn nhanh chóng trở thành khu nghỉ dưỡng lý tưởng nhất Đông Dương; đồng thời đánh dấu sự ra đời của ngành du lịch tại đây.

Chính vì vẻ đẹp hút hồn đó mà, ông nghè, nhà thơ, Nguyễn Khuyến trong một lần nhàn du đến đây, đã để lại những vần thơ:

Thú vị Sầm Sơn tựa chốn tiên.
Sóng vỗ nhấp nhô tung bọt nước.
Đá chồng khấp khểnh tựa tòa sen.

Ngày nay, trải qua bao thăng trầm lịch sử, Sầm Sơn vinh

hạnh có được một bãi biển xanh, sạch, đẹp, với chiều dài khoảng 9 cây số, trải dài từ cửa Lạch Hới tới chân núi Trường Lệ hay còn gọi là núi Sầm. Bao gồm các bãi tắm tự nhiên A, B, C, D, Quảng Cơ, Vinh Sơn; đặc biệt, tất cả đều có điểm chung là rộng, bằng phẳng, sạch, đẹp, độ dốc thoai thoải, cát trắng min màng, sóng cao, nhưng mạnh đến nỗi nhiều người phải kêu lên rằng "Sầm Sơn sóng đánh tụt quần".

Tam biệt dãy núi Trường Lệ với bao di tích, thắng cảnh, nổi tiếng, bọn tôi quay xuống núi, bắt đầu cuộc hành trình khám phá thành phố biển Sầm Sơn. Chỉ tiếc là, hiên nay đang là buổi chiều, nên tôi không được may mắn có mặt nơi bãi biển vào lúc sáng sớm; bù lại, Như đã kể "chay" cho tôi nghe sinh hoạt trên biển Sầm Sơn vào mỗi buổi sáng, qua giọng nói ngọt ngào, truyền cảm, rằng "Biển Sầm Sơn mỗi thời khắc đều có sự thay đổi khác nhau. Chẳng hạn, vào lúc sáng sớm, bình minh trên biển để lại ấn tượng nhất là lúc ánh sáng mặt trời mới bắt đầu ngoi lên từ dưới biển, mang theo thứ màu cam vàng rực rỡ trước khi chuyển sang màu hồng, màu đỏ, dậy lên từ cuối chân trời; đồng thời, cũng vào thời điểm đó xuất hiện những đoàn thuyền của ngư dân làng Núi, ra khơi đánh bắt cá trong đêm trở về cập bến. Và, chợ hải sản cũng được họp ngay trên bãi biển, bày bán đủ các loại hải sản tươi ngon, cho mọi người tha hồ lựa chọn".

Qua lời kể của Như, tôi không sao tránh được sự thắc mắc, nên hỏi lại cô:

- Làm thế nào chỉ trong một đêm ra khơi đánh bắt, mà đoàn thuyền đã có thể trở về với đầy tôm cá, trong khi ngư dân ở nhiều nơi khác kể, mỗi chuyến đi biển của họ thường kéo dài cả vài tuần lễ hay cả tháng?

Như giải thích:

- Dân chài làng Núi, đặc biệt chỉ sử dụng loại bè thô sơ, nên di chuyển chậm, chỉ có thể đánh bắt gần bờ.

- Thì ra vậy.

- Nếu anh có hứng thú tìm hiểu về loại bè cổ này, lát nửa khi xe xuống hết núi, em sẽ hướng dẫn anh đến xem tận mắt.

- Nếu em thấy tiện đường.

Giữ lời hứa, khi xe vừa xuống hết đoạn đường dưới chân núi, Như yêu cầu tài xế cho xe tấp vào đầu đường Hồ Xuân Hương, đồng thời nói với tôi:

- Mình xuống đây thôi anh.

Tôi bước xuống đường cùng với Như, sau đó theo cô tiến về phía bãi hàng dương, nơi có mặt một số thuyền bè của ngư dân làng Núi, dùng để đi đánh bắt tôm, cá, hải sản, đang nằm phơi mình trên bờ cát.

Tôi hỏi Như:

- Đây là loại bè mà em nói phải không?

- Vâng! Anh cứ đi xem qua, có gì thắc mắc em sẽ nhờ ông anh họ ở đây giải thích.

Dặn tôi xong, Như bỏ đi đâu đó, sau trở lại, dẫn theo một đàn ông trung niên gới thiệu cho tôi làm quen.

- Đây là ông anh họ của em. Ngư dân thứ thiệt của làng chài này.

Tôi gật đầu chào:

- Chào chú.

Người đàn ông vạm vỡ, có làn da sạm nắng, cười nói thân thiện:

- Tôi có thể giúp gì cho cậu?

Sẵn dịp tôi hỏi thăm:

- Việc làm ăn của ngư dân làng chài hiện nay có khá hơn so với trước khi nơi đây trở thành thành phố du lịch không?

- Nhìn chung, bộ mặt xã hội cũng có ít nhiều thay đổi, nhưng giá cả sinh hoạt ngày càng trở nên đắt đỏ, khiến cuộc sống của người lao động thêm khó khăn.

- Vì sao?

- Vì giá cả đều dựa vào khách du lịch.

- Thời gian đi biển của ngư dân thường xuất phát vào giờ nào?

- Giữa đêm ngư dân dong buồm ra ngư trường, đánh bắt cho đến khi mặt trời ló dạng mới quay trở vào bờ, kết thúc một ngày làm việc.

- Vì sao ngư dân không sử dụng những chiếc thuyền lớn hơn mà vẫn cứ dùng loại bè mạn?

- Muốn cũng không được, vì đa số ai cũng nghèo, thậm chí có gia đình còn phải hùn vốn mới sắm nổi một chiếc bè đạp sóng ra khơi kiếm sống, đánh cược sinh mệnh mình với biển cả.

Than ôi, giữa thành phố lộng lẫy, xa hoa, người ăn không hết người lần không ra, nghĩ mà đau lòng trước cuộc sống hẩm hiu, buồn tẻ, nơi một số người.

Tôi hỏi:

- Mỗi chiếc bè có giá bao nhiêu vậy chú?

- Khoảng trăm triệu đổ lại.

- Để hình thành nên một chiếc bè người ta dùng các loại vật tư nào?

- Thường sử dụng loại cây luồng, một loại tre già, thân lớn, rỗng ruột, thẳng đều, ít bị tì vết, gọt bỏ lớp vỏ, hơ từng cây trên lửa để uốn cong một đầu làm lườn, sau đó dùng sợi cước ghép các cây lại với nhau.

- Mấy thứ đó mua trên thị trường khó lắm không?

- Để hoàn thành một chiếc bè man dài 9 đến 10 m, rộng 2 m, ngư dân sử dụng hết khoảng 20 cây luồng đặt mua từ trên Hòa Bình, 12 kg cước to từ 2,5 đến 3 mm mua ở đâu cũng có. Muốn bè vững chải trước phong ba bão tố, ngư dân ghép thêm 3-4 cây luồng vào mỗi bên, còn để nâng cao tải trọng người ta gắn thêm dưới dáy mạn một lớp xốp dày.

- Thời gian hoàn thành mất bao lâu?

- Tùy số lượng người tham gia công việc, song ít nhất cũng mất hơn một tuần.

- Vẫn chèo tay?

- Chỉ ngày xưa ngư dân mới phải chèo bằng tay, vừa di chuyển chậm vừa xoay trở khó khăn, nên mỗi chuyến ra khơi thường phải đối mặt với nhiều nguy hiểm. Còn hiện tại, đời sống mỗi ngày một khá hơn, nên chủ các bè mạn đã chuyển sang sử dụng động cơ.

Buổi chiều dịu mát dần, bọn tôi tạm chia tay ông anh họ của Như, hòa mình vào đám đông người đang tập trung ra đây vui chơi, tắm biển, thả diều, đuổi bắt nhau trên cát.

Ngồi uống cà phê ở hubway nhìn ra biển Như kể:

- Trước đây, vào tháng 7 tháng 8, khi học sinh các trường được nghỉ học, phụ huynh thường đưa cả gia đình về Sầm Sơn tắm biển, du lịch, nghỉ dưỡng, nên có ngày ở đây phải gồng mình đón cả vạn lượt du khách, trong khi cơ sở vật chất lại thiếu thốn, dẫn tới cảnh nhà nhà làm dịch vụ, người người đổ ra đường làm du lịch. Mới đầu, người dân còn tỏ ra lịch sự, thân thiện, lâu ngày nảy sinh thành vấn nạn tranh cướp khách. Hễ thấy xe chở khách nào dừng lại, bọn cò mồi liền vây đến chèo kéo, mời chào, gây ồn ào, mất trật tự, làm phiền lòng du khách không ít. Chưa dừng lại ở đó, với quan niệm kiếm tiền bằng mọi giá, người dân nâng giá các loại hình dịch vụ, ăn uống, vui chơi... một cách vô tội vạ, dẫn tới việc thành phố bị mang tiếng là thành phố du lịch chặt chém.

Tôi chợt hiểu và nói với Như:

- Hèn gì, trên diễn đàn du lịch Sầm Sơn, anh đọc thấy cô bạn gái kia ăn một quả trứng vịt lộn trả giá 5 ngàn, người bán đồng ý, nhưng sau khi ăn mấy quả trứng lại tính nâng lên một quả 10 ngàn đồng. Hỏi tại sao, người bán trả lời là họ đã có tính tiền một quả trứng lộn theo giá trả ban đầu giá 5 ngàn đấy thôi, nhưng những quả sau đó khách đâu có thương lượng giá? Hay chuyện những chú ngựa trắng được người ta mông má thành những chú ngựa vằn Châu Phi, mang xuống bãi tắm cho khách thuê cưỡi, hoặc đứng kế bên chụp ảnh, cũng được tính theo giá bốn mùa, nghĩa là sáng trưa chiều tối đều được tính theo giá khác nhau.

Như cười nói:

- Hi hi! Tệ nạn chặt chém đó hiện giờ tuy có giảm, nhưng muốn ăn gì, chơi gì, mua gì, đều phải trả giá cho mạnh vào.

- Thật vậy ư?

- Nhất là nghe giọng miền Nam như anh...

- Thì sao?

- Họ vui vẻ tặng ngay cho anh lưỡi dao lam hiệu Gillette.

Hu hu, tôi lơ đãng quay nhìn dòng xe cộ tấp nấp di chuyển, cùng với sinh hoạt ồn ào, náo nhiệt, của người qua kẻ lại, đang diễn ra nơi con đường ven biển Hồ Xuân Hương, khiến tôi không khỏi thắc mắc.

Tôi hỏi Như:

- Thành phố ngày nào cũng đông vui như thế này sao em?

- Không đâu anh, nhìn vậy chứ khách du lịch chỉ đông vào mấy tháng hè, ngày lễ, ngày Tết, còn thì vắng tanh.

- Hôm nay chỉ mới ngày cuối tuần thôi mà?

Như kể:

- Gần đây, do Sầm Sơn được chánh quyền đầu tư hàng trăm tỷ đồng xây dựng hạ tầng cơ sở, nhằm phát triển ngành công nghiệp không khói. Qua đó, các doanh nghiệp tư nhân có thêm cơ hội đầu tư, nâng cấp, xây dựng, hàng loạt các nhà hàng, khách sạn, với qui mô lớn. Điển hình là, quần thể khu du lịch nghỉ dưỡng FLC Sầm Beach & Golf Resort. Chỉ trong một thời gian ngắn, họ đã biến những vùng đất ao hồ, ruộng vườn sình lầy, thành quần thể du lịch nghỉ dưỡng cao cấp gồm, một sân golf 18 lỗ, một khu resort lớn nhất phía Bắc, 2 khách sạn 5 sao lớn nhất miền Trung, một trung tâm hội nghị quốc tế có sức chứa 1.300 chỗ ngồi, một bể tắm nước mặn với diện tích 5.100 m2, thuộc vào hàng lớn nhất Đông Nam Á, 152 bể bơi lớn nhỏ, đền thờ vua cha Bắc Hải, vườn chim nhiệt đới, khu chợ đêm, vòng quay mặt trời, nhà game, khu vui chơi ngoài trời dành cho trẻ em.

- Mình vào đó xem được không?

- Trừ trường hợp anh là khách của FLC, còn không phải mua vé 100 ngàn đồng một người, bao gồm tham quan, dạo chơi và tắm hồ bơi.

- Vậy cũng đâu có mắc so với giá 300 ngàn chụp ảnh cưới ở các quán cà phê sân vườn ở Sài Gòn.

- Anh có muốn vào đó xem không?

Tôi lắc đầu từ chối:

- Để dịp khác đi em, giờ cũng đã muộn, thành phố sắp lên đèn, anh cảm thấy kiến đang bò trong bụng rồi.

Như cười nói

- Ừ nhỉ! Nếu anh không nhắc.

- Vậy mình đi ăn thôi.

- Anh muốn ăn gì để em đưa đi?

- Dĩ nhiên, đến Sầm Sơn mà không ăn đặc sản ở đây, mai mốt về lại trong Nam kể ai tin.

- Bạn em ra đây ai cũng đòi ăn đặc sản xứ Thanh, nhưng không phải ở trong mấy nhà hàng lớn.

- Vì sao?

- Bọn nó nói ăn uống trong các nhà hàng chỉ được cái sang trọng, trong khi các món ngon vùng miền thường được bán ở các quán chỉ lấy công làm lời, vừa ngon vừa có giá phải chăng.

- Với điều kiện có thổ công hướng dẫn, còn không thì mù tịt như đi trong đêm. Bởi thế, không phải ngẫu nhiên mà trong dân gian có câu "đất có thổ công sông có hà bá".

- Đời bây giờ khác trước rồi anh, chỉ cần lên mạng vào Google tra là ra hết.

- Lỡ ai đó mù IT thì sao?

- Thì bó tay chấm com thôi.

- Hãy kể cho anh nghe vài đặc sản ngon ở Thanh Hóa xem.

Như đọc vanh vách các món ăn nổi tiếng:

- Nem chua xứ Thanh, bánh chả tôm, bánh khoái tép, bánh khoái nồi, gỏi nhệch Nga Sơn, bánh cuốn Thanh Hóa, bánh đúc sốt, bánh gai Tứ Trụ, bánh răng bừa...

Tôi hỏi:

- Món bánh chả tôm ra sao?

- Đây là món cuốn, có cách ăn tương tự như món chả giò, nhưng được làm từ những con tôm thật tươi, bóc vỏ, băm nhuyễn chung với thịt ba chỉ, hành tím, tỏi, gia vị, bọc bên ngoài bằng một lá phở nhỏ cỡ bàn tay, sau đó kẹp 4-5 chiếc trên cùng một thanh tre, hoặc kẹp bằng vỉ sắt, đem nướng trên than hoa. Khi chín, ăn kèm với rau sống và chấm với chén nước chấm pha loãng gồm, đu đủ xanh thái mỏng, sung cắt lát, ớt, tỏi băm, đường.

- Còn bánh khoái tép có giống bánh khoái miền Trung không?

- Bánh khoái là loại bánh dân dã ở Sầm Sơn, nhưng hương vị chỉ cần ăn một lần là nhớ mãi. Nguyên liệu chính là gạo quê, ngâm vừa đủ, đem xay thành bột nước giúp bột không bị dẻo, nhờ vậy bánh khô ráo. Ngoài ra, bánh ngon nhờ thêm vào các nguyên liệu khác như rau cần bỏ lá cắt khúc, bắp cải thái sợi, hành lá... đặc biệt với loại tép đồng đang còn nhảy nhoi nhói, ướp chung với gia vị. Để có được một chiếc bánh khoái ngon, đầu tiên người ta tráng một lớp dầu hoặc mỡ mỏng trên mặt chảo, rồi rải 1 lớp rau cần, rau bắp cải, tép tươi, sau cùng mới đổ bột lên, chờ vài phút cho mặt dưới bánh chín vàng, trước khi gập đôi chiếc bánh lại, cho ra dĩa. Bánh khoái ăn nóng, kèm rau sống, chấm với nước chấm pha loãng kiểu nước chấm của món chả tôm.

Rời bãi biển, tôi theo Như len lỏi qua mấy khu dân cư, có mặt ở các quán ăn đông khách, thiếu điều kiếm một chỗ ngồi cũng khó, dù địa chỉ đơn giản chỉ ở trước hiên nhà hay bên lề đường.

Sau khi thưởng thức các món chả tôm, bánh khoái tép, no cành hông, tôi còn bị Như ép ăn thử món bánh đúc sốt, đặc biệt chỉ có ở Thanh Hóa, do một chị bán hàng rong đi ngang chào mời. Nghe kể, đây là món ăn gắn liền với tuổi thơ của nhiều người sinh ra và lớn lên ở Thanh Hóa. Tò mò, tôi tìm hiểu mới biết nồi bánh được người bán ủ kín trong một chiếc thùng có nắp đậy, bên dưới là một bếp than hồng dùng để giữ cho bánh luôn nóng. Khi có khách ăn, người bán mở nắp thùng lấy bánh cho vào ly, mùi bánh bốc lên hương thơm ngạt ngào, khó ai có thể cưỡng lại.

Cầm ly bánh đúc sốt nóng trên tay, tôi không khỏi thích thú trước món ăn tưởng chừng đơn giản, nhưng có hương vị rất riêng cùng với cách trình bày khá bắt mắt của lớp đậu vàng bỏ bên trên lớp bánh màu xanh ngọc, kết quả của sự kết hợp hài hòa, khéo léo, của bột gạo tẻ, nước vôi, mỡ, hành phi, nước giã rau ngót, đậu xanh đồ, hòa quyện vào nhau tạo nên vị béo ngậy đầy hấp dẫn.

Để tránh bị bội thực, tôi và Như đi tản bộ dọc theo con đường ven biển, hòa mình vào sinh hoạt nhộn nhịp đang diễn ra bên tiếng nói cười, tiếng còi xe ầm ĩ, tạo nên âm thanh đặc trưng của thành phố du lịch biển về đêm.

Thật vậy, buổi tối ở Sầm Sơn, ngoài vẻ đẹp mờ ảo của biển dưới ánh trăng thì, con đường Hồ Xuân Hương rực rỡ bên ánh sáng đèn của những nhà hàng, khách sạn, cửa hiệu, tấp nập người qua lại, vui chơi, mua bán, ăn uống, đã nói lên một sức sống mãnh liệt nơi thành phố này.

Đã biết, cuộc vui nào rồi cũng tới lúc tàn, nên bọn tôi kết thúc một ngày bận rộn khám phá, vui chơi, ở Sầm Sơn, bằng cách hẹn xe tới đón về lại Thanh Hóa.

Trên đường về, tôi không quên ghé mấy quán xá dọc đường, mua một ít nem chua xứ Thanh, bánh gai Tứ Trụ, bánh Răng Bừa, mang về làm quà cho gia đình và bạn bè./.

NAM ĐỊNH
BIỂN QUÊ NGOẠI

Đã mấy tháng qua, kể từ lần chia tay Nhã, sau chuyến đi khám phá Bình Ba trở về, tôi cứ thấp thỏm không hiểu sao, cô gái xinh đẹp xứ Lạng lại bặt âm vô tính, cho dù tôi cố gọi cho cô nhiều lần nhưng lần nào cũng chỉ nghe điện thoại ò í e. Điều này, càng khiến tôi cảm thấy có chút lo lắng khi đọc tin tức trên báo, nói về việc giàn khoan HD 981 xâm phạm chủ quyền biển đảo nước ta, ít nhiều đã làm ảnh hưởng tới tình hình biên giới phía Bắc, khiến dân tình ở Lạng Sơn bận rộn nên cô quên luôn tôi chăng?

Đang khi thắc mắc chưa hiểu lý do vì sao, sáng nay tôi bỗng nhận được điện thoại của Nhã:

- Anh khỏe không, em Nhã đây, anh đang làm gì đó?

Tôi mừng rỡ hỏi:

- Em đang ở đâu gọi anh vậy?

- Ở nhà.

- Mấy tháng nay em biến đi đường nào, anh gọi em nhiều lần nhưng chẳng thấy nghe máy?.

- Em bị mất điện thoại nên mất hết số người quen.

- Anh tưởng em giận gì anh chứ?

- Ha ha! Người ta thương anh không hết nữa là.

- Nghe em nói mà anh cảm động muốn rụng tim nè.

- Thật không, để em còn lo bắt đền.

- Bằng cách nào?

- Bí mật. Hôm nào gặp lại sẽ biết.

- Đợi chắc dài cổ quá?

- Thời gian này anh rảnh không?

- Em cần thì dù cho anh có bận mấy cũng phải nói rảnh.

- Thật không đó?

- Em chứ đâu phải ai.

- Định rủ anh về Nam Định một chuyến.

- Cái thành phố được xem là thủ phủ của nhiều nhà thờ cổ phải không?

- Anh cũng biết hả?

- Chỉ nghe kể thôi, vì cách đây 10 năm, anh có đến Nam Định nhưng chỉ đi loanh quanh trong thành phố xem qua các di tích lịch sử cùng một vài thắng cảnh nổi tiếng như: phố cổ Nam Định, Đền Trần, Văn Miếu, hồ Vị Xuyên...

- Vậy sao, nhưng gần đây "dân phượt" các tỉnh phía Bắc, thích đổ về Nam Định check in các bãi biển cùng với cảnh nhà thờ đổ ở Giao Thủy, Hải Hậu, mỗi ngày một đông.

- Vì vậy mà em cũng muốn tìm đến những nơi đó sống ảo chứ gì?

- Sao cái gì anh cũng đi guốc trong bụng em hết vậy?

- Vậy mới là anh chứ.

- Ra cùng đi với em, khám phá cung đường có bờ biển trải dài trên 32 cây số, bao gồm các thắng cảnh đẹp đến hút hồn nơi làng nghề tơ tằm Cổ Chất Phương Đình, chùa Cổ Lễ, cánh đồng muối Hải Hòa, Bạch Long, khu du lịch sinh thái núi Ngăm, cầu ngói chợ Lương, di tích Phủ Dày, tòa Giám Mục Bùi Chu, Vương Cung Thánh Đường Phú Nhai, nhà thờ Đông Cường, nhà thờ Phansico, nhà thờ đổ Hải Lý, đền thánh Kiên Lao, biển Quất Lâm, biển Thinh Long...

Trước những lời rủ rê thú vị của Nhã cộng thêm Hải Hậu là nơi mà bấy lâu nay tôi luôn canh cánh bên lòng, vì chưa thực hiện được lời hứa với gia đình, sẽ có ngày tìm về quê ngoại ở Hải Hậu hay Nghĩa Hưng, lấy nắm đất quê hương mang đặt lên bàn thờ bên cạnh di ảnh của mẹ.

Nghĩ vậy nên tôi trả lời với Nhã:

- Bấy lâu nay anh cũng định, sẽ có ngày về thăm những vùng đất đó, nhưng chưa có cơ hội thực hiện, nên đây cũng à cơ hội giúp anh thực hiện lời hứa với gia đình trước đây.

- Lý do?

- Trước khi mất, nhiều lần nghe mẹ anh nhắc quê ngoại, ở đâu đó miệt Hải Hậu.

- Sao anh không hỏi nơi chốn chính xác?

- Mẹ anh theo gia đình đi Nam từ lúc bé nên đâu nhớ gì nhiều.

- Nhân dịp này anh ra đây, vừa đi chơi với em, vừa tìm về quê ngoại luôn một thể.

- Anh cũng nghĩ vậy.

Nhã mừng rỡ reo lên trong máy:

- Được như thế thì còn gì hay bằng.

- Vì vậy mà anh mới mau chóng nhận lời của em.

- Anh hứa rồi nha.

- Ừ!

- Vậy tuần sau anh ra ngoài này được không?

- Cũng được.

- Anh ra Hà Nội đi cùng em hay sao?

- Gặp nhau ở Nam Định tiện hơn, vì anh còn phải ghé Vinh gặp ông chú, hỏi chính xác nơi mẹ anh từng sinh sống trước đây.

- Vâng anh!

- Nhớ gửi cho anh địa chỉ khi đến thành Nam, để khi ra tới nơi anh gọi tìm em cho dễ.

- Tạm biệt anh.

- Hẹn gặp lại.

Đúng hẹn, từ thành phố Vinh tôi ngồi xe tốc hành về Nam Định vào tầm giờ cơm trưa, nên chui vào cửa hàng gà rán nằm đối diện khu chợ Rồng, định lôi điện thoại ra gọi cho Nhã, nhưng kịp nghe tiếng chuông điện thoại của tôi reo lên:

Nhìn thấy số của Nhã tôi trả lời:

- Alo! Anh nghe đây em.

Nhã hỏi:

- Anh tới đâu rồi?

Tôi đáp:

- Anh vừa tới chợ Rồng, đang định gọi em, thì vừa đúng lúc em gọi.

- Em cũng đoán anh đã có mặt tại Nam Định nên gọi thử.

- Em cơm nước gì chưa?

- Em đợi anh cùng ăn đây.

- Vậy em ra cửa hàng gà rán KFC, đối diện với chợ Rồng nha, anh chờ.

Chưa đầy 5 phút sau đã thấy Nhã xuất hiện hỏi:

- Ra đây sao anh không thưởng thức món Bắc mà ngồi đây?

- Thời gian còn dài mà em, với lại ngồi đây cho chắc ăn, không sợ bị "chặt chém" bởi chất giọng "anh hai Sài Gòn" của anh.

- Chà! Có được kinh nghiệm quí báu này chắc anh cũng tốn khá bộn tiền rồi ha?

- Thôi nha! Em chớ có chạm tới nỗi đau của người khác.

- Dân Nam Định tương đối hiền, chứ không "gấu" như những nơi khác.

- Em thuê khách sạn gần đây hay sao mà mới gọi đã có mặt?

- Cách đây chừng chục mét.

- Em đặt phòng cho anh luôn rồi hả?

- Rồi!

Qua lớp cửa kính trong suốt, tôi và Như vừa ăn, vừa ngắm khu chợ Rồng nằm ở phía đối diện. Được biết, năm 1991 chợ Rồng cũ bị cháy và hư hỏng nặng nên người ta phải phá bỏ, xây dựng chợ mới ngay trên trên nền chợ cũ, do liến trúc sư Trần Dân Chủ thiết kế, cao 3 tầng, trên nóc đắp nổi hình 2 con rồng chầu âm dương. Đây là một trong số những ngôi chợ bán buôn nhộn nhịp, sầm uất, nhất Nam Định và đồng bằng Bắc Bộ.

Đột nhiên Như quay sang hỏi tôi:

- Anh biết vì sao chợ này có tên là chợ Rồng không?

Tôi đáp:

- Nghe kể, do người xưa dựa theo thuyết phong thổ, nên đã xây dựng chợ ngay giữa mắt "con Rồng"?

- Em đọc trên trang thông tin Nam Định cũng thấy viết như vậy.

Theo cư dân sống lâu đời ở đây, năm 1922, dưới thời thuộc địa, chợ Rồng chỉ xây có một tầng, với diện tích 7.000 m2, chia làm hai khu bằng nhau, một khu bán hàng tạp hóa, một khu bán hàng lương thực thực phẩm. Chợ do kỹ sư người Pháp, cũng là người thiết kế tháp Effel và cầu Long Biên, thiết kế và xây dựng. Theo lịch sử ghi lại, ngày cắt băng khánh thành chợ Rồng Nam Định, có sự hiện diện của cả quan toàn quyền Paul Doumer và vua Bảo Đại. Sau đó là cuộc thi hoa hậu được tổ chức ngay tại chợ và người con gái đoạt giải Á hậu, nghe phong phanh, hiện đang còn sống ở phố Cửa Trương thành phố này. Ngoài ra, có nhiều người vẫn chưa quên chuyện, nhà thơ Nguyễn Bính trong một lần vào chợ Rồng, tình cờ bắt gặp thiếu nữ vừa ngồi bán hàng vừa đọc "Lỡ bước sang ngang" của ông, đã khiến cho ông vô cùng cảm kích và đứng trong sự sững sờ. Từ đó, nhà thơ đem lòng yêu mến cô gái và ít lâu ông đã mạnh dạn cầu hôn nàng, rồi hai người trở thành vợ chồng, có với nhau một con trai. Người ấy không phải ai khác, mà chính là bà Lai, người con gái từng đọc thơ của ông ở chợ hôm nào.

Nhân nhắc chuyện bị tiếng sét ái tình của nhà thơ Nguyễn Bính, tôi chợt nhớ từ đây đi hết ngõ Văn Nhân là tới Cổ Mai Trang, nơi từng hội tụ các tao nhân mặc khách, những văn nhân thi sĩ nổi tiếng trên cả nước một thời như: Trần Bích San, Tam Nguyên Yên Đỗ Nguyễn Khuyến, nhà văn Chu Thiên, nhà thơ Nhượng Tống, nhà thơ Vũ Hoàng Chương, nhạc sĩ Văn Cao... chưa kể các văn nhân thi sĩ, từng sinh ra hoặc ghé thành Nam làm ăn công tác như: Nguyên Hồng, Nam Cao, Đặng Thế

Phong, Nguyễn Công Hoan, Nguyễn Bính, Chu Văn, Đoàn văn Cừ; đặc biệt, phải kể tới nhà thơ trào phúng Tú Xương hay Trần Tế Xương, người cùng thời với nhà thơ Nguyễn Khuyến, tên thật là Trần Duy Uyên, sinh năm 1870 tại làng Vị Xuyên, huyện Mỹ Lộc tỉnh Nam Định.

Còn nhớ, khi còn cắp sách tới trường, không riêng gì tôi mà các học sinh cấp ba, không ai là không được học một số bài thơ của Trần Tế Xương. Trong số những bài thơ đã học đó, tôi thích nhất là bài "Sông lấp", thể hiện nỗi niềm hoài vọng về ký ức xưa cùng với cảm giác trống vắng khi chứng kiến đoạn sông Vị quê hương bị lấp đi.

Sông kia rày đã lên đồng
Chỗ làm nhà cửa, chỗ trồng ngô khoai
Vẳng nghe tiếng ếch bên tai
Giật mình còn tưởng tiếng ai gọi đò.

Ăn trưa xong, Nhã cùng tôi bước ra bên ngoài, thay vì đi về khách sạn nghỉ ngơi, bọn tôi tranh thủ khám phá khu phố cổ Thành Nam, hiện diện qua 40 con phố, buôn bán, sản xuất, mặt hàng gì thì phố mang tên mặt hàng đó. Vì vậy, chỉ trên 1 con đường, có thể có nhiều phố bắt đầu bằng chữ "hàng" như: hàng Rượu, hàng Thêu, hàng Thiếc, hàng Thùng, hàng Đàn, hàng Khay, hàng Giấy, hàng Nồi...

Đi dạo một vòng qua các khu phố cổ, tôi và Nhã có cảm giác như đi từ hiện tại ngược về quá khứ, qua hình ảnh mộc mạc, thân thương, tĩnh lặng, bắt gặp nơi những con đường, khu phố, nhà cửa, đình chùa, miếu mạo, rêu phong, cổ kính... tuy đã trải qua bao biến cố, vật đổi sao dời, nhưng phần nào vẫn giữ nguyên hồn cốt kiến trúc từ thế kỷ thứ 18, 19 trước đây.

Xế trưa, thay vì ghé đền Trần, cột cờ Nam Định, nhà thờ lớn, bọn tôi từ trong thành Nam đi xuyên qua phố cửa Đông đến với công viên Vị Xuyên, dấu tích còn sót lại của con "Sông lấp"

Vị Hoàng xưa kia; đồng thời, cũng là biểu tượng thành phố Nam Định hiện giờ. Tại đây, tôi và Như dạo quanh hồ nước, ngắm những hàng cây xanh, tượng đài Trần Hưng Đạo, viếng mộ nhà thơ Tú Xương, sau đó ghé thăm nhà thờ Khoái Đồng nằm ở phía đối diện.

Từ xa, hình ảnh nhà thờ Khoái Đồng hiện ra với một tháp chuông cao sừng sững cùng với mái vòm hình bán nguyệt, đẹp lung linh trong ánh nắng chiều, càng làm tôn vinh vẻ đẹp cổ xưa vốn có của ngôi thánh đường công giáo. Theo ghi nhận, nhà thờ Khoái Đồng tọa lạc tại thôn Khoái Đồng, là 1 trong 5 thôn của làng Vị Hoàng xưa, xây dựng vào năm 1934, theo phong cách Roman, với hai tháp chuông một cao một thấp cùng với mái vòm hình nửa quả cầu tròn úp ngược miệng,,được nâng đỡ bởi hệ thống đà bằng xi măng, tạo thêm thế vững chải cho công trình. Nghe kể, nhà thờ Khoái Đồng có cùng lịch sử với nhà thờ chánh tòa Đà Lạt, là 2 nhà thờ duy nhất ở Việt Nam thờ thánh Nicolas, mà theo truyền thuyết công giáo, ông thánh này chính là ông già Noel.

Tối đến, để mừng ngày đầu tiên có mặt ở Nam Định, tôi lên mạng tra các món ăn đặc sản nổi tiếng Thành Nam, thấy giới thiệu danh sách 12 món ăn đặc sản Nam Định "gây thương nhớ người xa quê" hay Top 20 đặc sản Nam Định ngon không cưỡng nổi gồm: Phở bò Nam Định, Nem nắm Giao Thủy, Bún Đũa Thành Nam, Xôi xíu Nam Định, Bánh cuốn Làng Kênh, Bánh gai Nam Định, Cá nướng úp chậu, Bánh Xíu Báo, Bánh Nhãn, Kẹo Sìu Châu, Kẹo dồi, Chè kho Nam Định...

Đưa cho Nhã xem các món ăn được giới thiệu, cô xem xong lắc đầu nói:

- Phở Nam Định vốn nổi tiếng thì sáng mai ăn sáng, còn mấy món kia chỉ thích hợp mua về làm quà.

Tôi hỏi:

- Vậy em muốn ăn gì cho chắc bụng?

- Nghe bảo Nam Định có gà Mạnh Hoạch, vịt cỏ nướng, ngon nổi tiếng

- Gà Mạnh Hoạch có xuất xứ từ Hải Dương, còn vịt cỏ từ Vân Đình- Hà Nội kia mà?

- Biết vậy, song không lẽ mình để bụng đói, về đi ngủ?

Ăn tối xong, tôi đưa Nhã đến quán cà phê nằm bên bờ hồ Vị Xuyên, thưởng thức cà phê, đồng thời quan sát sinh hoạt về đêm của giới trẻ Nam Định.

Trong khi chờ thức uống mang tới Nhã hỏi tôi:

- Hôm ở Vinh anh đã hỏi thăm chính xác quê ngoại của anh ở đâu chưa?

Tôi trả lời cô:

- Nghe kể, trước khi đi theo đoàn mộ phu vào Nam, gia đình của ngoại anh sống ở đồng bằng ven biển huyện Nghĩa Hưng, cạnh bến phà Thịnh Long, chứ không phải Hải Hậu như mẹ anh nhầm lẫn, bởi 2 huyện Nghĩa Hưng và Hải Hậu chỉ cách nhau có con sông Ninh Cơ.

- Tên phà nghe quen quen, không biết có ở gần biển Thịnh Long không?

- Em khéo lo thì thôi, cứ yên tâm thưởng thức cà phê xong trước đã, lát nữa về khách sạn, anh chỉ cần hỏi thăm tiếp tân sẽ rõ ngay thôi mà.

Đêm thành Nam nghe bình yên đến lạ, bọn tôi ngồi bên nhau, thưởng thức cà phê, nghe nhạc, một lát sau ghé về khách sạn đi ngủ sớm lấy sức, để sáng hôm sau tiếp tục cuộc hành trình còn đang chờ ở phía trước.

Sáng ra, sau khi làm thủ tục thuê xe máy xong, tôi chở Nhã theo hướng chỉ dẫn từ đêm qua của tiếp tân khách sạn, chạy ra đường Vũ Hữu Lợi tới Lê Đức Thọ, băng tiếp qua ngã tư Đèn Đỏ, chính là đường tỉnh lộ 55 dẫn tới thị trấn Liễu Đề. Tại đây, chạy tiếp khoảng 20 cây số nữa gặp cầu Thịnh Long, bên phà Thịnh Long cũ.

Trên đường đi, chạy gần tới chợ mới Giao Cù, thấy bên đường có tiệm phở đông khách, tôi bèn ghé vào đó ăn sáng.

Sau khi đã yên vị, Nhã kề tai tôi hỏi nhỏ:

- Phở Nam Định ngon nức tiếng sao lúc nảy anh không ăn mà đợi chạy ra tới đây?

Tôi cười nói:

- Anh nghe đồn, xuất phát của phở là ở vùng này.

- Chứ không phải Hà Nội sao?

- Từ nào tới giờ, ai cũng tưởng Hà Nội là cái nôi của phở, nhưng Nam Định đã có cả một làng phở gia truyền ở Giao Cù và giòng họ phở Cồ ở làng Vân Cù này rồi.

Nghe tôi nói thế Nhã trợn mắt ngạc nhiên hỏi:

- Vậy ra Nam Định mới là nguồn gốc của phở ư?

- Chuyện là, trong một cuộc hội thảo giữa những người làm phở ở Vân Cù, tổ chức tại Hà Nội vào năm 2003, vị chủ tịch câu lạc bộ ẩm thực Unesco, đã xác định "Ai bảo phở là của Tây, của Tàu, của người Hà Nội? Riêng tôi, tôi bảo phở là của người Nam Định, vì ở Vân Cù có làng nghề nấu phở duy nhất, cha truyền con nối của nước ta".

- Ông ấy đã chứng minh ra sao?

- Rằng, tại làng Vân Cù, thuộc xã Đông Xuân, huyện Nam Trực, tỉnh Nam Định, ngay từ bé trẻ con độ 10 tuổi, đều được gia đình dạy cho nghề tráng bánh phở và nấu phở. Do đó, đa số gia đình trong làng này, ai nấy đều sống bằng nghề làm bánh, mổ bò, nấu phở, nên hầu như ai cũng biết cách nấu phở sao cho thật ngon. Lớn lên, trưởng thành hơn, thanh niên bỏ nhà theo người làng tỏa ra các thành phố, tiếp tục hành nghề nấu phở cha truyền con nối.

- Nói vậy phở xuất hiện ở thành Nam vào thời gian nào?

- Theo một số người, trước khi Pháp đô hộ nước ta, trâu bò chỉ dùng để phục vụ trong nông nghiệp, không được phép mổ thịt, nên phở chưa xuất hiện. Mãi đến khi người Pháp nhập thịt bò vào Việt Nam để chế biến các món ăn phục vụ cho dân họ, thì ta đã dựa vào đó cải biến các món ăn của ta, trong đó có món phở bò như ta đã biết. Và. Nếu ai cho phở có trước đó ở Nam Định, thì sao không thấy nhà thơ Tú Xương, thời gian này cũng ở Nam Định (sinh năm 1870) không thấy đá động gì tới phở, mà phải đợi cho đến thời nhà thơ Tú Mỡ (sinh năm 1900) mới thấy tác giả này nhắc phở "Sáng sáng đi làm chén phở rong". Từ đó, có thể suy ra, sự ra đời của phở Nam Định vào khoảng thời gian sau Tú Xương mà trước Tú Mỡ?

Kết thúc bữa ăn sáng, tôi chở Nhã chạy ngang qua thị trấn Liễu Đề, lạc vào giữa những ruộng lúa vàng ươm, sực nức hương thơm nếp xôi, tới bến phà Thịnh Long cũ.

Ghé vào quán nước trước đây là đường xuống phà, tôi gọi nước uống, hỏi chuyện cô bán hàng:

- Em ơi! Cho anh hỏi ở đây thuộc huyện nào vậy?

- Đây là phân lưu hạ nguồn của sông Hồng, là ranh giới tự nhiên giữa hai huyện Nghĩa Hưng và Hải Hậu, cuối cùng đổ ra cửa Lạch Giang hay còn gọi là cửa Ninh Cơ. Vào thời Trần, con sông này gắn liền tên tuổi của các tướng Yết Kiêu, Dã Tượng thông qua việc luyện tập các thanh niên trai tráng làng Ngọc Tiên xã Hành Thiện, chuẩn bị cho những trận đánh trên sông với giặc Nguyên Mông.

Chỉ tay về phía những con tàu đóng mới, đang bị bỏ dang dở, rỉ sét, ở cuối con sông Ninh Cơ, tôi hỏi:

- Có phải chỗ xa kia từng là nhà máy đóng tàu?

Cô hàng nước đáp:

- Năm 2008, dọc bên đê tả ngạn sông Ninh Cơ có đến hàng chục cơ sở đóng tàu lớn bé. Tiêu biểu, có các công ty con của Vinashin lúc ấy ăn nên làm ra, công nhân có lúc lên tới cả ngàn người. Nhưng than ôi! Thời hoàng kim chỉ tồn tại được vài năm, sau đó gặp khủng hoảng kinh tế gì đó, các nhà máy hầu như bị bỏ hoang phế với hàng chục con tàu đồ sộ nằm đó rỉ sét. Tội nghiệp, những công nhân xưởng đóng tàu trước đây, mỗi lần đi ngang, nhìn đống tài sản khổng lồ bị bỏ mặc cho mưa gió, không khỏi chạnh lòng thương tiếc cho những đứa con chưa kịp ra đời đã bị chết yểu.

- Chắc bên đó thuộc huyện Hải Hậu?

- Dạ.

- Còn ở đây là huyện Nghĩa Hưng đúng không?.

- Dạ! Đúng vậy ạ.

- Em người Nghĩa Hưng hay từ nơi khác đến?

- Em sinh ra và lớn lên ở đây.

- Nội ngoại em còn đủ chứ?

- Sao anh lại hỏi vậy?

- Anh muốn qua các cụ tìm hiểu cuộc sống ngày xưa, vì năm 1942 gia đình bên ngoại anh cũng từng sống ở huyện này.

- Bà ở xã nào anh biết không?

- Chỉ biết ở Nghĩa Hưng thôi.

- Thời gian lâu như vậy, chắc các cụ kỵ ngày ấy đã qui tiên hết cả rồi.

- Không thành vấn đề, nếu em nói vậy anh chỉ xin một ít đất quê hương mang vào Nam, đặt lên bàn thờ cạnh di ảnh của mẹ anh thôi.

Lấy đất cho vào lọ xong, bọn tôi chào tạm biệt cô hàng nước, quay ngược lại điểm giao cắt xã Nghĩa Bình với tỉnh lộ 490C, chạy lên cầu Thịnh Long bắc ngang con sông Ninh Cơ, vừa mới thông xe cách đây vài tuần, gặp vòng xuyến xã Hải Châu huyện và đường 21 của Hải Hậu, trước khi ghé đến bãi tắm 2 của Hải Thịnh.

Qua tìm hiểu, tôi được biết huyện Hải Hậu không chỉ là vựa lúa của tỉnh Nam Định, mà còn là nơi đầu tiên tại miền Bắc, đạt năng xuất 5 tấn lúa trên mỗi ha. Ngoài nông nghiệp nổi tiếng với gạo tám thơm, nếp hương Hải Hậu ra, người dân nơi đây còn sống bằng nghề nuôi trồng thủy hải sản, nghề mộc, nghề muối; đặc biệt, có bờ biển trải dài trên 32 cây số, bao gồm nhiều danh thắng cảnh đẹp đến mê hồn, mỗi năm thu hút hàng vạn lượt người từ nhiều nơi đổ về check - in, các quần thể nhà thờ đổ ở Hải Lý, Xương Điền, cánh đồng muối Văn Lý, làng tơ Cổ Chất, bãi biển Quất Lâm, bãi tắm Thịnh Long...

Trước khi tìm nơi nghỉ lại đêm tại thị trấn Thịnh Long, tôi chở Nhã dạo quanh thị trấn trên con đường khá rộng, nhưng vắng bóng cả hai chiều xe chạy, mọc đầy những khách sạn, nhà hàng, quán karaoke, bệnh viện, ngân hàng nhà nước, sau đó quẹo ra đê biển, quan sát sinh hoạt vui chơi, tắm biển, của du khách xem sao. Thú thực, nếu ai đã từng ghé chơi ở biển Sầm Sơn hay Đồ Sơn, e sẽ bị thất vọng với biển nơi này, bởi thiếu hẳn sự hoành tráng lẫn hào nhoáng; bù lại, biển yên tĩnh, hoang sơ, mát mẻ, do không chịu ảnh hưởng của gió Lào, thích hợp cho những chuyến đi nghỉ dưỡng của gia đình. Thật vậy, với bãi tắm trải dài trên 3 cây số, chia ra làm 2 bãi, thì bãi 1 được nhiều khách chọn lựa vui chơi, tắm biển, đông hơn bãi 2, nhờ bãi biển dốc thoai thoải, không bị bùn lún, an toàn; nhất là, ở ngay trên bờ có mặt nhiều điểm vui chơi, ăn uống, nhà nghỉ...

Chọn chỗ ở xong, tôi cùng Nhã lội bộ đi lang thang trên con đường, thấy hai bên trồng nhiều hàng cây sanh cổ thụ, loại cây cho ra tua tủa những chùm rễ phụ, thả từ trên cao xuống; thoạt nhìn, cứ tưởng đâu là suối tóc của các tiên nữ trong câu chuyện cổ tích, đang đung đưa trước gió. Bất chợt, quay nhìn lại, tôi phát hiện thấy gần đấy có một trụ điện gió đứng trong sự cô độc, hư hại, không còn hoạt động, được quây lại bằng một hàng rào lưới B40 rệu rã. Tò mò, tôi đi quanh cái trụ điện, định tìm hiểu xuất xứ, thời gian xây dựng, qua tấm bảng to cỡ giấy A4, nhưng không đọc được gì, vì tất cả chữ nghĩa đều bị hơi nước biển làm cho rỉ sét, bong tróc, nhòe nhoẹt, chẳng còn đọc được gì.

Có lẽ, đây là lần đầu tiên nhìn thấy trụ điện gió, Nhã ngạc nhiên hỏi tôi:

- Cây trụ này người ta trồng ở đây để làm gì vậy anh?

- Có thật em không biết công dụng của nó?

- Thật mà, lần đầu tiên em thấy đó.

Tôi giải thích:

- Trên đường di chuyển từ Bắc vào Nam, lúc đi ngang huyện Thuận Bắc của tỉnh Ninh Thuận, em sẽ thấy có rất nhiều cánh đồng điện gió, loại tua-bin trên đất liền, dùng để sản xuất ra điện.

- Giá một trụ khoảng bao nhiêu tiền?

- Vừa qua, ở huyện Tuy Phong, tỉnh Bình Thuận, cũng có một trụ điện gió, bỗng bị bị sự cố gì đó làm cho cháy rụi, ước tính thiệt hại vào khoảng 70 tỉ đồng.

- Ồ! Giá thành cao thế cơ à?

- Có điều, anh chưa rõ tại sao ở đây người ta chỉ trồng có mỗi một trụ điện như này và bị bỏ không một cách uổng phí?

Tôi đem thắc mắc đi hỏi nhiều người dân sống quanh đây về cái trụ điện gió, nhưng không ai biết nó có mặt ở đấy tự bao giờ, dùng cho việc gì?

Trước sự phí phạm ngần ấy, tôi chỉ biết lắc đầu thương xót cho con em ở các vùng sâu, vùng xa, đang phải vất vả học hành, sinh sống, dưới ánh đèn dầu leo lét mà thôi.

Từ trụ điện gió, tôi cùng Nhã tiến dần ra phía con đê chắn sóng, đứng dõi theo từng con nước bạc đầu, băng băng từ ngoài khơi đổ vào bờ, làm bắn nước tung tóe lên mặt bờ kè.

Tôi nhìn màu nước đục ngầu nói với Nhã:.

- Nước đục không thua gì nước sông Hồng ấy nhỉ.

Nhã đáp:

- Chắc do ở gần cửa Lạch Giang, nơi con sông Ninh Cơ đổ ra biển, nên nước không được trong.

- Thêm nữa, sóng đánh vào tận bờ kè thế kia, ai dám xuống đó tắm.

- Sao em nghe người ta bảo "đi biển mà không có sóng thà ở nhà sướng hơn".

Tôi đáp:

- Sóng vừa phải thì được, chứ sóng lớn cỡ này ai dám liều mạng sống, ngoại trừ một ít kẻ "điếc không sợ súng" thờ ơ, bất chấp mọi lời cảnh báo nguy hiểm, kéo đến quay phim, chụp ảnh, mang về đưa lên mạng câu view kiếm tiền hoặc chứng tỏ ta đây tài giỏi hơn người?

Nhã cười mỉa mai nói:

- Vậy mới là người Việt. (*)

Đang định quay vào bên trong, tìm cửa hàng cà phê nào đó, vừa ngồi uống nước vừa xem sinh hoạt diễn ra trên biển; bất chợt, bọn tôi nghe tiếng của một chị bán hàng rong vang lên bên cạnh, thay vì chào mời mua hàng lưu niệm, chị giới thiệu hoạt động vui chơi trên biển ở đây hấp dẫn không thua gì một hướng dẫn viên du lịch:

- Anh chị muốn tắm biển ở đây, nên tránh những lúc trời nắng to, mà phải thức dậy thật sớm từ khi trời còn chưa kịp sáng hoặc lúc xế chiều; đồng thời, lưu ý đến việc thủy triều lên xuống để đảm bảo sự an toàn tuyệt đối. Còn nếu như muốn tắm biển giờ này, anh chị hãy theo tôi đi xuống phía cuối bãi, ở đó có một bãi tắm tương đối an toàn.

Theo chân chị bán hàng, tôi và Nhã đi dọc theo con đê biển, tới một bãi đá không chỉ lớn mà còn nhô ra mặt biển một đoạn khá xa, tạo nên bãi tắm khá lý tưởng, thu hút rất nhiều người ghé tới vui chơi, tắm biển ở đây.

Để cảm ơn chị bán hàng lưu niệm, tôi mua một chiếc vòng làm bằng vỏ ốc, đeo vào tay Nhã cùng lời nói đùa:

- Chiếc vòng này đeo vào thì không được tháo ra khỏi tay đó.

Nhã trố mắt hỏi:

- Tại sao?

- Vì là vòng cầu hôn của anh.

Nhã chợt hiểu đùa lại tôi:

- Ừ! Thì không tháo, nhưng buồn buồn bứt chơi được chứ gì?

Rời đê chắn sóng, bọn tôi đi dạo trên con đường, mà hai bên được trồng toàn cây phi lao, loại cây dùng để ngăn gió cát từ ngoài biển thổi vào. Ôi! Con đường đẹp và thơ mộng biết bao. Càng tiến sâu vào bên trong, tôi càng thấy thích thú, tưởng chừng như đang lạc bước giữa rừng thông Bản Áng ở tận Mộc

Châu, vô tình phát hiện ở cuối đường, một bến thuyền với nhiều con thuyền của ngư dân, đang nằm phơi mình trên cát. Hỏi thăm mới hay, đây là bãi tắm 1 của biển Thịnh Long, nơi mà đa số du khách đến đây chỉ để chụp hình sống ảo hay hòa mình vào đời sống của ngư dân, trải nghiệm, khám phá, việc đánh bắt thủy hải sản. Ngược lại, bãi 2 mới là bãi trung tâm, bãi tắm chính, bao gồm các nhà nghỉ, của hàng ăn uống, quày bán các mặt hàng lưu niệm, phù hợp cho những ai có nhu cầu vừa tắm biển vừa có các dịch vụ phục vụ du lịch.

Để tìm hiểu cuộc sống của ngư dân ở bãi 1, tôi và Nhã lân la tìm đến bắt chuyện với một trong số chủ thuyền có mặt lúc này:

- Chào chú! Chú đang làm gì vậy?

Người chủ thuyền thân thiện cười, trả lời câu hỏi của Nhã:

- Tôi sửa soạn mọi thứ để kịp tối nay ra khơi như mọi hôm thôi.

- Công việc đánh bắt trên biển có được thuận lợi không chú?

- Có hôm được nhiều, có hôm được ít, vì còn tùy thuộc vào thời tiết tốt xấu nữa.

- Không biết buổi sáng trên bến thuyền này có gì vui không?

- Ồ! Có nhiều du khách ghé đến đây từ rất sớm, họ không chỉ đợi ngắm bình minh, tham gia cùng ngư dân kéo lưới, xem ngư dân đi cà kheo đánh bắt tôm cá nhỏ trên biển, câu tôm he, mà còn thuê những chiếc thuyền nhỏ chèo ra khơi, xem ngư dân thả lưới nữa...

- Ôi! Chỉ nghe chú kể thôi, bọn cháu đã thấy hấp dẫn rồi.

- Vậy sáng sớm mai các bạn ghé lại đây trải nghiệm những gì các bạn yêu thích.

- Dạ! Chắc phải thế thôi ạ.

Trong lúc Nhã bận chào tạm biệt vị chủ thuyền thân thiện, khi quay ra tôi đã kịp nhìn thấy chiếc xe điện vừa bỏ khách xuống ở địa chỉ gần đó, liền ra hiệu nhờ chở về thị trấn ăn tối, trước khi quay về khách sạn nghỉ ngơi.

Sáng hôm sau, trong lúc mọi người còn đang yên giấc, tôi liền chở Nhã chạy ra bến thuyền, hy vọng sẽ là người có mặt trước tiên, nhưng không dè khi đến nơi đã thấy có người còn đến sớm hơn cả bọn tôi. Thấy vậy, bọn tôi bèn nhập bọn đi theo nhóm người tới trước, tham dự buổi câu tôm he, bằng cách rọi đèn chiếu sáng, buộc vào đầu sợi cước từng con ốc xoắn, rồi mang thả vào miệng hang làm mồi nhử, dụ cho tôm cắn mồi và cứ thế bắt bỏ vào thùng. Bất chợt, thấy xuất hiện trước biển, từng nhóm 5-6 người đi trên những đôi chân cà kheo cao chừng 1m hay còn được người dân địa phương gọi là "đi te", đang bủa lưới đánh bắt tôm cá giữa những con sóng dập dềnh, trông thật lạ mắt; đặc biệt, chứng kiến cảnh họ giữ thăng bằng trên đôi chân cao nghệu, giống như các nghệ sĩ xiếc đang trình diễn trên sân khấu màn kéo vó, khiến tôi và Nhã vô cùng thán phục. Chưa kể, từ nơi phía đông, một chấm lửa đỏ đang dần nhô lên khỏi mặt nước, rồi sau đó mau chóng biến thành một quả cầu lửa, in bóng trên nền trời thứ màu sắc chói lòa, tỏa sáng cả một góc trời, tạo nên bức tranh thiên nhiên vô cùng độc đáo; đồng thời, ngay sau vẻ đẹp ngỡ ngàng ấy, xuất hiện một đoàn gồm nhiều chiếc thuyền chở đầy ắp chiến lợi phẩm đánh bắt trong đêm, đang từ ngoài khơi trở về cập bến. Lập tức, sự im lặng vốn có trước đó đột nhiên bị phá vỡ, nhường chỗ cho những tiếng cười, tiếng nói vui vẻ của các chị phụ nữ, chen chúc, bên con thuyền của từng gia đình, mang vác, phân loại, sản phẩm nào cần bán cho mối lái thì bán ngay tại chỗ, cái nào ăn thì bỏ riêng ra một chỗ khác.

Kết thúc buổi sáng trải nghiệm các hoạt động trên biển cùng với ngư dân Thịnh Long, tôi chở Nhã quay về tắm rửa, ăn sáng, trước khi dong xe chạy ra quốc lộ 21, hướng về nơi có ngôi nhà thờ đổ nổi tiếng trên mạng, chạy thẳng tới.

Trên đường đi, lúc chạy ngang qua địa phận xã Văn Lý, bọn tôi tình cờ trông thấy có nhiều chòi lá ngộ nghĩnh, hình tam giác, với 2 mái úp vào nhau, phía trước cửa khóa, nằm chơ vơ giữa những cánh đồng trải dài tít tắp, không biết dùng để làm gì?

Tò mò, tôi dừng xe lại bên đường, rồi cùng Nhã men theo bờ đê, tiến về phía trước, tiếp cận các diêm dân đang chuyển đất trên xe cút kít hoặc sử dụng thuần thục các dụng cụ cào đất, sang lấp cho thật phẳng phiu trên những mảnh đất to cỡ vuông chiếu.

Cứ thế, bọn tôi tiến gần đến các diêm dân đang cần mẫn lao động, lên tiếng chào hỏi:

- Chào các cô chú! Cho bọn cháu hỏi thăm, những cái chòi lá nằm bờ ruộng kia, dùng để làm gì vậy ạ?

Người đàn ông đứng gần chỗ bọn tôi vui vẻ cho biết:

- Đó là nơi để dụng cụ nghề muối, đồng thời cũng là nơi cất giữ thành phẩm sau khi thu hoạch.

- Hiện giờ các cô chú đang làm gì vậy?

- Những ngày này trên các cánh đồng muối của tỉnh Nam Định, diêm dân chúng tôi đều tập trung ra đồng, khẩn trương cải tạo lại các ruộng muối, để chuẩn bị bước vào vụ mùa sản xuất mới.

- Công việc có vất vả lắm không?

- Quen rồi nên thấy bình thường thôi.

- Mỗi ngày công việc thường bắt đầu từ khi nào?

- Thường chúng tôi ra đồng từ 4-5 giờ sáng, chiều 5-6 giờ công việc mới tạm xong.

- Sản lượng thu hoạch thế nào ạ?

- Chỉ gói gọn trong vài phương muối, tính ra chẳng được

bao nhiêu tiền cho mỗi ngày công, vì vậy mà diện tích các cánh đồng muối ngày càng bị thu hẹp, chuyển dần sang việc nuôi trồng thủy sản có lợi hơn, thêm vào đó lực lượng lao động trẻ khỏe rời bỏ làng quê ra tỉnh hoặc đi làm ăn xa gần hết, trong làng chỉ còn lại những người già, phụ nữ và trẻ em.

- Toàn tỉnh Nam Định có bao nhiêu làng muối?

- Có cả thảy 9 xã, 2 thị trấn sản xuất muối tập trung tại 3 huyện ven biển là Giao Thủy, Hải Hậu, Nghĩa Hưng.

- Theo chú mùa nào thu hoạch sản lượng muối cao nhất?

- Trời càng nắng thu hoạch muối càng nhiều; ngược lại, chỉ còn biết ngồi chơi xơi nước.

- Nghề muối mỗi năm thường làm được mấy tháng?

- Khoảng 6 tháng, 6 tháng còn lại phải đi lưới cá, cào nghêu, nhặt ốc, kiếm sống qua ngày.

- Khó khăn lớn quá phải không chú?

- Khó mấy cũng phải cam chịu, bởi đây là nghề truyền thống, cha ông để lại.

Tạm biệt các diêm dân Văn Lý cần cù chất phác, tôi chở Nhã chạy dọc theo con đường đê biển Xương Điền, tìm đến kiến trúc độc đáo ngôi nhà thờ đổ Hải Lý, nghe chỉ dẫn ở cách xa đây chưa đầy một cây số.

Đang chú tâm chạy xe, tôi chợt nghe tiếng Nhã từ phía sau hỏi:

- Lý do vì sao ở vùng biển Hải Hậu ngày xưa lại tập trung nhiều nhà thờ anh biết không?

Tôi trả lời Nhã:

- Qua tài liệu để lại, cách đây hơn 400 năm, đa phần dải đất dài 20 cây số, nằm dọc bờ biển Hải Hậu, đều là vùng đất do biển Đông bồi lấp mà thành. Sau đó, một số người sinh sống từ các vùng lân cận, phát hiện thấy vùng đất tân bồi khá là mầu mỡ, nên đã tìm tới lập nghiệp ngày một đông, từ đó hình thành nên các làng muối, làng chài lưới, làng tơ tằm. Song song với việc khai hoang, lấn biển, bỗng một hôm người ta thấy xuất hiện các nhà truyền giáo phương Tây, theo đường biển tìm tới các làng xã mới thành lập, truyền bá đạo mới Thiên Chúa, khiến cho nhu cầu tín ngưỡng người dân càng được phát triển. Đặc biệt, trong thời gian này, các giáo sĩ phát hiện ra 2 làng Ninh Cương thuộc huyện Nam Chân và Trà Lũ thuộc huyện Giao Thủy, nên đã lưu lại để thực hiện ý Chúa. Lâu ngày, người ta không chỉ ngạc nhiên khi thấy nhiều nhà thờ mọc lên ở 2 huyện Giao Thủy, Nam Chân, mà còn lan ra các huyện khác như Xuân Trường, Hải Hậu, Nghĩa Hưng... đó cũng là lý do giải thích vì sao tỉnh Nam Định được gọi là thủ phủ của các nhà thờ.

Mải lo giải thích về chuyện nhà thờ, tôi chở Nhã về tới bãi biển Xương Điền lúc nào không hay, chừng nhìn lại thấy ngôi nhà thờ đổ Hải Lý hiện ra ngay trước mắt khiến tôi bỗng giật mình.

Nhìn thấy tôi có vẻ gì khác lạ Nhã liền hỏi:

- Bộ có chuyện gì vừa xảy ra với anh hay sao?

Tôi cười đáp:

- Bởi lo nói chuyện với em, nên khi quay lại, bất ngờ anh nhìn thấy ngôi nhà thờ đổ nên giật mình.

- Có phải đây là nhà thờ đổ Hải Lý mà nhiều người nhắc không?

Tôi xác nhận:

- Ngoài tên gọi nhà thờ đổ, nhà thờ này còn có tên là nhà thờ thánh Maria Madelena hay nhà thờ Trái Tim Giêsu.

- Nhà thờ xây dựng vào thời gian nào mà chóng trở thành phế tích vậy anh?

- Lịch sử của ngôi nhà thờ này dài dòng lắm, bởi vào đầu thế kỷ thứ 18, năm 1877, nơi bờ biển Xương Điền này, hiện diện một quần thể nhiều nhà thờ lớn nhỏ, trong đó phải kể đến nhà thờ Maria Madelena, được xây dựng đơn giản bằng mái lợp cỏ bối. Tuy nhiên, sau đó do sự khắc nghiệt của khí hậu cùng với sự xâm thực của nước biển, đã buộc nhà thời phải dời sâu vào trong đất liền 3 cây số. Cho nên, vào năm 1917 nhà thờ trái tim Chúa được xây dựng lần thứ 2 theo thiết kế của kiến trúc sư người Pháp tại vị trí hiện tại và hoàn thành sau 10 năm trên khuôn viên rộng 9.330 m², dài 43m rộng 15m, gồm tháp chuông cao 27m, vòm thánh giá cao 15m, kiến trúc cửa vòm, hoa văn trang trí theo phong cách Châu Âu. Nhưng trải qua 140 năm, từ 1877 đến nay, do xâm thực không ngừng của biển cùng với sự biến đổi khí hậu, nhà thờ trái tim Chúa lại phải di dời vào trong và xây dựng lại lần thứ 3, vì vậy nhà thờ cũ bị bỏ hoang trở thành phế tích.

Đặc biệt, trong cơn bão số 7 năm 2005, với sức tàn phá khủng khiếp, đã phá hủy toàn bộ tuyến đê bao bên ngoài, đồng thời xóa sổ luôn làng chài cùng với các nhà thờ ven biển Xương Điền, duy nhất chỉ còn sót lại nhà thờ trái tim Chúa, với tháp chuông, nền gạch và một phần tường phía Bắc.

Để cho Nhã tận mắt chứng kiến sự đổ vỡ, hoang tàn, từ ngôi nhà thờ cổ Hải Lý, tôi dựng xe ở bãi đất trống bên ngoài, hướng dẫn cô đi quanh ngôi nhà thờ nằm trơ trọi nơi ven biển, quan sát công trình xây dựng khá công phu, với những cửa vòm thiết kế mềm mại, uyển chuyển cùng với những hoa văn khắc họa tinh tế, được nhìn thấy trên đỉnh tháp chuông.

Nhã đi sát bên tôi vừa quan sát vừa hỏi:

- Nguyên nhân nào khiến cho ngôi nhà thờ bị hủy hại, anh có biết không?

- Do sự biến đổi khí hậu, thời tiết mưa bão, đã nhanh chóng hủy hoại toàn bộ công trình kiến trúc ngôi nhà thờ, từ cổng vòm, mái ngói, hoa văn, cho tới tháp chuông, tường nhà... đều bị đổ vỡ, hoặc nhấn chìm xuống đáy biển. Bên ngoài đã vậy, bên trong cũng chẳng hơn gì, nước biển xâm hại khắp bên trong, lấy đi mọi thứ, chỉ còn trơ lại khung xương, nền móng hòa lẫn trong cát biển, cây cỏ, rêu phong, mọc đầy trên nóc... hiện tại được các ngư dân sống quanh các ngôi làng gần đây, tận dụng làm nơi để đồ nghề đi biển.

Nhã do dự, rón rén bước từng bước đi trên sàn nhà còn ẩm ướt hỏi:

- Úa! Hôm qua đâu có mưa, sao trong này thấy đọng nhiều nước?

Tôi giải thích:

- Hiện tại ngôi nhà thờ đổ bị vây quanh bởi nước biển, nên mỗi khi thủy triều lên, nhà thờ lại bị ngập trong nước sâu khoảng 1m.

Nhã le lưỡi nói:

- Eo ơi! Khủng khiếp quá, nếu người ta không sớm có biện pháp khắc phục môi trường, e rằng chẳng mấy chốc tác phẩm mang đậm giá trị lịch sử, văn hóa, tôn giáo, do con người tạo nên sẽ bị nước biển nuốt chửng mất.

- Đúng vậy! Có thể trong tương lai chúng ta sẽ không còn trông thấy ngôi nhà thờ đổ hiện diện ở nơi này, nhưng tình cảm đối với kiến trúc ngôi nhà thờ đổ Hải Lý, vẫn luôn đọng lại trong tâm trí người dân nơi đây. May thay, vừa rồi anh nghe tin nói là "Để bảo vệ những dấu tích cuối cùng của nhà thờ Hải Lý, chánh quyền địa phương của tỉnh Nam Định, đã cho xây dựng hệ thống kè chắn sóng, tôn tạo lại nền cùng hệ thống tường rào bảo vệ xung quanh di tích, nhằm bảo đảm an toàn cho du khách"?

Rời khuôn viên nhà thờ, tôi đưa Nhã đi men theo bờ kè, đặt chân xuống bãi cát mịn màng, do nước thủy triều đã rút ra thật xa, tạo thành một sân chơi cho du khách, học sinh từ các trường học trong tỉnh, ghé đến vui chơi, tắm biển hoặc trải nghiệm thực tế cùng ngư dân làng chài nằm ngay bên cạnh nhà thờ đổ.

Nhân dịp này tôi hỏi Nhã:

- Em có muốn mua hải sản về Lạng Sơn làm quà không?

Nhã đáp:

- Thôi anh! Ngoài chợ Đông Kinh quê em cũng bán rất nhiều loại hải sản, mua ở đây lại phải mang vác khổ thân, chi bằng nếu anh muốn thưởng thức hải sản ở đây cho biết, em nghĩ mình nên ăn tại các quán ngay trên bãi, sau đó mang bụng no đi về cho khỏe.

- Em định từ đây về Lạng Sơn luôn chứ?

- Còn anh?

- Anh về Hà Nội rồi bay vào Sài Gòn cho tiện.

- Vậy em cùng về Hà Nội với anh cho vui.

Tôi đùa:

- Bộ xa anh em cảm thấy không yên lòng hả?

Nhã vui vẻ đùa lại tôi:

- Ừ! Chờ có dịp nào đó em sẽ bắt cóc anh luôn ấy chớ.

Quay lên bờ, bọn tôi đi tìm quán ăn tương đối bắt mắt, ghé vào ăn uống, trước khi quay về Nam Định trả xe, gọi limousine tốc hành dông tuốt về Hà Nội.

Trong lúc ngồi ăn tôi hỏi Nhã:

- Em cảm thấy chuyến đi này ra sao?

- Thậy tuyệt vời, bởi qua chuyến đi, em thấy quê hương mình ở đâu cũng đẹp, nhất là những ngày được sống với biển.

- Vậy mai kia mình sẽ tiếp tục đi chơi với nhau nữa chứ?

- Còn phải hỏi.

Thôi nhé! Xin chào tạm biệt vùng biển quê mẹ, bãi tắm Thịnh Long hoang sơ, duyên dáng, như cô gái dậy thì, bỡ ngỡ, e ấp, chân quê, nhưng vô cùng hấp dẫn với bất kỳ ai đã một lần đặt chân đến với Nam Định./.

(*) Bão. Tôi đã chứng kiến không ít những trận bão kinh hoàng xảy ra, không chỉ ở miền Trung mà còn ở cả đồng bằng Nam Bộ, nơi được xem là năm chừng mười họa mới thấy bão. Chính vì sự tự tin ấy, đã để lại không ít sự đau buồn, mất mát; nhất là đối với người dân nghèo. Còn nhớ, trong lần xuống Kiên Giang ghé về Cà Mau thăm gia đình người bạn, trên đường đi tôi đọc báo thấy tin bão số 5 hay tên quốc tế là Linda đang hướng vào miền Tây Nam Bộ. Thoạt nghe, tôi tỏ ra lo sợ trong khi dân tình có vẻ thờ ơ, nên khi cơn bão với cường độ mạnh quét qua, đã làm cho cả ngàn người mất tích, người chết, thiệt hại vật chất thống kê ước đến hơn chục ngàn tỷ đồng.

(**) Sau hiệp định Genève, một số đông người công giáo di cư từ miền Bắc Vào miền Nam, lập ra nhiều làng công giáo ở quận 8, ngã 3 Ông Tạ, Xóm Mới; đặc biệt ở Hố Nai, Gia Kiệm kéo dài lên tới Định Quán (dọc theo quốc lộ 20, đường lên Đà Lạt). Mỗi mùa Giáng Sinh có dịp đi ngang qua những nơi này, người ta bắt gặp trước các ban-công nhà thờ, giáo dân trang trí những máng cỏ, hang đá, hình Chúa Jésu... rất lạ và đẹp mắt.

LÝ SƠN
VƯƠNG QUỐC TỎI

Chuyến công tác của tôi tại Quảng Ngãi không ngờ lại kết thúc sớm hơn dự kiến đến vài ngày. Tận dụng thời gian này, tôi muốn ghé thăm Nguyện, cô sinh viên hai năm trước đã thuê phòng trọ học ngay cạnh nhà tôi, để học nốt những năm cuối của ngành du lịch. Khổ nỗi, trước khi ra trường về quê tìm việc làm, tôi quên không hỏi xin địa chỉ nơi cô, mà chỉ nghe kể loáng thoáng trong một lần tâm sự, rằng gia đình cô sống ở ngay biển Mỹ Khê này. Bởi. Tôi đâu ngờ có ngày lại đứng ngay trên bãi biển quê hương cô. Nghĩ. Việc đi tìm nhà cô giữa khu dân cư đông đúc như thế này, chắc cũng không thua gì chuyện mò kim dưới đáy biển. Cực chẳng đã, tôi đã phải nhờ vào danh bạ điện thoại, lục tìm số để gọi cho cô mà trong lòng thấp thỏm cầu mong sao số điện của cô vẫn như cũ.

Chuông reo. Giọng nữ trong trẻo từ đầu dây bên kia mừng rỡ, hỏi:

- Anh Nguyên phải không?

Tôi không sao giấu được sự hồi hộp đáp:

- May mắn là số điện thoại của em không thay đổi.

- Anh đang trong Sài Gòn hay đâu?

- Hiện tại anh đang có mặt tại bãi tắm Mỹ Khê - Quảng Ngãi.

- Anh ra công tác hay có việc gì?

- Công tác. Nhưng giờ công chuyện đã xong, anh định ghé qua nhà thăm em đây. Em có nhà không?

- Em xin lỗi anh, ở Mỹ Khê hiện chỉ có gia đình em ở đó thôi, còn em đang ở ngoài đảo Lý Sơn kia.

- Em làm gỉ ngoài đó?

- Kinh doanh ngành công nghiệp không khói ạ.

- Chính xác lĩnh vực nào?

- Em mở một cái homestay.

- Nhất em rồi, vì có mấy ai ra trường được làm đúng ngành nghề mình đã học đâu.

- Vậy sáng mai mời anh ra đảo chơi với em một chuyến?

Tôi thắc mắc hỏi ngược lại cô:.

- Cơ duyên nào khiến em lại chọn Lý Sơn để khởi nghiệp vậy?

- Chẳng giấu gì anh, sau khi tốt nghiệp về lại quê nhà, em dành ra một thời gian đi tìm hiểu công việc nhiều nơi, cuối cùng nhận ra tìm năng du lịch ở đảo Lý Sơn còn rất lớn. Bởi. Lúc này người làm du lịch ở đó chưa nhiều, chưa thật sự chuyên nghiệp, nên em bàn với gia đình cho mượn miếng đất của ngoại bỏ không từ nhiều năm, để kinh doanh ngành du lịch. May thay, gia đình em chẳng những đồng ý, mà còn hỗ trợ cho em hết mình trong việc khôi phục lại ngôi nhà cũ; đồng thời, xây dựng thêm vài gian nhà sàn bằng gỗ, vừa thân thiện với môi trường vừa đỡ tốn kém.

- Từ biển Mỹ Khê ra đến chỗ em bao xa?

- Sáng sớm, anh di chuyển bằng xe ôm đến cảng Sa Kỳ chừng 10 phút, kế đó ngồi tàu cao tốc 30 phút nữa, sẽ ra đến đảo Lý Sơn.

Sau vài phút tìm hiểu trên mạng, tôi được biết đảo Lý Sơn hình thành do sự phun trào nham thạch từ 5 ngọn núi lửa, cách đây khoảng 25 đến 30 triệu năm. Đảo nằm cách đất liền 15 hải lý, gồm 2 Đảo Lớn, Đảo Bé và hòn Mù Cu.

Hiện nay đảo Lý Sơn là một huyện đảo thuộc tỉnh Quảng Ngãi, hay còn gọi là cù lao Ré trước đây. Theo lý giải của người dân Bình Sơn, sở dĩ gọi cù lao Ré vì trước đây trên đảo thấy mọc cây ré rất nhiều. Đây là cây thân gỗ, cao vài chục mét, một người ôm không xuể. Mỗi khi muốn hái quả, người ta thường phải leo cây thật cao, rồi dùng rựa chặt cành, mé nhánh cho nó rơi xuống đất, sau đó vặt lấy những chùm quả chín có màu vàng mà ăn. Ngoài ra, tôi còn đọc thấy có nơi nói, cây ré là loài thân thảo, thuộc họ gừng, như cây gừng gió, riềng, ngải, cao 2 mét, dùng làm thuốc chi đó, nhưng tôi tin người dân ở Quảng Ngãi mô tả cây ré chính xác hơn.

Chưa biết phải trả lời Nguyện ra sao, bởi tôi cảm thấy có chút do dự khi nghĩ về chuyện tình cảm trước đây:

- Anh sẽ trả lời em sau nửa giờ nữa nhé.

Nguyện khẩn khoản mời:

- Nhân cơ hội này anh ra chơi với em một chuyến đi. Em rất mong được gặp lại anh. Anh không ra là em giận luôn đó.

Hình ảnh cô sinh viên xõa mái tóc dài trong gió, đạp xe lướt qua trước cửa nhà tôi, mỗi sáng trên đường đến giảng đường, hiện ra trong đầu tôi với nụ cười duyên "mình về có nhớ ta chăng, ta về ta nhớ hàm răng mình cười".

Nghĩ tới lời mời của Nguyện, tôi cảm thấy sung sướng tận mé thiên đường, nhưng cố làm màu mè, hoa lá cành, nhằm tạo cho mình chút giá trị hão huyền. Chứ thật ra trong thâm tâm, tôi mong sớm được gặp lại người đã khiến cho trái tim bao chàng trai phải điêu đứng; dĩ nhiên, trong số người đó tôi cũng không ngoại lệ, vì từng có thời gian đi theo phía sau cô làm chiếc đuôi không biết ngượng ngùng.

Tóm lại, chuyến đi ra đảo thăm Nguyện là có thật, vì trước mắt "xem dung nhan đó bây giờ ra sao", tiện thể khám phá luôn "Vương quốc tỏi", địa danh đang rất "hot" trên bản đồ du lịch đất nước, được giới trẻ từ Nam chí Bắc mong ước, ít nhất có được một lần đặt chân tới trước khi chết.

Thế là, ngay sáng hôm sau tôi rời khách sạn sớm, di chuyển đến cảng Sa Kỳ, đổi vé điện tử do Nguyện đặt trước, lấy vé lên tàu ra đảo Lý Sơn.

Lênh đênh trên biển độ nửa giờ, tôi bỗng nhận ra một số hành khách đi chung chuyến tàu, chộn rộn hẳn lên bên mớ hành trang mang theo. Tôi vội nhìn qua khung của nhỏ bên cạnh chỗ ngồi, thấy một đàn chim Hải Âu bám sát theo tàu tìm thức ăn, nên ước chừng con tàu sắp cặp vào cảng

Chợt chuông điện thoai để trong túi quần tôi reo lên. Tôi cầm lấy máy:

- Alô!

- Anh thấy sức khỏe thế nào. Có bị say sóng gì không?

- Chào em. Buổi sáng biển quê em xanh biếc và đẹp một cách lạ lùng.

- Hi hi! Em đang có mặt trên cầu tàu đón anh và một số khách từ Hà Nội vào.

- Em quả thật chu đáo.

- Nghề nghiệp bắt phải vậy thôi chứ em có hay ho gì đâu.

Trong lúc chuyện trò với Nguyện qua điện thoại, tôi quên

không để ý tới con tàu đã cập cảng từ lâu. Tới chừng quay nhìn lại, mới hay số hành khách đã vơi quá nửa, may mà nơi cửa lên xuống vẫn còn một số đông người nối đuôi nhau. Mừng vì đã không làm phiền mọi người, nên tôi cố ngồi chờ thêm chút xíu, dẫu có là người khách cuối cùng rời tàu cũng chẳng chết thằng Tây nao; trái lại, sau lưng tôi còn có mấy chị phụ nữ chưa giải quyết xong chuyện con cái.

Từ dưới tàu vừa đặt chân lên cầu cảng, thay vì tiếp xúc với cuộc sống chân thực của ngư dân trên đảo qua việc đánh bắt trên biển trở về, tôi bị ngay đám đông người trì kéo, buôn bán, mời chào các dịch vụ, ăn uống, khách sạn, cho thuê xe máy...

Phải từ chối khéo lắm, tôi mới thoát ra khỏi số đông người huyên náo vây quanh, tiến về phía Nguyện đang đưa cao tay vẫy vẫy lá cờ đuôi nheo làm hiệu.

- Xin lỗi mọi người, mình phải nhường đường cho những người lớn tuổi, nên có mặt hơi muộn, bắt mọi người phải chờ lâu.

Nguyện thay mặt cả nhóm tươi cười nói:

- Không có chi đâu anh, bọn em cũng vừa tập hợp đủ quân số.

Nhìn các cô gái trẻ đẹp đứng cạnh Nguyện tôi hỏi:

- Các bạn gái này là sao?

Một trong số các cô nhanh miệng trả lời:

- Bọn em là khách Hà Nội đặt homestay của chị ấy qua mạng.

- Thì ra lúc nảy tôi có nhìn thấy các cô trên cùng chuyến tàu.

- Nghe chị Nguyện kể anh là bạn của chị ấy?

- Bạn láng giềng trước đây vài năm.

Một cô trong số các cô gái nói lời trêu chọc:

- Cớ chi anh phải giải thích, nếu là bạn tình xem ra cũng hợp đôi lắm.

May sao, vừa khi đó chiếc xe 9 chỗ ngồi cũng kịp trờ tới, đón mọi người lên xe, quay đầu chạy thẳng vào trung tâm đảo.

Sau khi sắp xếp chỗ nghỉ cho các cô gái Hà Nội xong, Nguyện ghé qua phòng tôi ngồi trò chuyện:

- Nhìn anh chả khác trước mấy.

Tôi đùa:

- Còn em khác hẳn trong mắt anh.

- Khác chi đâu anh?

- Ra dáng cô chủ trẻ thấy rõ.

- Anh ghẹo em chi tội vậy?

- Điều đó cho thấy sự khởi nghiệp của em mang lại sự thành công, bởi ngoài môi trường làm việc thích hợp với ngành nghề mình đã học ra, em còn nhạy bén năm bắt thời cơ, xu hướng thị trường, vừa trẻ đẹp, thành thao vi tính, giỏi Anh văn, lại vừa ăn nói có duyên.

- Anh quá đề cao em rồi đó, thật ra mấy năm đầu công việc cũng trầy vi tróc vẩy chứ không được như bây giờ đâu.

- Vạn sự khởi đầu nan ai chả thế.

Sợ để lộ sự hổ thẹn trước mặt tôi, Nguyện đỏ ửng đôi má, lí nhí hỏi tôi:

- Anh đã lên kế hoạch khám phá nơi nào trên đảo chưa, hay để em kết hợp với các cô gái Hà Nội lúc nãy đi chơi cho vui?

Tôi lắc đầu đáp:

- Nếu không được đi bên em, anh thích đi một mình ngao du ngắm cảnh, hơn là đi với người lạ.

- Anh yên tâm, em sẽ cố gắng thu xếp cộng việc để đi chơi cùng anh ở Đảo Lớn nguyên cả ngày luôn.

- Có cản trở công việc của em không?

- Có người thế nên anh không phải lo.

- Theo em bây giờ anh nên đi đâu?

- Mới có hơn 8 giờ sáng, em nghĩ anh nên khám phá Đảo Bé trước, đến 14 giờ trưa quay về lại Đảo Lớn, nghỉ ngơi một chút, sau đó ghé thăm chùa Đục, Giếng Tiên, ngắm hoàng hôn ở cổng Thạch Tò Vò.

Nghe theo sự tư vấn của Nguyện, trước hết tôi tìm hỏi xin hoặc mua ngay một tấm bản đồ du lịch trên đảo Lý Sơn. Chuyện này xem ra không khó, bởi các khách sạn hay các điểm kinh doanh du lịch thường phát không, hoặc chí ít cũng có bản in photo bản đồ dành tặng cho du khách. Kế đó, tôi gọi ngay xe chở thẳng ra bến cano, mua vé tàu ra Đảo Bé.

Trong lúc chờ tàu khởi hành, tôi liếc mắt đọc trên tấm pano đặt cạnh quầy bán vé, thấy giới thiệu diện tích Đảo Bé lớn chưa đầy một cây số vuông, dân cư thưa thớt, một số ít nếu không hành nghề đánh cá thì trồng hành trồng tỏi. Thời gian di chuyển bằng xuồng bay, dân địa phương gọi thay cho cano, ra đảo mất khoảng 10 phút.

May thay, ở trên tàu tôi ngồi cạnh một anh bạn trẻ, làm việc văn phòng hay dạy học gì đó ngoài đảo, bởi trong mắt anh ta, tôi bắt gặp vẻ hiền lành, thân thiện, qua cách cư xử lễ độ với người mọi người. Vì thế tôi có ngay thiện cảm với anh, nên bắt chuyện làm quen:

Tôi cất tiếng hỏi anh:

- Xin lỗi! Anh có phải là dân địa phương của Đảo Bé?

- Không. Gia đình tôi sống ở Đảo Lớn.

- Anh ra đây chơi hay đi công việc?

- Tôi ra thăm bà ngoại bị bệnh.

- Cho hỏi khi lên đảo, tôi có thể dùng phương tiện nào, để di chuyển quanh đảo?

- Anh yên tâm, trên bến có rất nhiều xe điện, xe ôm, chờ sẵn để phục vụ quí khách. Hơn nữa, đảo không lớn, nếu có thời gian tôi khuyên anh nên đi bộ, vừa ngắm cảnh vừa hít thở không khí trong lành.

- Trên đảo đã có điện nước đầy đủ chưa?

- Đã có hệ thống cáp ngầm dẫn điện từ trong đất liền ra tới tận đảo, nhưng nước ngọt thì phải mua từ bên Đảo Lớn chở sang. Tuy nhiên, gần đây nhà nước đã đầu tư cho ngoài này một máy lọc nước biển thành nước ngọt, song chỉ dùng được trong sinh hoạt như, tắm giặt, vệ sinh, chứ không thể nấu ăn được.

Buổi trò chuyện giữa 2 chúng tôi tới đây thì dừng lại, vì tàu cặp vừa cặp cầu cảng Đảo Bé.

Lên bờ, sau khi vượt qua cổng chào, tôi đi bộ bên cạnh anh bạn vừa quen, tiến sâu vào ngôi làng nằm ngay bên đường đi, mở ra đầy đủ dịch vụ cà phê, ăn uống, karaoke, nhà nghỉ; đặc biệt, trên tường nhà nào cũng thấy vẽ cảnh sinh hoạt, vui chơi trên biển. Hỏi thăm mới biết nơi đây được gọi tên: Làng Bích Họa.

Bắt tay chào từ biệt tôi, anh bạn cho biết đã về đến nơi anh cần đến, rồi khuyên tôi cứ thẳng đường đi tới mà không sợ lạc, bởi chạy quanh đảo chỉ có mỗi con đường bê tông độc nhất này. Con đường tương đối sạch sẽ, hai bên cây cỏ xanh tốt, cùng với những bãi bờ trông rất tình tứ, lãng mạn bên những rặng dừa đứng xõa tóc lay bay, nghiêng mình ra phía biển đón gió.

Lội bộ hơn nửa giờ trong cái nắng gió của biển, tôi đặt chân tới địa danh nghe khá lạ tai "Hòn Đụn", bắt gặp nhiều hình thù kỳ thú nơi đá nham thạch đen nhánh, chứng tích của sự phun trào núi lửa vào cuối kỷ nguyên Neogen để lại trên biển.

Theo chân các cô gái đi xuống biển, tôi bất ngờ khi phát hiện trước mắt mình, một bãi cát trắng phau, mịn màng, trải dài ra tận mép nước trong veo, xanh ngọc, nằm lọt thỏm giữa các khối nham thạch và những rạn san hô đầy màu sắc. Chưa kể gần đó, người dân có sáng kiến, dùng cây rừng lấy từ trên đảo, bắt từ trong bờ ra tới các mõm đá nổi lềnh bềnh trên mặt nước, một cây cầu gỗ đơn sơ "Cầu Tình Yêu" nhưng không kém phần lãng mạn, nhằm phục vụ cho những ai thích chụp hình, sống ảo, mà không sợ bị ướt, giày dép, áo quần, với giá chỉ bằng một que kem.

Rời Hòn Đụn, tôi tiến về nơi được gọi là Bon Tàu, lội quanh các khối nham thạch, xem người ta đi tìm bắt loài đỉa biển hay còn gọi con đồn đột hay hải sâm. Loài động vật quí hiếm, nhiều chất dinh dưỡng, thoạt nhìn chẳng khác chi con đỉa thường thấy, nhưng to hơn và có màu sắc biến đổi tùy theo vùng nước nông sâu. Thông thường, để bắt được nó người thợ lành nghề phải lặn sâu xuống tận đáy biển, nhưng ở vùng Bon Tàu này, đỉa biển lại nấp trong các hốc đá nên rất dễ bắt.

Nhác thấy bóng anh thanh niên đi mò bắt hải sản đang tiến gần tới chỗ tôi đứng, bèn lên tiếng hỏi thăm:

- Anh trai ơi đã thu được nhiều chiến lợi phẩm chưa?

Chìa chiếc thùng nhựa ra cho tôi xem và trả lời:

- Được hơn chục con ốc và đỉa biển.

- Anh bắt về ăn hay bán?

- Để ăn là chính còn dư mới bán.

- Những con đỉa làm được món gì hả anh?

- Có thể ăn tái, làm gỏi, chưng cách thủy, chiên giòn, nấu cháo... tùy.

- Sơ chế có khó không?

- Chỉ cần kiên nhẫn và thời gian.

- Anh có thể nói rõ hơn không?

- Trước hết mổ bụng con đỉa ra, rửa sạch cát bên trong, rồi ngâm nó trong nước muối khoảng nửa tiếng để loại bỏ mùi tanh, sau đó luộc chín, lấy thanh tre căng ra, trước khi mang phơi cho thật khô, khi nào dùng chỉ cần luộc lại lần nữa.

Chuyện tới đây làm tôi sực nhớ đã nghe ai đó kể, ở đảo Jeju bên Hàn Quốc, người dân trên đảo không chỉ thích ăn thịt đỉa biển sống mà còn xem nó như là món ăn truyền thống, bởi nó là động vật sống hoang dã dưới đáy biển, nên thịt vừa có chất lượng tốt vừa có giá trị dinh dưỡng cao. Ngoài ra, nếu được chấm với loại nước tương đặc biệt làm ra trên đảo, sẽ để lại hương vị thơm ngon đến tuyệt vời.

Trở lên bờ, tôi tiếp tục đi về hướng Bãi Sau, ăn trưa ở quán có mặt tiền quay nhìn ra biển, thuận lợi cho thực khách vừa thưởng thức món ăn vừa tận hưởng không khí biển. Ở đây, ngoài thực đơn chính là các món hải sản quen thuộc ra, tôi gọi thêm một con cá Tầm Ma nướng. Đây là loại cá quí hiếm, khó đánh bắt, không sợ đụng hàng với bất kỳ loại cá nào trong đất liền. Cá có vảy màu nâu đen, thân dẹp, hình dáng rất giống cá rô phi nước ngọt, nhưng to hơn. Cá sống chủ yếu trong các rạn san hô sâu dưới đáy biển, thịt dai, ngọt, đặc biệt phần lườn gây ấn tượng nhờ có vị béo rất riêng.

Vừa thưởng thức các món hải sản, tôi vừa hướng mắt nhìn

ra biển, thấy số đông bạn trẻ đang đổ về Bãi Sau, cắm trại, tắm biển, thuê thuyền thúng ra xa bờ, lặn ngắm san hô. Cho dù bãi tắm nơi đây không mấy lớn; bù lại, nước trong vắt, cát trắng mịn màng, nằm lọt thỏm giữa 2 vách đá nham cao sừng sững, đen nhánh.

Vô tình khi quay lại, tôi bắt gặp ánh mắt của người đàn ông ngồi ở bàn bên cạnh, nhìn tôi cười cười với vẻ mặt thân thiện.

Ông ta lên tiếng chào hỏi tôi:

- Cậu ra đây mà không đi bạn gái sao?

Tôi đáp:

- Tôi đi công tác trong Quảng Ngãi, tiện thể ghé ra đây cho biết.

- Cậu thấy Đảo Bé thế nào?

- Đẹp, hoang sơ, nhưng nếu so sánh với Maldives thì thiếu hẳn vẻ hoành tráng hơn nhiều.

- Tôi chưa từng ra khỏi Lý Sơn làm sao biết Mal... gì mà cậu nói đó ở đâu?

Tôi chợt hiểu nên giải thích ngắn gọn với ông ta:

- Đó là đảo quốc gồm nhóm các đảo san hô nằm ở biển Ấn Độ Dương.

- Hu hu. Tui biết ở đâu chết liền.

Tôi buột miệng hỏi:

- Ông làm nghề gì ngoài này?

- Ngày nào không đi biển thì phụ tụi nhỏ bán quán ăn.

- Quán này của con ông?

- Con gái.

- Trong tương lai du lịch ngoài đây phát triển, chắc người dân sẽ khá hơn nhiều?

- Dân tui đang lo thì có.

- Lo về điều chi?

- Có tin tập đoàn lớn nào đó, đã mua toàn bộ Đảo Bé này rồi, tới lúc đó người dân chúng tôi không biết sẽ đi đâu về đâu?

Trước thông tin không vui của người đàn ông, tôi chỉ còn biết ngồi im, lắc đầu ngao ngán cho thế sự thăng trầm. Bởi. Đảo Bé từng được đánh giá là thiên đường giữa biển, đẹp đến nao lòng, thì tránh sao khỏi sự dòm ngó của các tay trùm lợi ích nhóm, chỉ chăm chăm làm giàu trên xương máu người dân vô tội. Càng nghĩ tôi càng thấy xót thương cho hoàn cảnh của người lao động, thấp cổ bé miệng, không biết kêu ai ngoài ông trời. Mà trời thì cao quá, không biết mai này khi mảnh đất đã nuôi sống bao thế hệ, bỗng dưng bị mất trắng trong một ngày nào đó, gia đình họ sẽ ra sao?

Buồn. Tôi cảm thấy không còn lòng dạ nào để vui trên nỗi đau người khác, nên vội đứng lên chào từ biệt người đàn ông chân chất, sớm quay về Đảo Lớn.

Nghỉ ngơi, tắm rửa xong, tôi lấy lại sự bình tĩnh, hỏi thăm đường để ghé tới viếng Chùa Hang hay còn gọi là Thiên Khổng Thạch Tự, được xây dựng cách nay hơn 400 năm dưới triều vua Lê Kinh Tông, bởi ông Trần Công Thành, một trong những người có công tạo dựng chùa cùng khẩn hoang, mở đất, lập làng An Hải- An Vĩnh xưa.

Sở dĩ gọi là chùa Hang vì chùa nằm trong một hang núi lớn nhất của dãy Thới Lới. Để đến được ngôi chùa này, tôi phải đi vòng qua một eo núi, mà đứng từ trên cao nhìn xuống, thấy có nhiều ruộng lúa, ruộng ngô, ruộng hành tỏi, mọc lên xanh rờn trên nền cát trắng. Sau đó, lội bộ vài bậc thang xuống lưng chừng núi, gặp ngay một khoảng sân rộng, ở giữa có hồ sen, tượng Phật Bà, cùng nhiều cây bàng biển có tuổi đời lên đến hàng trăm năm.

Tiến gần tới trước chánh điện, đập vào mắt tôi là cái nhũ đá đang nhỏ từng giọt nước mát lạnh xuống chiếc bể xi măng, ghi dòng chữ "Giếng Trời". Bước qua cửa vào bên trong chánh điện, thấy trên ban thờ bằng đá, người ta thờ tượng Đức Phật, các vị thánh, các vị tiên hiền đã góp công khai hoang lập ấp. Sâu vào trong, gặp 2 lối đi vừa hẹp vừa dài hun hút, nằm đối nghịch nhau, được người dân địa phương tin gọi là đường lên trời và đường xuống địa ngục.

Thăm thú xong Chùa Hang quay ra, tiện thể trên đường về, tôi ghé thăm di tích, thắng cảnh chùa Đục hay còn gọi là chùa Không Sư hay tên chữ là Đỉnh Liêm Tự, nằm cách xa chùa Hang chưa đầy mươi phút đi bộ. Nhờ hai nơi ở rất gần nhau, nên tôi đỡ phải mất nhiều thời gia di chuyển, nhưng cũng đã nhìn thấy tượng Phật Bà Quan Âm trắng tinh khiết, đứng quay nhìn ra biển, ở lưng chừng núi Giếng Tiền, một nhánh nham thạch núi lửa tuôn trào ra biển cách nay hàng triệu năm.

Sau khi vượt qua cổng chùa dưới chân núi, tôi leo hơn 100 bậc thang, để có mặt đứng trước khuôn viên Quan Âm Phật Đài hình ngũ giác, có lan can vây quanh, nền lát gạch, chính giữa xây một tòa sen, bên trên đặt tượng Phật Bà Quan Âm cao 27 mét.

Bên dưới chân tượng là các án thờ dẫn lên điện thờ ăn sâu vào lòng núi cùng phù điêu đắp hình con rồng đang quẫy mình dưới nước. Chùa gồm cả thảy 3 động đá. Động lớn nhất ở chính giữa là chánh điện, thờ đức Phật, đức Địa Tang, Bồ Tát, vị Tổ khai sơn. Động nhỏ ở phía Đông thờ Tam Thế Phật và Động Viên Giác ở phía Tây, là nơi dành cho các nhà sư tọa thiền.

Men theo sườn núi lửa sau lưng chùa, tôi tiếp tục đi lên

đỉnh Giếng Tiền, cảm giác như đang lạc vào chốn bồng lai tiên cảnh, qua vẻ đẹp hút hồn của một nửa bên núi nhô ra biển, nửa còn lại bám sâu vào vách đá cao sừng sững.

Từ trên cao nhìn xuống miệng núi lửa đã tắt Giếng Tiền, tôi không thấy hiện diện một bóng cây nào nơi lòng chảo; ngoại trừ, màu đất đỏ bazan cùng loài cỏ dại mọc lan trên đất. Hỏi người dân địa phương mới hay, đây là vùng đất linh thiêng, chỉ các pháp sư mới được lấy đất mang về nặn thành hình nhân, xương cốt, người lính Hải Đội Hoàng Sa đi làm nhiệm vụ bảo vệ chủ quyền biển đảo Tổ Quốc, có đi mà không có về, được chôn trong các ngôi mộ gió có khắp nơi trên đảo, kể từ thời vua Minh Mạng còn đang trị vì đất nước.

Nhìn đồng hồ thấy đã hơn bốn giờ chiều, tôi nghĩ giờ này ghé về Cổng Thạch Tò Vò ở cách xa đây chừng 200 mét, chắc cũng chưa có đông người ghé đến chờ đợi, để được ngắm cảnh hoàng hôn, chụp ảnh, này nọ. Bởi. Ngoài việc là thắng cảnh nổi tiếng, nó còn là một trong những kiệt tác độc đáo, do quá trình hoạt động của 5 ngọn núi lửa có mât trte6n đảo, phun trào nham thạch xuống biển gặp nước đông chúng lại thành ra vòm đá cao tầm 2 m 5, xảy ra cách nay hàng triệu măm, mà thiên nhiên muốn ban tặng riêng cho người dân trên đảo Lý Sơn.

Từ xa, trên đường đi tới Cổng Thạch Tò Vò, tôi đã sớm nhận ra hình hài chiếc cổng khá lạ lẫm, nổi bật trên bãi đá đen bóng, nhấp nhô bên làn nước trong xanh màu ngọc bích. Nghe kể, ngoài tên Cổng Thạch Tò Vò ra, du khách đến đây còn đặt cho nó một cái tên nghe khá mỹ miều "Cổng Thiên Đường".

Khác với những gì tôi nghĩ cách đây vài phút, dưới bãi đá, các nhóm khách du lịch đã có mặt tại Cổng Thạch Tò Vò từ rất sớm. Đông nhất vẫn là các nhóm khách nữ, nhanh chân xí chỗ cho mình những nơi có góc ảnh ưng ý, tạo dáng, bấm máy liên tục trước chiếc cổng đá vô tri vô giác.

Không mấy thích thú trước cảnh chen lấn, chụp choẹt, ồn ào đang diễn ra, tôi tìm tới cái gốc cây bị cưa cụt có thể thay ghế, ngồi lên đó, ngắm những tia nắng cuối ngày, để lại ánh hào quang bảy sắc cầu vồng lên vòm đá, trông thật là sinh động và lãng mạn. Có lẽ, chính vì hình ảnh sống động đó, mà Cổng Thạch Tò Vò trở nên hấp dẫn, lôi cuốn không ít giới trẻ ghé đến sống ảo?

Trước khi kết thúc ngày đầu tiên lang thang trên đảo Lý Sơn, tôi thẳng đường đi về chỗ trọ, tắm rửa, chờ giờ ăn cơm tối cùng với các cô gái đến từ Hà Nội.

Trong bữa ăn, các cô gái đã không tiếc lời ca ngợi vẻ đẹp tiềm ẩn của biển đảo nơi đây, khi lần đầu tiên đến với biển xanh, cát trắng và nhất là được chạm tay lên các vách đá nham thạch mang hình thù lạ lẫm, do hiện tượng núi lửa phun trào để lại với vô số cảnh quan kỳ vĩ.

Đến gần cuối bữa ăn, Nguyện chợt xuất hiện với dĩa trái cây đặc sản Lý Sơn, mang tới mời từng người ăn tráng miệng cùng những lời thăm hỏi chân tình về chuyến trong đi ngày, xem có ai phàn nàn gì không; đồng thời, giới thiệu chợ đêm trên đảo sắp diễn ra tại cầu cảng với nhiều món ăn hải sản hấp dẫn.

Sau khi từ chối lời rủ rê của các cô gái đi chơi chợ đêm, tôi ngồi lại chuyện trò với Nguyện.

Thoạt tiên cô hỏi tôi:

- Hôm nay anh đã đến những đâu?

Tôi trả lời cô:

- Sáng đi Đảo Bé theo lời khuyên của em, xế trưa về nghỉ ngơi một lát, chiều ghé chùa Hang, chùa Đục, núi Giếng Tiền, Cổng Thạch Tò Vò.

Nguyện trố mắt ngạc nhiên nhìn tôi hỏi:

- Anh định mai về sớm hay sao mà hôm nay đi nhiều vậy, mệt chết, hèn gì lúc nãy mấy em đẹp rủ đi chợ đêm anh từ chối?

- Không phải như em nghĩ dâu, bởi các món hải sản ở chợ đêm nào cũng giống nhau; ngoại trừ, món cá Tâm Ma là đặc sản của Lý Sơn, thì trưa nay anh đã thưởng thức bên Đảo Bé rồi.

- Ồ! Vậy là anh may mắn lắm đó, vì mùa này cá Tầm Ma rất hiếm.

- Sáng mai em không bận chứ?

- Em đã thu xếp công việc để sáng mai đi với anh rồi.

- Liệu trong buổi sáng mai chúng ta có thể đi thăm hết các thắng cảnh còn lại trên đảo Lý Sơn không?

- Nếu anh không sợ bị đen như dân Châu Phi?

- Ồ! Nhằm nhò gì chuyện đó.

- Anh muốn chiều mai về lại đất liền hay sao?

- Em đặt vé chuyến bay Chu Lai về Sài Gòn giúp anh nhé.

- Anh muốn bay chuyến mấy giờ?

- Chiều hay tối gì cũng được.

- Dạ. Vậy anh nghỉ sớm đi, mai mình sẽ khởi hành thật sớm cho mát.

- Hẹn gặp lại em sáng mai.

- Chúc anh buổi tối an lành.

Y hẹn. Sáng ra tôi được đánh thức dậy thật sớm, điểm tâm bằng tô bún cá to chà bá, trước khi dùng xe máy của Nguyện, chở cô chạy dọc đường bê tông ven biển, ghé thăm địa điểm đầu tiên là Nhà trưng bày Hải Đội Hoàng Sa Kiêm Quản Bắc Hải. Nơi đang lưu giữ trên một trăm hiện vật của đội tàu hàng hải, do chúa Nguyễn ở xứ đàng trong lập ra từ thế kỷ 17, với mục đích di chuyển từ trong Quảng Ngãi ra các đảo thuộc quần đảo Hoàng Sa, khai thác hải sản, thu nhặt hàng hóa trên các tàu thuyền bị đắm hay trôi dạt vào các đảo, bên cạnh đó cò trưng bày nhiều tư liệu quí, bản đồ, chứng minh Hoàng Sa Trường Sa là của VN.

Phía trước nhà trưng bày là một khuôn viên rộng rãi, thoáng mát, cùng với cụm tượng đài bằng đá, trang trọng, uy nghi, hoành tráng, phác họa hình ảnh 3 chiến binh Hoàng Sa, trong đó người đứng giữa mặc quan phục triều đình, một tay chỉ ra biển nơi có đảo Hoàng Sa, tay kia đặt lên cột mốc khắc dòng chữ "Vạn lý Hoàng Sa". Đứng cạnh người này là hai người lính, người đứng bên phải cầm giáo thể hiện hình ảnh người lính bảo vệ Tổ quốc, người đứng bên trái vác lưới vừa là ngư dân vùa là lính trong đội tàu hàng hải. Và. Đi vòng ra sau cụm tượng, thấy khắc trên đá dòng chữ Nôm "Bảng Quốc Hải Cương Hoàng Sa Xứ Tối Thị Hiểm Yếu".

Đặt chân vào bên trong nhà trưng bày, đập vào mắt tôi là mô hình chiếc thuyền dùng chở những người lính ra bảo vệ các đảo thuộc Hoàng Sa, các linh vị thủy binh, các vật dụng mà người lính hải đội Hoàng Sa phải mang theo gồm: 2 chiếc chiếu, 7 thanh tre, 7 sợi dây mây, 1 thẻ bài. Bình thường, chiếu dùng để lót nằm, chẳng may xảy ra chuyện không hay thì dùng bó xác, nẹp lại với 7 thanh tre, bó bằng 7 sợi dây mây và kèm theo thẻ bài có khắc tên họ, quê quán, để nhận diện.

Gắn liền với lịch sử Hải Đội Hoàng Sa, người dân Lý Sơn thường nhắc tới Lễ Khao Lề Thế Lính Hoàng Sa, diễn ra hàng năm vào các ngày 16-17 tháng 3 âm lịch, tại Âm Linh Tự, thuộc đình làng An Hải, để tri ân, tưởng nhớ các oan hồn tử sĩ Hoàng Sa Trường Sa.

Hoàng Sa trời nước mênh mộng.

Người đi thì có mà không thấy về.

Hoàng Sa mây nước bốn bề.

Tháng 2-3 Khao Lề Thế Lính Hoàng Sa.

Tôi thắc mắc hỏi Nguyện về câu ca đã được lưu truyền qua nhiều thế hệ.:

- Khao Lề là gì và Thế Lính là gì vậy em?

Cô giải thích:

- Khao lề là Lệ khao định kỳ hàng năm. Thế Lính là nghi lễ cúng thế mang cho những người lính thủy quân trong hải đội Hoàng Sa, ra đi mà không trở về. Lễ hội này một mặt tri ân những anh hùng đã vì Tổ quốc hy sinh và cầu cho những linh hồn tử sĩ sớm được siêu thoát, mặt khác, nhắc nhở các thế hệ sau luôn nhớ và noi gương các bậc tiền nhân, đã không tiếc xương máu, dong thuyền ra các đảo xa, dựng bia, cắm mốc, khẳng định chủ quyền Tổ quốc. Chính vì thế mà, rải rác trên đảo Lý Sơn hiện nay, người ta thấy còn nhiều ngôi mộ gió rải rác ở nhiều nơi.

- Trong những ngôi mộ gió người ta chôn theo những gì?

- Hình nhân người lính được Pháp Sư nặn bằng đất sét lấy từ trên Giếng Tiền cùng với các đồ liêm.

- Lễ chiêu hồn diễn ra thế nào?

- Trình tự buổi lễ chiêu hồn cho tử sĩ trong Hải Đội Hoàng Sa, được thực hiện khá nhiêu khê và nghiêm cẩn. Trước hết, tất cả người thân của chiến sĩ đã hy sinh trên vùng biển, phải thuê một pháp sư đến làm lễ cúng bái. Sau đó, đích thân vị này lên núi thiêng Giếng Tiền, lấy sao cho vừa đủ số lượng đất sét nặn thành hình nhân y như thật, đất không được thừa ra hay bỏ đi, vì đất đó tượng trưng cho máu thịt người quá cố. Tiếp đến, đất được trộn với bông gòn, rồi cho vào một cái cối giã nhuyễn; đặc biệt, trong lúc vị pháp sư nặn hình nhân, người thân của tử sĩ luôn phải có mặt bên cạnh để mô tả hình dáng người được chiêu hồn, giúp chỉnh sửa hình nhân sao cho thật giống từ khuôn mặt đến kích thước thân thể người đã khuất; đồng thời, dùng 7 cành dâu chẻ đôi xếp vào bụng làm xương sườn cho mỗi bên; dùng những sợi tơ tằm làm gân cốt, cành cây dâu làm xương tay chân. Tóm lại, phải nặn hình nhân có đủ lục phủ ngũ tạng, kể cả bộ phận sinh dục rồi, phết lên hình nhân màu lòng đỏ trứng gà, để khô, nhằm làm cho giống với màu da. Sau đó cho mặc quần áo, đặt vào quan tài, tiến hành lễ cúng với 1 cỗ thuyền, mâm lễ vật, vàng mã, lương thực, trước khi đưa xuống biển, để dâng lên các vị thần cùng linh hồn người đã khuất. Cuối cùng, tất cả người thân có mặt, đặt quan tài xuống huyệt đạo, kết thúc nghi lễ an táng.

Rời nhà trưng bày Hải Đội Hoàng Sa Kiêm Quản Bắc Hải, tôi chở Nguyện chạy tiếp về hướng Đông của đảo, nơi có ngọn hải đăng cao 45m, nằm cách biển 80m, cách chân núi Thới Lới 200m, nơi giữ vị trí quan trọng trong việc giao thông hàng hải trên biển.

Nghe kể, ban đầu ngọn hải đăng do người Pháp xây dựng vào năm 1898, có tên Phare Polo Canton hay còn gọi Sở Đèn Pha. Sau 75, được phá bỏ xây dựng ngọn hải đăng mới, có cũng chiều cao cũ, nhưng bên trên cửa ra vào, thấy gắn hàng chữ: Đèn Biển Lý Sơn.

Mua vé 10 ngàn mỗi người, bọn tôi leo cầu thang xoắn ốc từ dưới đất lên tới đỉnh ngọn hải đăng, vừa mệt vừa nóng đến toát mồ hôi; bù lại, được ngắm nhìn bốn bề mênh mông biển nước, những ruộng tỏi, ruộng hành, câu thuyền, thuyền bè, núi Thới Lới, hòn Mù Cu... đẹp không thua gì các thắng cảnh trên vịnh biển nước ngoài.

Từ giả ngọn hải đăng, trên đường chạy tới chân núi Thới Lới, tôi thấy một bên là biển một bên là những cánh đồng đang được nông dân cặm cụi san phẳng nền ruộng, chưa hiểu sẽ dùng vào mục đích gì. Tức thì, Nguyện ngồi phía sau giải thích cho biết, đó là những cánh đồng trồng tỏi đã thu hoạch, giờ người ta đang làm mới để trồng hành hay tỏi cho mùa vụ tỏi sau.

Theo cô, mùa tỏi trên đảo Lý Sơn bắt đầu từ tháng 9 năm trước, kéo dài sang đến tháng 2-3 năm sau thì thu hoạch. Nhờ có thổ nhưỡng, khí hậu, cùng kinh nghiệm lâu đời của người dân trên đảo, đã tạo cho tỏi Lý Sơn có hương vị rất riêng, thơm, cay, dịu ngọt, kích thước nhỏ, tròn trịa, hàm lượng tinh dầu cao, nên được người tiêu dùng ưa chuộng, vì thế chẳng mấy chốc nó trở thành đặc sản với thương hiệu nổi tiếng "Tỏi Lý Sơn".

Chưa hết, ở đây còn có loại tỏi đặc biệt quí hiếm với tên gọi "Tỏi Cô Đơn". Đây là món quà của thượng đế dành để giúp cho người nông dân, nếu không may vụ tỏi bị mất mùa. Bởi. Vào thời gian đó, những củ tỏi còn sót lại trên ruộng, thường là tỏi chỉ có 1 nhánh và 1 củ duy nhất, dân địa phương gọi nó là tỏi cô đơn. Loại tỏi này rất hiếm, khó tìm, giàu chất dinh dưỡng, có giá trị cao, được chế biến ra tỏi đen, dùng để chữa bệnh tim mạch.

Đường lên núi Thới Lới nằm dọc trên một vách đá, mà bên dưới là địa chỉ du lịch nổi tiếng Hang Câu. Ngay từ đoạn đầu chạy lên dốc, tôi được tận mắt chứng kiến vẻ đẹp tuyệt vời hai bên đường, với một bên gồm cây cỏ tươi tốt, nhiều bụi dứa dại lớn, bên còn lại là những ruộng tỏi xếp hình ô cờ, ôm lấy một vòng cung biển đảo, đủ làm say đắm hồn người.

Dừng chân ở chỗ cột cờ Thới Lới, cao 20m, xây dựng trên vách đá, quay mặt về phía Hoàng Sa, bên trên ghi tọa độ, vị trí Lý Sơn, được đặt trên bệ đá sơn màu quốc kỳ, biểu tượng cột mốc khẳng định chủ quyền biển đảo Quốc Gia.

Để đến được hồ nước ngọt nằm trên miệng ngọn núi lửa, một trong 5 ngọn núi lửa lớn nhất đã tắt cách đây hàng triệu năm, tôi buộc phải chạy ngược lại ngã ba, nơi có trại Bộ Đội Biên Phòng (người dân không đuộc phép tiếp cận), đứng ngắm một phần vách đá núi lửa bên dưới cùng những bọt nước trắng xóa, theo từng con sóng đưa vào bờ lớp lớp, trông chẳng khác gì những nhát cọ dưới tay họa sĩ chuyên nghiệp, vẽ trên nền biển xanh màu ngọc bích.

Đến đây, tôi buộc phải rẽ sang nhánh còn lại, chạy tiếp tới đoạn đường không thể di chuyển bằng xe thì dừng lại. Thấy tôi do dự không biết gửi xe nơi đâu, Nguyện cười nói:

- Anh yên tâm, cứ để xe ở đây, chẳng ai lấy đâu mà sợ.

Tôi ngạc nhiên:

Thật không?

- Nói xạo anh làm gì.

Trên đường đi, gần tới khúc quanh cuối dốc, tôi thấy xuất hiện trên nền trời một tảng đá thật to, có hình dáng giống con vật nào đó trong 12 con giáp, đứng quay mặt ra biển, được người dân địa phương gọi "Hòn đá con Trâu".

Nguyện đi phía trước, men theo con đường mòn nằm cạnh hòn đá con Trâu dẫn đường, để lại trong gió mùi hương thịt da con gái, đủ làm cho gã thanh niên chưa vợ nơi tôi, không khỏi chột dạ nghĩ ngợi lung tung. Có lẽ, do vô tình khi quay đợi tôi, cô đã bắt gặp ánh mặt gian gian nơi tôi hay sao, nên vội bước nhanh hơn về phía trước nhưng không quên nhắc:

- Nhanh lên anh còn tí xíu nữa tới nơi rồi.

Tôi bước nhanh theo sau Nguyện trên lối mòn dẫn ra bãi đá bằng phẳng, ngồi xuống đó, hướng tầm mắt nhìn bao quát khắp vùng hồ rộng trên 10 ha, do miệng núi lửa đã tắt từ hàng triệu năm trước tạo ra.

Nguyện ngồi xuống cạnh tôi, chỉ tay về con đập bê tông

cao 149m so với mực nước biển, tỉ mỉ kể lại những gì mà cô đã nghe từ các vị bô lão ở Lý Sơn:

- Ngày xưa, hồ nước như anh đang thấy, vốn là một cánh rừng nguyên sinh, có suối và rất nhiều cây gỗ quí. Nhưng dưới sức tàn phá khủng khiếp của con người, lâu dần rừng nguyên sinh biến mất, con suối trơ đáy, để lộ ra nhiều lớp đá cuội khô khốc. Sau. Nhờ có người khai thác các mạch nước ngầm có sẵn trên đảo, cùng với sự góp sức của thiên nhiên tạo ra những trận mưa lớn, đã mang lại nguồn nước cho lòng hồ này.

Tiện thể tôi hỏi Nguyện:

- Vì sao người ta phải xây đập ngăn nước ở hồ?

Cô chậm rãi trả lời:

- Vì thiếu nước sinh hoạt cho người dân cùng với việc khan hiếm nước tưới tiêu trong mùa khô, nên vào năm 2010, chánh quyền tỉnh Quảng Ngãi quyết định cho xây đập ngăn nước dài 202m, cao 11m, rộng 1m6, để dự trữ hơn 270 ngàn m khối nước, nhằm cung cấp nước sinh hoạt cho 21 ngàn dân và phục vụ tưới tiêu cho hơn 60 ngàn ha đất sản xuất nông nghiệp trên đảo.

- Sao chánh quyền không giúp xây dựng nhà máy xử lý nước biển thành nước ngọt cho đảo?

- Ở Đảo Bé hiện đã có nhà máy xử lý nước biển thành nước ngọt, còn ở Đảo Lớn nghe nói cũng có Công Ty TNHH nào đó, đã xin đầu tư nhà máy lọc nước biển thành nước ngọt, đủ tiêu chuẩn ăn uống, kết hợp điện năng lượng mặt trời phục vụ người dân. Ngoài ra, công ty này còn có tham vọng dùng chính nước đã qua bộ phận lọc, sản xuất nước đóng chai, nước đá viên tinh khiết, đá xay cung cấp cho tàu đi biển nữa.

- Nếu đúng như những gì em vừa kể thì, sớm muộn gì người dân sống trên đảo cũng sẽ được hưởng lợi.

- Ai ai cũng cầu mong nhà máy sớm đi vào hoạt động. Điều này không chỉ giúp người dân trên đảo có nước sạch dùng mà còn giúp ngành du lịch ở đây phát triển.

- Giờ mình về hay đi đâu hả em?

- Điểm cuối hành trình sáng nay của mình là ghé xuống Hang Câu.

Trở lại chỗ đậu xe, tôi chở Nguyện chạy xuống chân núi, chạy thẳng tới Hang Câu ở gần ngay đó.

Bỏ xe ở trước chiếc cổng đơn sơ "Thắng Cảnh Hang Câu Lý Sơn", bọn tôi nhẹ bước lên bãi cát trắng phau dưới chân, vượt qua các điểm buôn bán, cho thuê dụng cụ tắm biển, lặn ngắm san hô, thuyền Kayak, những lều trại... đã nghe vọng đến tai, âm thanh dào dạt sóng biển vỗ về ghềnh đá cùng hình ảnh. biển một bên xanh biếc, bên còn lại là vách núi lượn sóng lồi lõm, mang các gam màu khác nhau, thoạt nhìn cứ ngỡ đang đứng trước một kiệt tác thiên nhiên.

Vừa bước đi bên Nguyện tôi vừa hỏi cô:

- Vì sao nơi đây được gọi tên là Hang Câu?

Cô cười đáp:

- Trước hết, do hiện tượng bào mòn của sóng to, gió lớn, qua hàng triệu năm tai chân núi Thới Lới, người dân phát hiện nơi vách núi có chỗ khoét sâu vào đá, vừa lớn lại vừa sâu, nên gọi nơi đó là đó hang; đồng thời, nơi đây còn được biết là chốn đi về của những chiếc thuyền câu; là nơi có nhiều loài rau câu, mà khi thủy triều rút đi, người ta có thể đến đây hái về chế biến thành món ăn nhiều dinh dưỡng. Vì những lý do đã nêu trên, người dân địa phương gọi luôn nó bằng cái tên nghe vừa thực tế vừa dân dã "Hang Câu".

Để chứng minh điều vừa nói, Nguyện dẫn tôi đến gần

chân núi Thới Lới, chỉ cho thấy cái hang ăn sâu vào vách đá dựng đứng, bên trên thấy có nhiều nếp gấp xếp chồng lên nhau, dấu vết của sự phun trào dung nham núi lửa để lại. Tò mò, tôi bước hẳn vào bên trong hang quan sát, thấy nơi vách đá có nhiều tổ chim Hải Âu; nhiều trái tim lồng vào nhau khắc lên đá cùng với tên tuổi kỷ niệm hẹn hò; những bàn ghế, lều bạt dùng cho thuê để ngủ qua đêm; dụng cụ vui chơi trên biển...

Quả thật, khi đứng bên trong Hang Câu nhìn ra vòm hang bên ngoài, tôi cảm nhận được không khí nơi đây mát lạnh, khiến cho tâm hồn con người cảm thấy sảng khoái đến dễ chịu, chẳng muốn rời xa chút nào. Tuy nhiên, vì muốn khám phá nơi này nhiều hơn, nên tôi vội bước ra bên ngoài, đi cùng Nguyện trên con đường tiếp giáp giữa bên này là vách núi, bên kia là biển cả xanh rờn. Con đường ngập trong vô vàn cát trắng dưới chân cùng nhiều đá trầm tích, gồ ghề, sắc nhọn, nghe nói dẫn đến tận Chùa Hang.

Bên khung cảnh hoang sơ, hùng vĩ, nhưng không kém phần thơ mộng, quyến rũ, đến nao lòng đó, tôi cùng Nguyện tiến về phía mô đá bằng phẳng, ngồi xuống cạnh nhau, nhìn mọi người vui chơi, bơi lội, lặn ngắm san hô hay chơi các trò chơi team building... trên biển.

Bất chợt tôi nghe Nguyện lo lắng hỏi:

- Sau lần này anh có dịp nào ra đây chơi với em nữa không?

Tôi ngạc nhiên khi chưa thật hiểu tình cảm nơi Nguyện dành cho tôi lúc này ra sao, nên ngập ngừng trả lời cô:

- Điều quan trọng là em có muốn gặp lại anh không đã?

Nguyện cúi nhìn xuống nơi đôi tay để hờ trên mép đá nói:

- Liệu anh có còn quan tâm đến em như trước đây không?

Nước dưới chân bọn tôi trong xanh đến lạ. Trong đến nỗi

tôi có thể nhìn rõ từng đàn cá con bơi lội tung tăng dưới độ sâu vài mét; đặc biệt, còn có sự xuất hiện của loài cua đá, thoáng bắt gặp bóng người, liền trốn nhanh vào các hang ổ, hoặc chậm chân thì đeo bám, ẩn nấp, dưới các ghành đá; giống như cuộc tình trai gái mà trước đây tôi từng có thời gian rượt đuổi theo cô.

Tôi nghe Nguyện hỏi mà cảm thấy hạnh phúc dâng trào, bèn trả lời cô:

- Suốt thời gian qua anh luôn nghĩ về em nhưng không dám nói ra.

- Tại Sao?

- Anh sợ em đã có ai?

Nguyện bạo dạn giữ lấy bàn tay tôi trong tay cô nói:

- Thật vậy sao anh?

Sóng biển dưới chân khá mạnh, bắn tung tóe những tia nước đến tận chỗ bọn tôi ngồi, sau mỗi lần va vào ghềnh đá, để lại ấn tượng khó quên khi cả hai đều bị ướt sũng.

Mặc kệ, tôi dìu Nguyện đứng lên, tay trong tay rời khỏi Hang Câu.

Chiều đến, nhân lúc tiễn chân tôi ở cầu tàu Lý Sơn về lại đất liền, tôi thoáng bắt gặp trong ánh mắt đẹp của Nguyên, màu đỏ hoe bên những cái vẫy tay buồn bã chào tạm biệt tôi./.

BÌNH BA
ĐẢO TÔM HÙM

Nếu không phải là tín đồ du lịch, chưa chắc tôi đã biết tới địa danh Bình Ba, lạ hoắc lạ huơ, nằm ở đâu trên bản đồ du lịch trong nước. May sao, do thường theo dõi các bình luận rôm rả từ các "phượt thủ" trên các diễn đàn du lịch mạng, tôi được bổ sung thêm một số kiến thức về các biển đảo nổi tiếng hoang sơ, tưởng không còn nơi nào hoang sơ hơn thế nữa, thường được biết đến qua các đảo như, Nam Du, đặc biệt, phải kể tới đảo Bình Ba nằm trong vịnh Cam Ranh, thuộc thị trấn Ba Ngòi, tỉnh Khánh Hòa.

Tuy nhiên, chưa kịp chia sẻ điều này với bạn bè, tôi bỗng nhận được tin nhắn của mấy cô bạn ở Hà Nội, Phúc Yên, Bắc Ninh, inbox hỏi "Có phải sắp tới biển đảo Bình Ba bị cấm ra vô du lịch?". Trong số các bạn bè này, tội nhất có lẽ là Nhã, cô gái có đôi chân dài miên man, ở tận vùng địa đầu biên giới Lạng Sơn, điện thoại trực tiếp cho tôi hỏi:

- Alô! Em Nhã đây anh.

Tôi đùa:

- Chào cô chủ khách sạn xinh đẹp nhất chợ Đông Kinh.

Nhã kêu toáng trong máy:

- Không dám đâu tình yêu... của người ta ơi.

- Ha ha!

- Gần đây thấy anh đi du lịch nhiều nơi mà em bắt thèm.

- Do anh đang bị thất nghiệp mà em.

- Thất nghiệp như anh ai cũng muốn được thất nghiệp.

- Vậy bọn mình đổi chỗ cho nhau nhé! Anh ra Lạng Sơn làm quản lý khách sạn, em vào trong này đi du lịch?

- Em mà vào trong đó chỉ cầm chắc cái đói.

- Tại sao?

- Anh đi du lịch còn có cái viết lách, đăng báo, có tiền nhuận bút, chứ như em thì khô mỏ.

- Có việc gì cần anh sao?

- Dân tình ngoài này đang xôn xao trước tin đồn, đảo Bình Ba nằm trong vịnh Cam Ranh, sắp tới sẽ không cho khách du lịch ra thăm nữa, có thật vậy không anh?

Tôi trả lời cô:

- Đã là tin đồn thì làm sao mà đúng được.

- Anh đi ra đó chưa vậy?

- Rồi.

- Có đúng như thiên hạ gọi đó là Thiên Đường Biển Đảo không?

- Muốn biết, hãy bay vào ngay trong này, anh hứa sẽ đưa em đi trải nghiệm thực tế, chứ ngồi tận ngoài đó nghe thiên hạ vẽ rồng vẽ rắn thì chán chết.

- Hi hi! Vào chứ anh, vào để thưởng thức tôm hùm Bình Ba cho biết với thiên hạ, chứ loanh quanh ngoài Lạng Sơn chỉ biết có mỗi món vịt quay lá mắc mật, biết ngày nào khôn hả anh.

- Ừ! Tôm hùm Bình Ba là món thuộc vào hàng quí tộc đó.

- Anh thử ăn qua chưa?

- Em nhắc làm anh phát thèm nè.

- Tuần sau em sẽ bay vào Sài Gòn, anh em mình cùng đi Bình Ba thưởng thức tôm hùm nhé.

- Vào đi anh đang rảnh nè.

Như đã hẹn, tôi đón Nhã tại cổng nội địa của sân bay Tân Sơn Nhất. Gặp nhau, chưa kịp chào mừng, tôi đã nghe cô kêu toáng lên:

- Ôi! Sài Gòn của anh chưa vào hè mà sao nóng kinh thế?

- Ba mươi hai độ buổi sáng là nhiệt độ lý tưởng của người Sài Gòn rồi đó em. Yên trí, đến chiều tối khí hậu dịu lại, mát mẻ không khác chi mùa thu ở Lạng Sơn ngoài em đâu.

- Còn kế hoạch đi Bình Ba thế nào ạ?

- Mọi thứ đã đâu vào đó cả rồi, từ giờ tới lúc lên xe, em hoàn toàn tự do, cứ thoải mái đi shopping, ăn chơi, tới khoảng tám giờ tối mình sẽ khởi hành.

- Đi bằng phương tiện gì vậy anh?

- Đi xe giường nằm cho khỏe, ngủ một giấc tới thị trấn Ba Ngòi, xuống xe uống cà phê ăn sáng.

A lô cho xe công nghệ tới đón, tôi đưa Nhã ghé về nhà nghỉ ngơi, ăn uống, chờ tới giờ nhà xe cho xe đến rước.

Sau một đêm đánh một giấc ngon lành, gần sáng bọn tôi được tài xế đánh thức:

- Hành khách nào đi Ba Ngòi chuẩn bị hành lý xuống xe nha.

Xe dừng lại tại Bưu Điện Ba Ngòi cho hành khách xuống xe. Vốn đã quen đường đi nước bước, do kinh nghiệm chuyến đi Bình Ba lần trước, tôi đưa Nhã ghé quán ăn mở suốt đêm gần đó vệ sinh, uống cà phê, ăn sáng, chờ trời sáng hẳn mới gọi taxi chở vào cảng Đá Bạc, mua vé tàu gỗ ra đảo Bình Ba, thay vì đi ca-nô chẳng ngắm được gì, vì tốc độ chạy quá cao.

Được biết, Bình Ba là một đảo nhỏ, thuộc xã Cam Bình, thị trấn Ba Ngòi, thành phố Cam Ranh, tỉnh Khánh Hòa. Đảo nằm trong vịnh quân sự Cam Ranh, cách thị trấn Ba Ngòi khoảng 15 cây số, di chuyển ra đó mất khoảng một giờ đồng hồ. Trước đây, nơi này là khu vực quân sự, chỉ những cư dân sinh sống trên đảo mới được phép đi lại ra vào vịnh, sau do nhu cầu du lịch ra đảo Bình Ba ngày càng phát triển, việc đi lại đã phần nào được nới lỏng, nhưng khách đi du lịch vẫn phải chịu sự kiểm soát bởi lực lượng biên phòng tại cảng Ba Ngòi; đặc biệt, khách nước ngoài hay Việt kiều vẫn chưa được phép ra đảo.

Tương truyền, tên gọi Bình Ba có từ những năm 1820, cuối thế kỷ 17 đầu thế kỷ 18, với nghĩa đầu tiên là bình yên, vì đảo là nơi che chắn phong ba bão tố cho cả vùng vịnh, bảo vệ tàu thuyền ghé vào trú ẩn mỗi khi xảy ra thiên tai. Thứ hai, để ghi nhớ công lao các vị tiền nhân đã có công khai phá, là 3 người đàn ông Bình Định, trước đây trên đường đi làm ăn buôn bán, khi thuận buồm xuôi gió cũng như khi xảy ra thiên tai, họ đều ghé lại đảo tránh bão, nghỉ chân. Lâu ngày, nhận thấy hòn đảo tuy nhỏ, nhưng có phong cảnh hữu tình, lại dồi dào nguồn hải sản, nên đưa cả gia đình, bà con, về đây khai phá tạo lập ra đảo.

Xếp hàng mua vé, chờ thêm khoảng nửa giờ sau, bọn tôi cùng với 30 hành khách khác, lần lượt được lính bộ đội biên phòng kiểm tra giấy tờ tùy thân, phát áo phao, trước khi cho bước xuống tàu đậu sẵn chờ tại bến cá Chín Phương.

Sau vài phút bềnh bồng, trôi nổi, ngắm nhìn tận mắt các

quần thể đá núi bị bào mòn bởi sự xâm thực của nước biển, tạo ra vô số những hình thù kỳ vĩ, xô đẩy, chồng lấn, vẽ ra trước mắt mọi người những cảnh quan thơ mộng, nhưng không kém phần lãng mạn. Bất chợt, ai trong số những người có mặt trên tàu, phát hiện bên những dãy núi xám ngắt, lá cờ tổ quốc đang tung bay phất phới trên kỳ đài của một căn cứ quân sự đóng trên bán đảo. Nơi được cho là đang neo đậu những chiếc tàu ngầm lớp Kilo, sản xuất tại thành phố St Petersburg, ở tận nước Nga xa xôi.

Nghe nhắc tàu ngầm, ai nấy đều lộ rõ sự tò mò trên nét mặt, mong được nhìn thấy tận mắt những con quái vật chiến tranh cho biết, nhưng bên cạnh sự hiếu kỳ ồn ào, nhốn nháo, không cần thiết ấy, chỉ thấy xuất hiện ở đó 2 cái ụ tàu trống trơn, cùng với những công trình xây dựng kiên cố, bến bãi, cầu cảng, nằm chơ vơ...

Sau gần 1 giờ lênh đênh trên vịnh biển, Nhã chợt nhận ra hình ảnh lờ mờ của hòn đảo, chắn ngay cửa ra vào của vịnh Cam Ranh.

Cô hỏi:

- Có phải ở xa kia là đảo Bình Ba không anh?

Tôi nhìn theo hướng chỉ tay của cô đáp:

- Chính nó.

Nhã kêu:.

- Nhỏ vậy sao anh?

- Ờ! Diện tích của đảo Bình Ba không lớn hơn 3 cây số vuông, dân số trên dưới 5 ngàn người, là nơi đầu sóng ngọn gió, gìn giữ bình yên cho người dân sinh sống trên vịnh, trước những cơn phong ba bão tố. Theo các vị bô lão "từ thời vua Gia Long, đảo Bình Ba đã có người sinh sống, nhưng mãi đến sau năm 1975, đảo mới bắt đầu tấp nập, nhờ phát hiện một số lượng lớn tôm hùm giống sinh sôi nảy nở trong vịnh. Từ đó, người nọ đồn người kia đổ xô ra đảo ngày càng đông, xuất hiện nhiều ngư trường nuôi tôm hùm nổi tiếng, đến nổi cái tên đảo Bình Ba hầu như bị quên lãng, mà người ta chỉ còn nhớ mỗi cái tên dân dã là "Đảo Tôm Hùm".

Càng tiến gần vào bờ, biển càng trở nên bình lặng, nước trong veo, ngồi trên tàu vẫn có thể nhìn thấy rõ từng đàn cá nhỏ, bơi lội tung tăng bên dưới mặt nước kiếm ăn, tạo nên sự thích thú đối với mọi người, khiến ai nấy cảm thấy nôn nóng, mong sớm đặt chân lên bờ khám phá thiên đường biển đảo hoang sơ.

Chẳng mấy chốc đảo Bình Ba đã hiện ra trước mắt mọi người. Đó là một làng chài nhỏ, hiền hòa, nằm cạnh những hàng quán, những dãy nhà nghỉ, khách sạn, mới được xây dựng sau này, nhưng vẫn giữ nguyên vẻ đẹp bình dị, hoang sơ, không kém phần hấp dẫn bởi vẻ đẹp quyến rũ, tiềm ẩn nơi biển xanh, cát trắng, cùng những dãy núi chập chùng, gọi mời khám phá.

Tàu cặp bến, từng nhóm nhỏ du khách rời tàu, đặt chân lên cầu cảng đúc bằng bê-tông, nối dài ra tận biển, nơi mỗi tối cuối tuần người ta thường tổ chức những phiên chợ đêm vui nhộn. Do không phải mang vác nhiều hành lý, tôi và Nhã ung dung khoác ba-lô lên vai, trốn khỏi sự chèo kéo, mời chào, của những tay cò lái chuyên nghiệp, mời mua bán các loại sản phẩm sản xuất tại địa phương, hay khách sạn, nhà hàng, để sớm có mặt tại bãi đậu xe U- Oát. Một loại phương tiện leo trèo đèo dốc rát khỏe, thường thấy chở khách khu du lịch từ dưới xã Lát lên khám phá đỉnh Liang Biang trên phố núi Đà Lạt, nhưng xem ra cũng khá thích hợp cho việc di chuyển, khám phá tại đảo Bình Ba này...

Thoát khỏi đám đông, tôi đón xe điện chở thẳng tới khách sạn mà lần trước tôi từng ở, bởi rất thích cái ban công rộng rãi, thoáng mát, dành cho mỗi đêm về, ngồi ngắm ghe thuyền qua lại hoặc thư giãn bên tách cà phê dưới ánh trăng đêm, phủ vàng lên những chiếc thuyền đánh cá neo đậu im lìm trên vịnh biển bình yên.

Sắp xếp xong chỗ ở, bọn tôi quay ra định thuê xe máy chạy một vòng quanh đảo, thăm làng Văn Hóa Bình Ba, ngôi chợ duy nhất có trên đảo, khám phá cuộc sống của người dân, nhưng vừa ra tới trước sảnh, tình cờ gặp nhóm thanh niên nam nữ thuê cùng khách sạn, rủ gia nhập nhóm để có đủ người thuê riêng một chiếc thuyền gỗ, chở đi thăm hò Rùa, Bãi Nhà Cũ, Bãi Bồ Đề... cuối cùng ghé nơi tập trung nuôi trồng thủy hải sản, ở làng bè Bình Ba...

Đang do dự, chưa biết ý Nhã thế nào, đã nghe thấy tiếng cô ấy vang lên:

- Đi chung với các bạn ấy cho vui đi anh, hơn nữa đi chơi biển càng đông người càng vui.

Nghe Nhã hưởng ứng, các bạn thanh niên nam nữ vỗ tay tán thưởng, khuyến khích tôi:

- Bạn anh đồng ý rồi kìa, chúng ta "triển" sớm thôi.

Ngay sau đó, cả nhóm hơn chục người mang theo đồ bơi kéo nhau đi ra cầu cảng, thuê nguyên chiếc thuyền gỗ chở đi các bãi tắm như đã thỏa thuận trước đó.

Ngồi cạnh tôi, Nhã dõi theo từng ngọn sóng nhấp nhô, những quần thể đá granit bị nước biển, nắng, gió, xâm thực, bào mòn, tạo nên những hình thù kỳ bí, những chiếc bè nuôi cá, những lồng nuôi tôm hùm, những con tàu đang lênh đênh trên vịnh biển.

Nhã thích thú kêu lên:

- Ôi! Biển ở đây xanh biếc và đẹp đến không ngờ.

Tôi hỏi cô:

- Biển ở đâu không xanh?

Nhã đáp:

- Đa số biển ở phía Bắc đều đục màu phù sa.

- Em biết tại sao không?

- Có phải do nằm gần các cửa sông?

Chưa kịp trả lời Nhã, cả bọn bỗng ồn ào, khi nhận ra người lái thuyền đang đưa mọi người tiến đến gần bãi Nhà Cũ. Nghe nói, trước đây du khách có thể đi xe điện đến trước cổng doanh trại bộ đội biên phòng, sau đó xuống xe đi bộ qua cổng hay đi qua khu vườn xoài, là xuống đến bãi tắm, nhưng thời gian gần đây do vấn đề an ninh quốc phòng, đường đi này đã bị cấm, muốn đến bãi Nhà Cũ chỉ còn cách thuê thuyền gỗ hoặc canô đi đến đây.

Khác với các bãi tắm khác, bãi Nhà Cũ là một trong những bãi tắm đẹp nhất trên đảo Bình Ba, nhờ có sóng nhẹ, nước biển trong vắt, có thể bơi lội, lặn ngắm san hô bằng mắt thường cực kỳ thích thú. Hơn thế, do bãi không đưa vào khai thác du lịch nên còn khá hoang sơ, nên nhiều du khách khi đặt chân ra đến đây lần đầu, đều mang trong lòng cảm giác như được trở về sống gần gũi với thiên nhiên bình an, trong lành. Tiếc thay, thời gian gần đây do nhu cầu du lịch Bình Ba phát triển mạnh, ý thức giữ gìn vệ sinh kém, đã khiến cho những rạn san hô phong phú, mọc sát bờ, bị chết hàng loạt.

Tàu đang lướt nhẹ trên sóng, bỗng dưng mọi người cảm thấy tàu hình như đang chạy chậm lại, trước khi dừng hẳn lại ở cách xa bờ một khoảng tương đối.

Có ai đó hỏi:

- Bác tài ơi, đã xảy ra việc gì sao?

Người tài công vừa thả neo tàu vừa thông báo:

- Xin lỗi, tàu chỉ có thể đưa các bạn tới đây, vì bên trong có nhiều đá ngầm, bạn nào thích vào bờ mà không sợ bị ướt quần áo, xin đi bằng tàu đáy kinh, còn ai dự tiệc cocktail trên biển, thì ở lại trên thuyền chờ.

Người lái thuyền chưa kịp nói hết câu, đã thấy từ trong bờ vài chiếc thuyền đáy kính, đang trên đường chèo ra đón khách. Ai muốn vào bờ hoặc đi ngắm san hô đầy sắc màu cùng với các đàn cá tung tăng bơi lội dưới mặt nước, thì cứ 4 người lên ngồi một thuyền.

Tôi nhìn hỏi Nhã:

- Có chắc là em xuống biển dự tiệc cocktail không?

Có lẽ bị chạm tự ái do câu hỏi nơi tôi nên Nhã đáp:

- Sai lầm khi nghĩ dân miền núi không biết bơi à nha.

Tôi cười giả lả nói:

- Hay quá, có người đẹp bơi bên cạnh thì còn gì thú vị cho bằng, vậy em đi thay đồ bơi đi anh chờ.

Nghe lời tôi, Nhã đứng lên, mang ba-lô đi về phía cuối con thuyền, nơi có căn phòng tạm dùng làm chỗ thay quần áo. Được một lúc trở ra, thấy cô xuất hiện trong bộ trang phục áo tắm 2 mảnh màu cam, cực kỳ hấp dẫn bên làn da trắng muốt nuột nà, đủ khiến cho bao con mắt phải quay nhìn ngưỡng mộ.

Thấy cô bước tới cạnh, tôi vờ tròn mắt ngạc nhiên hỏi:

- Ai thế này?

Nhã cười thật xinh hỏi:

- Bộ xấu lắm hả anh?

Tôi đáp:

- Mọi ánh mắt ghen tị đang đổ dồn về phía em đã trả lời thay anh rồi.

Nhã nhìn tôi với cặp mắt có đuôi nói:

- Anh trêu em thì có.

Tôi đưa Nhã chiếc áo phao mặc vào, rồi cùng theo cầu thang bước xuống nước.

Bơi được một lúc, Nhã tiến đến gần tôi nói:

- Hình như nước biển ở đây mặn hơn bên Đồ Sơn?

Nghe nhận xét, tôi thử nếm qua một ít nước biển ở đây xem thế nào, nhưng không thể phân biệt được gì.

Thấy tôi cười cười, không có nhận xét gì, Nhã thắc mắc hỏi:

- Sao anh không trả lời em?

Để làm vui lòng người đẹp, tôi đáp:

- Anh thấy nước biển ở đây ngọt thì có.

- Lần đầu tiên em nghe có người khen nước biển ngọt là anh đó.

Tôi đùa:

- Chắc tại em xinh đẹp nên biển mặn hóa ngọt cũng nên.

Nhã kiêu hãnh nói:

- Ồ! Em đẹp "di truyền", giờ mới biết đã muộn.

Để tránh sự tra hỏi thêm nơi Nhã, tôi rủ cô bơi đến bàn tiệc cocktail dã chiến, làm từ một tấm "mốp" thả nổi trên mặt nước, buộc một đầu vào con thuyền bằng một sợi dây thừng nhỏ. Bày ra trên mặt bàn, gồm một bình cocktail pha rượu Smirnoff pha với nước cam vàng, ai uống cứ lấy ly giấy để sẵn trên bàn, tự tay rót uống.

Thấy bọn tôi bơi đến gần bàn tiệc cocktail, mọi người có mặt quanh bàn rượu chào mừng, rót rượu mời chúng tôi cùng nâng ly chúc mừng:

- Dzô! Dzô!

Tiệc rượu cocktail kèo dài chùng mươi phút thì hết rượu, mọi người bảo nhau bơi vào bên trong, họp cùng nhóm bạn đi thuyền thúng vào bờ từ trước, kéo tới cồn đá chụp ảnh kỷ niệm chuyến đi. Không rõ, do ngấm rượu hay cố tình thể hiện tình cảm với tôi, nên Nhã đã bất ngờ ôm chầm lấy tôi, nói câu nói mà cô vẫn hay nói đùa, khi cả 2 đang từ dưới nước bước lên bờ:

- Em thật lòng cám ơn anh rất nhiều... tình yêu của người ta ơi!

Trước sự va chạm vô tình thân xác giữa nam và nữ, để lại nơi tôi cảm giác ngất ngây như thể đang có luồng điện vô hình nào đó, được truyền dẫn qua khắp cơ thể làm nóng bừng. Cầm lòng không đặng trước mùi hương tóc, mùi hương da thịt quyến rũ nơi con gái, tôi chợt ôm ghì lấy khuôn mặt khả ái, đặt lên đôi môi chín mọng nơi cô một nụ hôn cháy bòng

Vui chơi, chụp ảnh tại bãi Nhà Cũ chán chê, cả nhóm trở lên thuyền, để được tiếp tục chở tới bãi Bồ Đề.

Đây là bãi tắm nhỏ, tuy không rộng bằng nhiều bãi tắm thường thấy khác trên đảo, nhưng ngược lại, ngồi từ trên thuyền người ta có thể quan sát thấy bãi bên dưới, không chỉ đẹp, thơ mộng, hoang sơ, mà còn nằm khuất sau các dãy núi đá cao, nên sóng rất yên, bơi lặn thoải mái; tuy nhiên, do trước đây là ngư trường nuôi trồng thủy sản, nên nước không được trong xanh màu ngọc bích như ở bãi Nhà Cũ, mà chuyển sang diệp lục, bởi ngoài san hô ra cón có nhiều sinh vật có lợi phát triển ở bên dưới.

Thấy không ai mặn mà gì với bãi Bồ Đề, bởi trước đó ai

nấy vừa vui chơi, tắm biển, lặn ngắm san hô mệt nhoài ở bãi Nhà Cũ rồi, nên người tài công lặng lẽ lái thuyền di chuyển tiếp đến bãi Rùa hay còn gọi là hòn Con Rùa. Sở dĩ, gọi bãi này với tên gọi như thế, vì từ trung tâm đảo đi đường bộ ra đến đây, đứng từ trên cao nhìn xuống thung lũng, bãi tắm trông chẳng khác gì một chú rùa đang trườn mình ra biển.

Hiện nay, để xuống được bãi Rùa, du khách buộc phải thuê thuyền gỗ hay đi ca nô ra đây, bởi con đường từ trên đỉnh núi đi xuống dưới thung lũng, thẳng đứng, trơn tuột, dễ xảy ra tai nạn, nhất là vào mùa mưa, bởi nước từ trên cao chảy xối xả qua các triền núi, tạo ra mối nguy hiểm cho bất kỳ ai; hơn nữa, quanh khu vực này còn có sự hiện diện căn cứ quân sự, nên việc đi lại bị hạn chế.

Đến lúc này, mọi người cảm thấy vừa đói vừa khát, bèn yêu cầu tài công chở tới làng bè, nơi tập trung nuôi trồng các loại thủy hải sản, đặc biệt là tôm hùm, nghỉ ngơi, khám phá qui trình nuôi tôm, sau đó thưởng thức các món ăn nổi tiếng trên đảo Bình Ba.

Lợi dụng lúc mọi người mải mê đi dạo chơi ở các bè nuôi trồng thủy hải sản, tôi và Nhã cố đeo bám sát theo anh chủ bè trẻ, cố tình làm một cuộc phỏng vấn bỏ túi về loại tôm hùm xanh nổi tiếng ở Bình Ba. Không ngờ, chiêu mỹ nhân kế vốn xưa như trái đất, mang ra áp dụng với anh chủ bè vẫn còn nguyên giá trị cuộc chơi. Thế là, nhờ có sự "ngây thơ vô số tội" của Nhã, đã khiến anh chủ nhà bè hào hứng kể lại rành rọt qui trình nuôi trồng thủy hải sản đa dạng như: nghêu, sò, tai, ốc, các loài cá... đặc biệt loại tôm hùm bông xanh hay tôm hùm sao nổi tiếng bậc nhất ở Bình Ba.

Nhã hỏi:

- Lý do vì sao ở đây người ta chỉ chọn nuôi loại tôm hùm bông xanh?

Người chủ bè giải thích:

- Do con tôm hùm xanh có kích thước lớn, tốc độ tăng trưởng nhanh, lại có thể nuôi với mật độ dày, thương lái ưa chuộng vì dễ xuất khẩu.

- Có cả thảy bao nhiêu loại tôm hùm ở đây?

- Trên thế giới có 11 loài tôm hùm được công nhận, riêng tại vùng biển nước ta từ Phú Yên vào tới Bình Thuận có 7 loài: tôm hùm bông, đá, đỏ, ma, vằn, mốc, sỏi.

- Nuôi tôm hùm có khó lắm không?

- Khâu quan trọng nhất là chọn địa điểm đặt lồng nuôi, vì tôm cần độ nước mặn cao, nguồn nước sạch, nơi kín gió, có độ sâu phù hợp, gần nguồn giống, gần nguồn thức ăn, thuận tiện giao thông...

- Tôm giống mua từ đâu?

- Tôm giống ban đầu nhỏ như cây tăm, thường sống tự nhiên trong các hang đá, rạn san hô sâu dưới vài mét nước, khi phát hiện ra nó người thợ lặn dùng kỹ thuật của mình để dụ nó ra khỏi hang bắt lấy; tuy nhiên, việc lặn bắt tôm giống hiện nay không còn phổ biến, mà thay thế bằng lưới có mắt thật nhỏ, trước đó tạo cho rong bám đầy, sau mới quây lưới quanh vùng tôm thường xuất hiện để chúng bám vào. Cách thứ hai là ban đêm, chong đèn néon dụ cho tôm theo ánh sáng tìm kiếm thức ăn mà bị mắc vào lưới.

- Thức ăn của chúng gồm những gì?

- Tôm hùm vốn là động vật ăn tạp cho nên trong thiên nhiên thức ăn của chúng gồm có các thực vật như rong rêu, những loài giáp sát nhỏ, cá, tôm, cua, ghẹ...

- Còn tôm nuôi trong các lồng bè thì sao?

- Khâu chuẩn bị thức ăn tương đối phức tạp, còn việc cho

ăn không khó lắm.

- Nguồn thức ăn tự mình chế biến hay mua ở đâu?

- Thức ăn thường do người nuôi tự tay chế biến, chủ yếu gồm các loại cá nhỏ, cua nhỏ, sò nhỏ. Hơn nữa, trong giai đoạn tôm còn nhỏ thức ăn phải được sơ chế, rửa sạch và cắt nhỏ.

- Thời gian bao lâu mới cho tôm hùm ăn?

- Trong giai đoạn phát triển tôm cần một lượng dinh dưỡng rất lớn. Do vậy thời gian và khối lượng thức ăn dành cho tôm hùm khoảng 3 lần một ngày, nhất là vào sáng sớm và chiều tối, đồng thời sau khi ăn 1-2 giờ người ta phải vớt thức ăn thừa nếu còn.

- Cho ăn bằng cách nào?

- Các chủ lồng nuôi chở các bao thức ăn chế sẵn tới thả xuống các mặt lồng nuôi của mình trước, sau đó các tay thợ lặn chuyên nghiệp sẽ lặn xuống mở cửa lồng, làm vệ sinh sơ qua, rồi trải thức ăn ra trên sàn lồng cho tôm ăn.

- Em thấy người ta hay bán vỏ những con tôm hùm, vậy làm cách nào để lấy được chúng?

- Tôm hùm sinh trưởng nhờ thường xuyên lột xác, người ta chỉ cần nhặt những chiếc vỏ cứng về trang trí thêm chút đỉnh là có sản phẩm bán cho du khách mua về làm kỷ niệm.

Nghe kể chuyện tôm hùm tới đây, làm tôi sực nhớ lần được bạn bè rủ ra Phú Yên chơi, giữa đường ghé cảng Vũng Rô, thưởng thức món tôm hùm nướng bơ tỏi, được chế biến công phu, vừa dai vừa ngọt ngon, khiến ai nấy cảm thấy không thể nào quên được hương vị rất riêng của nó, đã thế còn được uống rượu pha với huyết tôm hùm nữa mới lạ.

Nhân cơ hội này, tôi mang câu chuyện nghe được, nửa hư nửa thật về món "tiết canh tôm hùm" ra hỏi người chủ bè:

- Nghe nói ở Bình Ba có cách chế biến món tiết canh tôm hùm rất ư là lợi hại phải không anh?

Người chủ bè giải thích:

- Nói chung, ở đâu có nuôi tôm hùm là ở đó có cách chế biến riêng của mỗi vùng miền, chứ không riêng gì món "tiết canh Bình Ba".

- Anh có thể chỉ cho bọn này cách chế biến món "nhậu" độc đáo đó không?

Hơi do dự, suy nghĩ, trong chốc lát, nhưng sau cùng khi nghe Nhã năn nỉ mãi, anh chủ bè tiết lộ:

- Để làm món tiết canh tôm hùm, trước tiên luộc một ít tôm sú, rồi bóc lấy thịt, băm nhỏ, trộn đều gia vi gồm tiêu, bột ngọt, húng quế, bạc hà, ngò rí, băm nhuyễn, nhớ không cho muối vì tôm biển đã mặn... sau đó, mang tất cả cho ra một cái dĩa sâu, rồi dùng dụng cụ lấy tiết hay một con dao Thái có đầu nhọn, chích nhẹ vào chỗ tiếp giáp giữa đầu và bụng mặt dưới con tôm hùm, lấy từ đó ra một lượng tiết vừa đủ so với số nhân có trong dĩa. Sau cùng, đợi 3-5 phút cho tiết có màu ngà-xanh-trong, kế đó mang đi hấp trong 5 phút là có thể dọn ra thưởng thức chung với rau thơm, đậu phợng đâm nhỏ, bỏ vài miếng ớ, vắt thêm chanh tùy ý.

Nghe đến đây Nhã chợt thốt lên:

- Woa! Đây mới chính là món đặc sản độc đáo nè.

Buổi phỏng vấn giữa chủ bè và bọn tôi đến đây tạm thời dừng lại, bởi bữa ăn đã được dọn ra ngay giữa bè, gồm các món hải sản tươi rói như tôm, cá, mực, do chính tay các bạn trong nhóm bắt lên từ những lồng nuôi trên bè

Bữa ăn đã diễn ra thật sự vui nhộn, kể từ khi bắt đầu cho đến lúc kết thúc, để lại nhiều ấn tượng đẹp khó quên qua việc tự tay chế biến, nấu nướng, hát hò, ăn uống, kéo dài cho tới tận xế trưa.

Tối đến, thay vì đi ra khu chợ đêm ở ngoài cầu cảng, tham dự các cuộc vui chơi, ăn uống, hát hò, tôi và Nhã trốn ra ngồi ở ban-công phía trước khách sạn, uống cà phê, ăn thức nhẹ; đồng thời, ngồi ngắm những chiếc thuyền về đậu trên vịnh biển cho tới khuya, rồi mạnh ai đi về phòng nấy ngủ sớm, để sáng mai còn đi ngắm bình minh ở bãi Chướng.

Sáng ra, sau một đêm ngủ vùi trong mệt mỏi, chưa tới 5 giờ tôi bị đánh thức bởi nhiều tiếng gõ cửa, gọi nhau nhau í ới từ các phòng bên, rủ nhau đi bộ ra bãi Chướng xem bình minh sớm nhất trên biển Đông. Điều này đúng hay sai, tôi chưa thể khẳng định, bởi qua chuyến đi khám phá Tuy Hòa lần trước, tôi nghe nói Mũi Điện mới là nơi đón mặt trời sớm nhất ở cực Đông tổ quốc?

Không thể ngủ nướng thêm được nữa, tôi ngồi dậy định đi sang phòng Nhã gọi cô, nhưng khi vừa mở cửa phòng, tôi đã thấy bóng cô xuất hiện ở đó từ khi nào rồi.

Vừa nhìn thấy tôi Nhã cười thật tươi chào:

- Chúc anh ngày mới vui vẻ.

Tôi vừa cám ơn vừa hỏi:

- Tối ngủ ngon không em?

- Tuyệt vời anh ạ.

Từ khách sạn bước ra, tôi và Nhã đi dưới ánh trăng non treo trên đầu, qua suốt chặng đường nằm dọc ven biển, tới trước một ngã ba, phân vân chưa biết đi đường nào ra khu bãi Chướng, thời may gặp được chị phụ nữ đang trên đường đi ra chợ sớm, Nhã hỏi thăm:

- Chị làm ơn chỉ giúp em đường nào đi ra Bãi Chướng?

Chị phụ nữ thân thiện chỉ tay về phía con đường trước mặt nói:

- Đường nằm phía bên trái đi lên lô cốt xưa hay còn gọi "Lầu Ông Hoàng Bình Ba"; ngược lại, đường bên phải chính là đường dẫn ra Bãi Chướng.

- Còn xa không chị?

- Chừng cây số thôi.

- Cám ơn chị.

Rẽ theo sự chỉ dẫn của chị phụ nữ, bọn tôi tiếp tục đi dọc theo con đường bê-tông, với một bên là núi một bên là rừng, hít thở bầu không khí trong lành nơi buổi sáng sớm, cảm nhận được sự sảng khoái vô cùng.

Đi sát vào tôi Nhã hỏi:

- Anh đã bao giờ đi trong đêm như thế này chưa?

Tôi đáp:

- Lần ra Phú Quốc cùng nhóm bạn đi tắm biển sớm.

- Ở đó cũng có rừng núi ư?

- Nhiều.

Bất chợt, từ trong gió đưa tới mũi tôi hương vị biển ngai ngái, mằn mặn, của biển đọng lại trên môi, kịp khi nhìn lại, mới hay bãi Chướng đang hiện ra mờ ảo sau một khúc quanh.

Tôi nói với Nhã:

- Sắp tới biển rồi em.

Nhã ngạc nhiên hỏi tôi:

- Sao anh biết?

- Bởi anh vừa ngửi thấy mùi biển đang ở rất gần.

Thật vậy, đi thêm một đoạn ngắn nữa, bọn tôi gặp ngay Bãi Chướng yên bình, hiện ra bên làn sương khói mờ ảo. Được biết, Bãi Chướng nằm ở phía Đông đảo Bình Ba, giới hạn 2 đầu bởi những bãi đá khổng lồ nhô ra biển, ôm lấy bãi tắm hình vòng cung, mịn màng, nằm xen lẫn giữa vô số sỏi đá cùng xác san hô đã chết trải dài cùng những dây rau muống biển bao phủ gần hết khoảng sân rộng bao la. Theo người dân địa phương, bãi Chướng chỉ thích hợp cho việc dựng lều cắm trại, ngắm bình minh, chụp ảnh kỷ niệm, chứ không tắm vì dưới mặt nước có rất nhiều đá ngầm.

Để đi xuống bãi biển nằm dưới mặt đường một khoảng khá sâu, bọn tôi dò dẫm đặt từng bước chân lên các bậc thang làm bằng đá chẻ, đi lần xuống bãi cát bên dưới, nơi đang có vài nhóm bạn trẻ, lom khom đi nhặt từng chiếc vỏ ốc hay những con sao biển mắc kẹt trong hốc đá, mang về làm kỷ vật. Riêng bọn tôi, đi tìm cho riêng mình một chỗ ngồi cao nhất trên một mỏm đá, chờ xem bình minh mọc lên từ phía biển.

Và. Liền ngay sau đó, từ nơi giao nhau giữa trời và biển, chợt xuất hiện một quầng sáng, mới đầu nhỏ bằng một quả bóng bàn, sau lớn nhanh thành quả cầu lửa chói lòa, treo lơ lửng trên mặt nước. Không ai bảo ai, tất cả mọi hoạt động trên biển đều được dừng lại, nhường chỗ cho sự thay đổi ngoạn mục nơi thiên nhiên, bằng việc chứng kiến một ngày mới đang bắt đầu.

Tận dụng khoảnh khắc tuyệt vời có một trong không hai trong ngày, các tay săn ảnh chuyên nghiệp cũng như nghiệp dư, ai có phương tiện gì dùng phương tiện nấy, cố thu vào ống kính của mình hình ảnh buổi bình minh đẹp nhất trên bãi Chướng. Dĩ nhiên, tôi cũng không ngoại lệ, sử dụng ngay chiếc máy ảnh du lịch, chụp cho Nhã những bức ảnh mang chủ đề "bình minh trên Bãi Chướng" tặng cô thay cho món quà kỷ niệm của chuyến đi.

Ngồi ngắm nhìn biển thêm một lúc, tôi nói với Nhã:

- Mình quay về cầu cảng ăn sáng, sau đó tiện đường khám phá Bãi Nồm, nơi mà dân địa phương hay bất kỳ tour du lịch nào ghé Bình Ba cũng đều đưa khách đến tắm biển, lặn ngắm san hô cùng với vui chơi.

Nghe noi thế Nhã vui ra mặt hỏi:

- Mình có cần ghé qua khách sạn lấy đồ bơi không anh?

Tôi đáp:

- Tùy, nếu em đủ sức thì ghé ngang khách sạn lấy đồ đi bơi, còn nếu như đã đuối như trái chuối thì, chỉ cần ngồi trên bờ ăn uống, xem mọi người bơi lặn cũng đủ thú vị lắm rồi.

Nhã quyết định:

- Vậy mình đi luôn ra cầu cảng ăn sáng khỏi ghé về khách sạn nữa.

Tôi nói đùa với Nhã:

- Chấp nhận làm trái chuối thật hả?

Nhã nguýt tôi:

- Em để dành sức còn lết về tới nhà nữa chứ anh.

Đang định tìm xe quay về cầu cảng, bất chợt nhìn thấy anh tài xế xe điện đậu gần đó, bước tới mời chào:

- Anh chị về bến không, xe em còn thiếu vài chỗ, nhưng sẽ khởi hành ngay nếu có thêm anh chị?

Dĩ nhiên tôi và Nhã đồng ý lên xe ngay để sớm di chuyển về cầu cảng, nếu không muốn chờ đợi lâu hơn.

Ngồi chưa kịp nóng chỗ, xe đưa mọi người về tới bến cảng lúc nào không hay, chừng nhìn lại thấy những chiếc xep U- Oát xếp hàng chờ đón du khách từ đất liền sang, mọi người mới kịp òa vỡ bên sự ngạc nhiên. Liếc nhìn đồng hồ đeo tay, thấy chưa tới 5 giờ, mà nắng trên đảo cứ như 7 giờ sáng ở trong đất liền không bằng.

Tận dụng lúc trời còn sớm, tôi đưa Nhã đi dạo một vòng nơi được gọi là chợ cá, nhưng thực chất giống một cái chợ chồm hổm hay tự phát, chuyên bán một số mặt hàng thủy hải sản thì đúng hơn.

Lần lượt, bọn tôi đi lướt qua các nơi được bày bán nhỏ lẻ các mặt hàng hải sản trên các tấm ni-lông trải dưới mặt đường hoặc cùng lắm đựng trong những chiếc khay, chiếc rổ nhựa, thùng mốp xơ xài, còn phần lớn các chị phụ nữ được thuê mướn, ngồi phân loại, chế biến, thức ăn cho hơn 8000 lồng bè nuôi tôm hùm trên vịnh. Bằng chứng là, ở phía trước cũng như 2 bên cây cầu cảng cũ, đâu đâu bọn tôi cũng thấy người ta chất đầy những bao ốc, bao tôm, cua, cá nhỏ... chờ mang xuống thuyền, chở ra phân phối cho các lồng bè nuôi hải sản, đặc biệt là nuôi tôm hùm trên vịnh biển. Tình cờ, từ chỗ đứng trước bến canô của đảo, tôi vừa phát hiện bên dãy nhà đối diện, có một cái quán cà phê tương đối đông khách, bèn nắm lấy tay Nhã, dắt sang đường, ghé đến quán đó, uống cà phê và ăn sáng.

Nhác trông thấy bọn tôi có ý muốn ngồi vào chiếc bàn trống gần đường, một trong số những vị khách lịch sự kéo ghế, nhường đường cho tôi vào Nhã bước qua.

Vừa đi vào bàn bọn tôi vừa cúi đầu chào lại họ:

- Cám ơn mấy chú.

Một trong số những vị khách lên tiếng hỏi:

- Các bạn ra đảo lâu mau?

Nhã nhanh nhẹn trả lời thay tôi:

- Dạ! Từ sáng sớm hôm qua.

- Đã đi nhiều nơi chưa?

- Chưa đâu ạ.

- Thấy đảo ở đây thế nào?

- Thích lắm.

- Sáng nay các bạn dự định đi những đâu?

- Nghe nói gần đây có Bãi Nồm.

Người đàn ông vui vẻ chỉ dẫn:

- Đi hết đường này tới cuối chợ, nhìn bên trái thấy cổng chào "Làng Văn Hóa Bình Ba" rẽ vào, từ đó đi bộ dọc theo 2 bên khu dân cư khoảng 10 phút, ra tới Bãi Nồm.

- Xin lỗi! Mấy chú là người sinh sống tại địa phương này?

Một vị lớn tuổi khác cười hỏi:

- Dựa vào đâu mà cô đoán vậy?

- Chẳng phải lúc nãy, khi vừa mới đặt chân đến đây, bọn cháu nghe loáng thoáng các chú than thở chuyện làm ăn sao sao đó chứ?

Có ai trong số họ lên tiếng khen:

- Chà! Hai người thính tai thật.

Nhã tỏ ra quan tâm hỏi:

- Có thể cho bọn cháu biết chuyện làm ăn ra sao để còn chia sẻ được không ạ?

Ai đó than thở:

- Số là năm nay người dân Bình Ba làm ăn bết bát quá, không lẽ "gác lồng" một thời gian, chứ cái đà thua lỗ này kéo dài, chẳng còn ai muốn làm ăn gì, ngoại trừ các hộ có nhiều vốn mới cầm cự nổi.

Nhã thắc mắc hỏi:

- Gác lồng nghĩa là gì ạ?

- Nghĩa là ngồi chơi xơi nước, không nuôi tôm hùm nữa, là kéo lồng lên bè để đó nhìn.

- Nghỉ thì cứ nghỉ sao không để lồng luôn dưới biển, mà kéo lên bè làm gì vừa mất công vừa chật chỗ?

Người đàn ông cười giải thích:

- Để lồng dưới biển chỉ gây thêm khó khăn, bởi mỗi ngày người ta phải đi kiểm tra, làm vệ sinh, ngăn không cho những con sò, con ốc, con hàu đeo bám vào lồng, làm mục nát lưới, rỉ sét khung sườn...

- Còn lý do vì sao phải tạm gác lồng?

- Do mưa bão, dịch bệnh, giá tôm giống, giá nguyên liệu tăng cao, trong khi giá thu mua lại hạ, xuất khẩu không được...

- Vậy mà cháu cứ tưởng việc nuôi trồng thủy hải sản trên bè nhàn nhã, không có vấn đề gì?

- Tục ngữ có câu "có sống trong chăn mới biết chăn có rận" là vậy.

Ăn uống xong, bọn tôi chào tạm biệt các cư dân hiếu khách, trước khi lên đường tìm đến Bãi Nồm.

Nhờ sự chỉ dẫn nhiệt tình của các vị khách ngồi ở quán cà phê trên bến cảng, tôi và Nhã đã mau chóng tìm thấy cái Cổng Làng Văn Hóa Bình Ba không mấy khó khăn. Vậy mà, lúc mới nghe nhắc đến hai chữ cổng làng, tôi cứ đinh ninh nghĩ trong đầu, đó phải là một chiếc cổng uy nghi, xưa cổ, xung quanh mọc đầy những cây đề cây đa cổ thụ hay ít lắm cũng là những hàng cau đứng soi bóng. Nào ngờ, khi đứng đối diện trước cổng làng Bình Ba điệu, không hơn gì một cái cổng chào bình thường khiến tôi cảm thấy thất vọng.

Bước đi dưới cổng, bọn tôi đặt chân lên con đường đã được bê tông hóa, rộng vừa đủ cho vài người đi cùng một hai chiếc xe máy tránh nhau. Con đường tuy nhỏ nhưng nằm giữa 2 dãy phố buôn bán tấp nập; đặc biệt, còn có sự hiện diện của một ngôi chợ, nghe nói là ngôi chợ duy nhất trên đảo. Tò mò, tôi cùng Nhã đi một vòng quanh chợ, hy vọng tìm thấy một vài mặt hàng sản xuất tại địa phương, mua về làm quà trong đất liền, nhưng đi tìm mãi chỉ thấy nào là những đồ dùng bằng nhựa, các loại nước chấm, các loại gia vị, quần áo, giày dép... đều mang từ trong đất liền ra, còn hầu hết là các hàng ăn, bún bò, hủ tíu, bún chả cá, bánh canh, bánh căn, bánh xèo, chè, cháo...

Tôi hỏi Nhã:

- Ăn gì không em?

Nhã đưa tay đè bụng, le lưỡi, lắc đầu, nói:

- Vừa mới ăn sáng xong, bụng dạ đâu mà nhét thêm thứ gì được nữa anh.

Rời khu chợ, bọn tôi tiếp tục đi dọc bên dãy phố đông người mua bán, qua lại, để rồi sau cùng cũng ra được tới biển, nơi tọa lạc bãi biển lý tưởng mang tên bãi Nồm. Một bãi tắm có cảnh quan thiên nhiên kỳ thú, bao bọc bởi 2 dãy núi đá chắn ở 2 đầu, ôm lấy bãi cát trắng tinh, mịn màng, quanh năm sóng êm, nước trong vắt; tuy nhiên, nhược điểm là nhiều đá ngầm bên dưới mặt nước, nên có lưu ý khi bơi lặn ở đây cần phải cẩn thận. Thêm vào đó lại có tin, từ 4 giờ chiều trở đi, khi buổi chiều vừa tắt nắng, khách du lịch cùng với người dân địa phương từ các nơi trên đảo đổ về đây rất đông, tắm biển, lặn ngắm san hô, chơi các trò chơi cảm giác mạnh, ăn uống, ca hát, cho tới tận khuya mới ra về.

Để tìm hiểu thêm về bãi Nồm, tôi cùng Nhã dạo qua các điểm bán hải sản, nơi tập trung buôn bán các loại cua - ghẹ - tôm - cá, nhiều nhất vẫn là tôm hùm các loại. Bởi đảo Bình Ba được mệnh danh là Vương Quốc Tôm Hùm, do có hàng trăm nhà bè chuyên nuôi các loại tôm hùm, vì đây chính là phương tiện sinh sống của nhiều hộ gia đình sống trên đảo. Ngoài việc buôn bán hải sản như đã thấy, bọn tôi còn chứng kiến hàng loạt nhà hàng, khách sạn, đang trong quá trình hoàn thiện, sẽ sớm đưa vào sử dụng trong nay mai.

Tạm dừng chân nghỉ ngơi trong giây lát, bọn tôi có dịp nhìn xuống bãi biển bên dưới, bắt gặp đây đó hình ảnh những đôi tình nhân tay trong tay đi dạo chơi hoặc nằm nghỉ ngơi, tận hưởng không khí trong lành nơi biển cả, trên những chiếc ghế tựa lưng đặt dưới những tán dù màu sắc, trông thật thơ mộng và lãng mạn.

Không thể kềm chế được mình, trước những hình ảnh cực kỳ dễ thương, hiện ra trước mắt. Nhã thích thú kêu lên:

- Ôi! Thích quá đi mất, đứng trước một bãi biển không chỉ hoang sơ, cát trắng mịn màng, nước biển trong vắt, mà còn có thể nhìn thấy tận mắt những rạn san hô cùng những bày cá bơi lội tung tăng dưới mặt nước, quả không thua gì nếu mang ra so với quần đảo nổi tiếng Maldives ở Nam Á.

Tôi cười hỏi Nhã:

- Liệu sự so sánh của em có khập khiễng hay không?

Nhã không phản đối nói:

- Mình nên có một chút tự ái dân tộc chứ hi hi.

- Vậy bây giờ em có muốn xuống dưới đi dạo một lát không?

Nhã vui vẻ đáp:

- Dĩ nhiên là thích quá đi chứ.

Cởi bỏ giày dép đang mang ra cầm tay, tôi cùng Nhã đi chân trần dạo chơi quanh các hòn đá nằm rải rác trên mặt nước, trước khi quay sang khu du lịch xây dựng bài bản, mới đưa vào khai thác cách đây chưa lâu, đặt chân lên những lối đi lót bằng tre, bắc từ hòn đá này sang hòn đá khác, đôi lúc phải khom lưng chui qua các khe đá, để ra đứng đối diện với mặt biển. Ôi! Một lối đi không chỉ thơ mộng mà còn rất tình tứ, lãng mạn, khiến Nhã cảm thấy thích thú nữa.

Vừa khoác tay đi bên tôi Nhã vừa khen rối rít:

- Đây là lần đầu tiên em đặt chân lên con đường lát toàn bằng tre, bắc qua các mỏm đá, đi lắc lư sát trên mặt biển.

- Chắc phải hồi hộp và sợ hãi lắm?

- Trái lại còn rất thích thú.

Quay lại chỗ nghỉ chân cạnh bao lơn nhìn ra biển, tôi chọn hai chiếc ghế bố nằm ngả lưng bên Nhã, đồng thời gọi nhà hàng mang nước tới uống.

Tôi hỏi Nhã:

- Ăn gì thêm không em?

Cô đáp:

- Em chỉ cần ly nước ép và ít bánh ngọt là đủ rồi anh.

Vừa uống nước, ăn bánh, bọn tôi vừa dõi theo một số khách du lịch, đi xuống bãi tắm riêng của khu du lịch, tắm biển và lặn ngắm san hô.

Được một lát, tôi nghe Nhã quay sang hỏi:

- Sau khi ngồi chơi ở đây mình còn đi đâu nữa không anh?

Tôi đáp:

- Có lẽ chuyến đi hôm nay nên kết thúc ở đây là vừa em thấy sao?

Nhã vui vẻ đồng ý nói:

- Em cũng thấy vậy.

Ngồi xem du khách cưỡi thuyền chuối, lái mô tô nước, ngắm thiết kế độc lạ nơi khu nhà nghỉ được xây dựng đơn giản chỉ bằng những vật liệu rẻ tiền như, mây, tre, lá, nằm cheo leo bên những vách đá thêm một lát, tôi và Nhã mới đứng lên quay về khách sạn trả phòng. Sau đó trở ra cầu cảng ăn trưa, rồi mua vé ca-nô trở về đất liền.

Xin chào tạm biệt Thiên Đường Biển Đảo Bình Ba, Vương Quốc Tôm Hùm, nơi đã lưu lại trong tôi và Nhã những kỷ niệm đẹp khó quên, trong chuyến đi thăm biển đảo cũng như được thưởng thức các món ăn hải sản tươi ngon; đặc biệt, là món tôm hùm xanh được xếp vào hàng quí tộc nữa./.

(*) Người nước ngoài kể cả Việt kiều không được phép đi ra đảo Bình Ba.

(**) Thực chất là một lô cốt cũ.

VỀ PHÚ YÊN THĂM BIỂN TUY HÒA

Sau mấy ngày vui chơi ở biển Nha Trang cùng Nhã, tôi bị người đẹp chân dài Lạng Sơn khích tướng. "Sao mình không nhân cơ hội này làm một chuyến xuôi miền Trung, khám phá xứ 'Nẫu' luôn thể, nghe nói cách đây chưa tới trăm cây số?". Ôi trời! Nghe con gái ở tận vùng cao biên giới phía Bắc, nhắc tới xứ "Nẫu", khiến tôi không sao tránh khỏi sự ngạc nhiên lẫn sự ngưỡng mộ. Bởi. Là người được bạn bè đánh giá, có mặt trên khắp mọi miền đất nước, nhưng cũng chỉ mới đặt chân đến Phú Yên trong thời gian gần đây.

Tôi thắc mắc hỏi Nhã:

- Em biết xứ "Nẫu" do đâu?

Cô cười để lộ ra 2 má lúm đồng tiền trả lời:

- Sau khi xem phim "Tôi Thấy Hoa Vàng Trên Cỏ Xanh".

Thật ra "Xứ Nẫu" là tiếng gọi đặc trưng dùng để chỉ vùng đất nằm dọc ven biển Duyên hải Nam Trung Bộ, bao gồm 2 tỉnh Phú Yên và Bình Định. Còn gọi "Nẫu" không, có nghĩa là "họ" hay "người ta", thường để sử dụng trong ngôn ngữ giao tiếp hằng ngày.

Ngày nay, sau khi tỉnh Phú Yên được tái lập, do tách ra từ tỉnh Phú Khánh thì, vùng đất được tạo hóa ban tặng cho những núi non, cao nguyên, đồng bằng, sông suối, ao hồ, vịnh biển, hải đảo... được chú ý nhiều hơn, do có nhiều thắng cảnh được đưa vào khai thác du lịch như: núi Nhạn, đỉnh Chóp Chài, vịnh Vũng Rô, đầm Ô Loan, ghành đá Dĩa... đặc biệt hơn nữa, là mới đây qua sự thành công của bộ phim "Tôi Thấy Hoa Vàng Trên Cỏ Xanh" thì, tỉnh Phú Yên nói chung thành phố Tuy Hòa nói riêng, càng được nhiều du khách chú ý nhiều hơn nữa.

Chỉ nghe giới thiệu bấy nhiêu về miền đất hiền hòa, cũng đủ thấy sự hấp dẫn của địa phường này thế nào rồi; huống chi tận mắt chiêm ngưỡng những bãi biển hoang sơ, cao nguyện yên bình, những vỉa nham thạch đen nhánh, thì còn gì bằng. Hơn nữa, trải qua bao năm vật đổi sao dời, cảnh quan thiên nhiên nơi đây hầu như vẫn còn giữ nguyên vẻ thanh bình vốn có của vùng Duyên hải Trung Nam Bộ, nên ngoài việc vui chơi thỏa thích bên làn nước trong xanh màu ngọc bích ra, du khách còn được thưởng thức các món hải sản tươi rói, không đâu ngon bằng ở thị xã Sông Cầu; nhấp môi ly rượu gạo Qui Hậu; uống tách cà phê pha chế theo công thức bí truyền ở Tùng, Thanh Lâm, Cổ Gia Trà, để thấy cuộc đời thật đáng sống biết bao.

Cảm thấy bị tự ái dồn dập, tôi tức tốc lấy xe, hối Nhã ngồi lên yên sau, chạy một mạch qua huyện Vạn Ninh, đèo Cổ Mã, ghé khu du lịch Đại Lãnh, nằm sát quốc lộ 1A ăn cháo mực ngon nứt nách.

Trong khi chờ món cháo nóng, tôi để Nhã ngồi lại, bước ra ngoài đi dạo trên bờ cát vàng óng, bao bọc bởi đèo Cả ở phía Bắc, đèo Cổ Mã ở phía Nam, chiêm ngưỡng thiên nhiên thơ mộng bên những rặng phi lao xanh biết, cùng với lơ thơ vài chiếc thuyền đánh cá neo đậu trên mặt biển, vẻ nên bức tranh sơn thủy hữu tình... mang lại trong tôi cảm giác, sảng khoái, yên bình, chi lạ. Và. Có lẽ, trước vẻ đẹp hút hồn ấy mà, nhiều người đã không ngần ngại bầu chọn Đại Lãnh là bãi biển đẹp nhất miền Trung?

Không biết, do có phải ăn sáng với món cháo mực ngon miệng hay sao, tôi như được tiếp thêm sức mạnh phóng xe ào ào lên đèo, tới chừng nghe Nhã nhắc có biển cảnh báo nguy hiểm, khiến tôi cảm thấy có chút chùn tay, nhưng sợ bẽ mặt trước Nhã nên cố giữ nguyên tốc độ, trả lời:

- Chẳng phải em từng xem anh "tay lái lụa Sài Gòn" hay sao. Còn nếu có sợ quá thì cứ tự nhiên mượn tạm bụng anh ôm cho thật chặt vào. Cam đoan sẽ không làm khó dễ hay bắt trả tiền thuê đâu mà sợ?

Chúa ơi, tưởng chỉ nói đùa cho vui, không ngờ Nhã từ phía sau vòng tay ra trước, ôm chặt lấy bụng tôi nói:

- Vậy thì cho em mượn tạm cái bụng bia của anh một lát.

Khỏi phải nói, bạn thừa hiểu cảm giác sướng rơn, khi được hơi ấm từ vòng tay người đẹp truyền qua cơ thể, làm nóng ran trên từng tế bào như thế nào rồi đó.

Mang tâm trạng ngất ngây, tôi vượt đoạn đường đèo, với một bên là vách núi dựng đứng, một bên là biển xanh biêng biếc dưới chân. Chưa kể, xa xa thấy xuất hiện trên đỉnh núi, hòn đá to đùng, hình ngón tay chỉ thẳng lên trời, được các nhà hàng hải phương Tây gọi là Ledoigt De Dieu (Ngón tay của Chúa); người Chăm tôn thờ gọi Lingapavata (Vật thiêng); riêng dân địa phương gọi núi đá Ông, hay Thạch Bi Sơn hay núi Đá Bia, Hòn Vọng Phu (vì những người đi rừng xác nhận trên đỉnh núi không chỉ có một mà tới hai hòn đá lớn nhỏ xếp cạnh nhau, nhìn giống như hình ảnh người mẹ bồng con, đứng chờ chồng đi chinh chiến trở về).

Lên tới đỉnh đèo, Nhã than hai chân tê cứng như sắp bị vọp bẻ, yêu cầu tôi tìm chỗ tấp xe vào lề, thả cô xuống đi lại cho bớt bị căng cơ. May sao, tôi nhìn về phía trước thấy ngay điểm dựng cột phân chia địa giới hai tỉnh Khánh Hòa - Phú Yên, có bãi rửa xe lộ thiên dành cho cánh xe tải đường dài Bắc - Nam, tận dụng nguồn nước lấy từ trên núi xuống, rửa sạch mọi thứ bụi bẩn trước khi tiếp tục cuộc hành trình xuôi Nam ngược Bắc.

Vừa rời khỏi xe tôi đã thấy Nhã bước tới đứng cạnh anh thanh niên cầm vòi nước rửa xe:

- Anh ơi! Nguồn nước này từ đâu ra vậy?

Anh thanh niên vừa chỉ tay lên núi vừa trả lời:

- Từ các mạch ngầm trên núi đó.

- Có phải trả tiền không?

- Dĩ nhiên phải trả tiền cho người đầu tư chứ.

- Có đắt không?

- Rẻ hơn nước giếng bơm hay nước máy.

- Cho em thử một tí xem có ngọt không?

Anh thanh niên vui vẻ chỉa vòi nước vào đôi tay khum khum sẵn nơi Nhã, rót vào tay cho cô ít nước uống thử.

- Chị thấy thế nào?

Nhã gật đầu khen:

- Nước ngọt mát như được lấy từ trong tủ lạnh ra.

Để mặc Nhã "tám" với anh thanh niên, tôi tiến sát ra mép đèo, đứng quan sát một phần vịnh, giới hạn phía Nam là phần đất hình đầu con chim đại bàng có chiếc mỏ nhô ra trên mặt biển, phần còn lại về phía Bắc là tỉnh Phú Yên. Nơi được xem là ranh giới tự nhiên trên biển của 2 tỉnh Khánh Hòa và Phú Yên. Sở dĩ, nơi đây gọi tên vịnh Vũng Rô, vì ngày xưa nơi này mọc ken dày các loại cây cóc kèn, cây ô rô.

Nhày nay, sau khi hòa bình được lập lại, vịnh Vũng Rô không chỉ là địa chỉ du lịch đầy tiềm năng, mà còn là nơi nuôi trồng thủy hải sản nổi tiếng; đặc biệt, với các loại tôm hùm được xếp vào hàng các món ăn quí tộc.

Thú thực, sống ở miền Nam từ nhỏ tới lớn, chỉ sau năm 1975 tôi mới nghe nói nhiều tới loại tôm quí hiếm này. Bởi trước đó nó chỉ xuất hiện trên bàn ăn của giới thượng lưu trong các nhà hàng sang trọng, trong khi giới trung lưu chỉ biết tới các con tôm càng xanh, tôm sú, tôm đất, tôm thẻ, là may mắn lắm rồi, cho nên giới lao động ăn toàn là đầu những con tôm càng bán đầy chợ, âu cũng chuyện dễ hiểu, vì phần lớn thịt dành cho xuất khẩu thu về ngoai tệ. Vì vậy, khi nghe nhắc tên loại tôm quí tộc này, tôi háo hức muốn sớm được thưởng thức chúng, để gọi là trả thù dân tộc.

Chạy quá lên 3 cây số tới ngã ba, thấy tấm bảng chỉ đường quẹo vào cảng Vũng Rô, đồng thời cũng là cung đường mới dẫn vào tới trung tâm thành phố Tuy Hòa, có tên Hòa Hiệp - Phước Tân - Bãi Ngà, tôi dùng xe trước một trong số các nhà hàng ăn có mặt tại làng bè, hy vọng sẽ được thưởng thức món tôm hùm.

Tiếp bọn tôi lá anh chủ trẻ, mặc quần lửng, áo thể thao mang số thứ tự của danh thủ mà anh ta thích nơi sau lưng.

Tôi hỏi khi nhìn thấy bên trong nhà hàng trống trơn:

- Chưa tới giờ mở cửa hay sao anh?

Chủ nhà hàng chỉ tay vào trong nhà nói:

- Anh chị cho xe vào trong nhà, cano sẽ đưa ra vịnh, nhà hàng nằm ngoài đó.

- Ùa! Có dịch vụ cano nữa sao?

- Cano chỉ dành riêng đưa đón khách ra ra vô nhà hàng miễn phí.

Theo chân anh chủ quán trẻ, bọn tôi di chuyển ra phía sau nhà, được mời ngồi lên cano đang chờ đưa khách ra nhà hàng.

Tận dụng thời gian lênh đênh trên vịnh biển, tôi dõi mắt ngắm vẻ đẹp lung linh, kỳ ảo, qua cảnh sắc thiên nhiên nhiên hùng vĩ nơi đèo Cả, núi Đá Bia, hòn Bà, bên làn nướctrong xanh màu ngọc bích, quên đi cuộc sống chộn rộn đời thường, hòa mình vào với biển trời yên ả, tận hưởng không khí trong lành.

Gọi nhà hàng cho sang chứ thực ra nó giống như một nhà bè nuôi cá ở miền Tây; khác chăng, trên mặt bè nổi người ta lót những tấm ván lên mặt sàn, rồi đặt một số bàn ghế phục vụ khách ăn uống

Có lẽ do là lần đầu tiên làm quen với loải nhà hàng kiểu này, Nhã tỏ ra khá thích thú khi được dẫn quan sát các lồng bè nuôi rộng hải sản, đặc biệt, muốn ăn con nào chỉ tay con đó, chủ nhà hàng sẽ dùng vợt vớt lên, rồi sai nhân viên mang đi chế biến.

Nhã thắc mắc hỏi chủ nhà hàng:

- Có phải các loại hải sản này được nuôi từ các lồng bè khác, sau đó mới chuyển về đây bán cho thực khách?

Người chủ quán chỉ tay về các lồng bè gần đó thừa nhận:

- Chúng được nuôi từ những dãy lồng ngoài kia.

- Kể cả những con tôm hùm sao?.

- Riêng tôm hùm được nuôi bằng những chiếc lồng sắt cỡ 3 x 3 x 1,4 mét, bên ngoài phủ thêm lớp sơn tránh cho hàu con đeo bám.

- Lồng đặt ở đâu?

- Ở đây người ta thường đặt lồng nuôi quanh các rạn san hô hay trên mặt cát sâu dưới đáy nước, nói chung là nơi có ít tàu thuyền qua lại.

- Cho chúng ăn thế nào?

- Mỗi ngày tôm được cho ăn hai bữa sáng, tối, với thức ăn là tôm, tép nhỏ, cá, cua, được làm nhỏ vụn nhưng phải tươi.

Sau khi cùng Nhã đi xem qua một vòng các lồng bè nuôi rộng hải sản, tôi đặt 2 con tôm hùm loại nửa kí một con, một ít mực nướng, hai kí ốc đủ thứ.

Chủ quán quay lại hỏi tôi:

- Anh chị ăn tôm hùm cháy bơ tỏi hay chỉ hấp chín?

- Tất cả hấp chín.

Nhã nghe tôi trả lời người chủ quán như vậy, ngạc nhiên nhìn tôi hỏi nhỏ:

- Anh thích ăn hải sản hấp vì sao?

- Như thế mới giữ nguyên mùi vị của hải sản.

Thưởng thức các món hải sản ở vịnh Vũng Rô xong, tôi tiếp tục chở Nhã chạy theo đường quốc lộ 29, ngang qua khu di tích lịch sử "Đoàn Tàu Không Số", tới khu Mũi Điện - Bãi Môn ghé thăm 3 thắng cảnh nổi tiếng ở đây: ngọn hải đăng Đại Lãnh, mũi Rạng Đông và Bãi Môn,

Gửi xe dưới chân núi, bọn tôi lội bộ trên con đường bê tông dốc ngược lên núi, mệt đến bở hơi tai, coi như một dịp thử thách thách ý chí cùng với sự dẻo dai nơi thân thể; bù lại, tận hưởng no nê cảnh quan vô cùng kỳ vĩ, với một bên là bãi tắm hình cánh cung có tên Bãi Môn, một bên là những bụi dứa dại đang vào mùa cho những quả chín mọng, lạ mắt bên sắc màu cam - đỏ trải dài nơi ven đồi.

Nhìn không biết quả gì Mây hỏi tôi:

- Quả chi lạ vậy anh?

- Người dân vùng biển gọi nó là quả dứa dại.

- Ăn được không?

- Nghe các lương y hướng dẫn có thể dùng cả, thân, lá, rễ, quả, thái mỏng, phơi khô, cất đi uống dần, dùng điều trị các bệnh gan, sơ gan cổ trướng, sỏi thận, kiết lỵ, rất hay.

Leo hết con dốc cao, trước mắt tôi và Nhã là ngọn hải đăng Đại Lãnh hay còn gọi hải đăng Mũi Điện, cao 26m5, được kỹ sư người Pháp tên Varella xây dựng vào năm 1890, trên độ cao 110 mét so với mực nước biển, có nhiệm vụ giúp đỡ tàu thuyền di chuyển thuận lợi trên biển.

Đuối. Bọn tôi ngồi nghỉ chân trước dãy nhà dành cho nhân viên hải đăng lấy sức, trước khi leo tiếp hơn 100 bậc thang cuốn đi lên trên, có mặt ở dãy hành lang dành cho du khách đứng ngắm cảnh biển xanh biêng biếc, con đường uốn lượn bậc thang dẫn ra mũi Rạng Đông, những nóc lều hình tứ giác dùng làm nơi tránh nắng, cột mốc Mũi Điện, Bãi Môn, vực đá xếp lớp hình những tòa lâu đài nhô ra biển... nằm sâu hun hút dưới chân.

Rời ngọn hải đăng, bọn tôi đi lần từng bậc thang xi măng xuống mũi Rạng Đông, nơi đặt cột mốc Mũi Điện màu nâu, trên đó ghi hàng chữ "Điểm cực Đông - Nơi đón bình minh sớm nhất trên đất liền của Việt Nam"?

Chụp cho Nhã vài bức ảnh tại cột mốc, tôi dắt cô đi men theo con đường mòn cũ, trước khi có con đường mới đi xuống từ ngọn hải đăng. Con đường tuy có đôi chút vất vả do có nhiều bụi cây rậm rạp, những hòn đá cỡ vài người ôm chắn ngang đường, nhưng đỡ mệt, đỡ mất thời gian, mà còn được khám phá rừng núi vây quanh.

Đi xuống chừng một phần ba đoạn đường núi, tới một khúc quanh có bảng chỉ đường rẽ xuống Bãi Môn. Thấy vậy, tôi liền nắm lấy tay Nhã, dắt cô rẽ theo hướng đó đi xuông bên dưới, bắt gặp một bãi tắm nằm lọt thỏm giữa 2 ngọn núi Đại Lãnh và Mũi Điện, có độ dài không quá 400m, nhưng đẹp không thể tưởng, nhờ mọi thứ còn giữ nguyên vẻ đẹp hoang sơ, nhất là bãi cát mịn màng nằm dốc thoai thoải, không chỉ thơ mộng mà còn rất lý tưởng cho những đôi tình nhân mới bắt đầu cuộc yêu.

Thật bất ngờ, khi bọn tôi xuống tới Bãi Môn, phát hiện nơi

đây đã, có mặt rất đông các bạn trẻ, vui chơi, tắm biển, đuổi bắt nhau quanh các khối đá, hoặc đi dọc theo con suối nước ngọt, nhặt nhạnh những mảnh sò, vỏ ốc, về làm kỷ niệm.

Tạm biệt Bãi Môn, bọn tôi chọn con đường tắt trở ra điểm lấy xe, tiếp tục chạy theo cung đường biển, băng qua hết cồn cát này nối tiếp cồn cát khác, hết bãi biển này qua bãi biển khác, tới cụm công nghiệp trọng điểm phía nam Tuy Hòa, nơi hứa hẹn tạo công ăn việc làm cho người lao động, giúp mang lại cho gia đình họ một mùa sống phong phú trong tương lai.

Sau khi vượt qua cây cầu bề thế bắt qua cửa biển Bà Diễn, nối đường Hùng Vương vào tới trung tâm thành phố Tuy Hòa, bọn tôi nhìn thấy xa xa bóng ngọn núi Nhạn cùng với ngôi tháp Chăm uy nghi, in đậm dấu vết trên nền trời xanh lơ.

Chợt nghe từ phía sau tiếng Nhã hỏi:

- Ở trên lưng chừng ngọn núi trước mặt, hình như em thấy có công trình gì đồ sộ lắm phải không?

Tôi giải thích cho cô hiểu:

- Đó là tháp Nhạn nổi tiếng của Tuy Hòa.

- Mình lên đó được không?.

- Dĩ nhiên là được...

Đến chân núi, thay vì lái xe chạy lên tới tận chân tháp, nhưng Nhã muốn đi bộ để ngắm cảnh hai bên đường; đồng thời tìm hiểu sinh hoạt nơi đây luôn thể.

Phải mất gần nửa giờ lội bộ trên con đường núi ngoằn ngoèo, tôi và Nhã mới có mặt đứng ở khoảng sân rộng dưới chân tháp, tận hưởng chút không khí trong lành do những cơn gió thổi từ phía Nam đến. Và. Cũng từ chỗ đứng sát bên mép sân, bọn tôi dễ dàng nhìn thấy toàn cảnh thành phố Tuy Hòa, làng hoa Bình Ngọc, cầu đường sắt, cầu đường bộ Đà Rằng, gợi nhớ câu ca dao:

Cầu Đà Rằng dài hai mốt nhịp.
Chàng bỏ ta đi biền biệt bấy lâu.
Ngày xuân con cá giải sầu.
Trông chàng chẳng thấy chàng đâu hỡi chàng.

Đi một vòng, bọn tôi quan sát thấy bốn mặt của ngọn tháp được chạm khắc tinh vi theo lối kiến trúc cổ Chămpa, cao 23,5 m, mỗi cạnh dài 10 m, chia làm 4 tầng, cứ mỗi tầng xây lên cao đều thấy thu nhỏ lại ở phần chóp, thoạt nhìn trông rất giống với lối kiến trúc tháp Ponaga ở Nha Trang, nhưng khác ở chỗ tháp Nhạn nằm ở lưng chừng núi.

Nghe kể trước đây khi "tàu chiến của thực dân Pháp chạy ngoài khơi, thấy ngôi tháp sừng sững trong đất liền, tưởng đó là pháo đài, nên cho nã đại pháo làm đổ 3 góc trên đỉnh tháp", tạo nghi vấn trong việc làm biến mất bệ và tượng thờ bên trong tháp Nhạn?

Để hiểu rõ hơn về cách bài trí việc thờ cúng trong ngôi cổ tháp như thế nào, tôi đưa Nhã bước hẳn vào bên trong chánh điện, đứng đối diện trước bàn thờ chỉ có duy nhất bức tượng bà Thánh Mẫu Thiên Y A Na cùng khói nhang nghi ngút.

Thấy lạ Nhã kề miệng vào tai tôi nói nhỏ:

- Nào giờ em cứ tưởng người Chăm thờ cúng linh đình lắm kia chứ.

Trở xuống chân núi, tôi chở Nhã chạy ngang qua trung tâm thành phố, thay vì ghé bãi tắm nằm ngay trong lòng Tuy Hòa, quảng trường 1 tháng 4, tôi chạy thẳng tới bãi Long Thủy hay còn gọi bãi tắm Mỹ Á.

Ai về Mỹ Á chi lâu
Để em ôm chiếc thuyền câu đợi chờ.

Theo truyền thuyết. Ngày xưa, ở Phú Yên đã có lần bị nạn hạn hán kéo dài trong suốt nhiều năm liền, khiến đời sống người dân gặp nhiều khó khăn, nhất là khi phải đối mặt với nạn không có nước để tưới tiêu lẫn tiêu dùng trong sinh hoạt hàng ngày, cho dù đã nhiều lần lập đàn cầu mưa. Đang trong lúc thất vọng, bỗng đâu xuất hiện hàng ngàn con cóc, nghiến răng hòa theo tiếng trống buổi lễ, tạo ra âm thanh vang dội làm lay động đất trời, khiến bao giông tố không biết từ đâu kéo đến, cùng lúc trên không trung hiện ra một con rồng khổng lồ, hút lấy nguồn nước bên dưới, đồng thời phun ra từng đám mưa. Cứ thế, nơi nào được phun nước, sau đó đều được biến thành những con sông có tên là sông Ba, sông Cái và những ao hồ. Nhờ đó mà người dân thoát khỏi nạn hạn hán và đặt luôn tên cho bãi biển nơi rồng hút nước là Long Thủy

Nhân thấy mấy chiếc ghế bố đặt dài theo bãi biển, trống không nằm chờ khách, tôi và Nhã ngồi xuống đó ngả lưng, tận hưởng hương vị biển mặn mòi; đồng thời, thưởng thức những trái dừa ba nhát nổi tiếng Long Thủy, tiện thể hỏi thăm đường tới núi Chóp Chài.

Biết rõ đường đi nước bước, nhờ sự chỉ vẽ tận tình của cô chủ quán xinh đẹp, tôi từ bãi biển Long Thủy chở Nhã quay ra quốc lộ 1A, rồi cứ thế nhắm cột ăng ten của đài phát thanh truyền hình tỉnh Phú Yên, tọa lạc trên đỉnh Chóp Chài chạy tới.

Chóp Chài đội mũ.
Mây phủ đá Bia.
Ếch nhái kêu lia.
Trời mưa như đổ.
(Ca Dao)

Thì ra núi Chóp Chài hay còn gọi Nựu Sơn, là một trong hai đài khí tượng tự nhiên nằm ngay trên cánh đồng lúa phì nhiêu của thành phố Tuy Hòa.

Lên đến lưng chừng núi, tôi dựng xe bên đường, cùng Nhã đi thắp nhang ở một số ngôi chùa nằm gần nhau: Hòa Sơn, Minh

Sơn, Khánh Sơn, Bảo Lâm, trước khi đi tiếp lên hang dơi Trai Thủy, dừng chân trước một cái hang khá rộng và sâu, thích hợp cho việc hình thành nên một ngôi chùa Hang độc đáo, bằng cách tận dụng những tảng đá lớn nhỏ, cái làm vách, cái làm mái che, che luôn cả phần hành lang dẫn tới khu chánh điện.

Loanh quanh ở đây một hồi, bọn tôi trở xuống lại chùa Bảo Lâm, đứng ở khoảng sân rộng rãi, thoáng đãng, nhìn ra biển Đông trước mặt cùng với một phần thành phố Tuy Hòa, quốc lộ 1A, những cánh đồng lúa xanh ngát trải dài dưới chân.

Chợt nghe thấy cơn đói đến cồn cào ruột gan, tôi hối Nhã mau mau rời núi Chóp Chài, lên xe phóng nhanh về lại trung tâm thành phố cho kịp giờ ăn tối.

Trong lúc chờ Nhã "quần thảo" các món ăn trên thực đơn, tôi dõi theo những chiếc thuyền đánh cá đang neo đậu san sát nhau trên mặt biển. Nghe đâu, những chiếc thuyền này có khả năng đánh bắt xa bờ khoảng 200 hải lý, ở những vùng biển sâu tận đảo Trường Sa, Côn Đảo, Phú Quốc, mỗi năm mang về cho Phú Yên hàng ngàn tấn cá ngừ. Vậy mà có thời gian, người dân Phú Yên chẳng mấy mặn mà tới việc đánh bắt loài cá này, bởi nhìn dáng vẻ bên ngoài của chúng, trông rất giống với loài cá ông linh thiêng, loại cá mà người dân vùng biển rất tôn thờ. Sau, nhờ có ngư dân nào đó bỏ công lên mạng Internet tìm hiểu, phát hiện ra đây là loại cá mà thế giới đang rất ưa chuộng, lại có giá trị kinh tế rất cao, nên việc đánh bắt cá ngừ đại dương từ đó mới trở nên rầm rộ.

Qua chuyện này làm tôi nhớ lời người bạn sau khi ăn các món hải sản ở Tuy Hòa về kể lại. Rằng, anh được một chủ nhà hàng giới thiệu món đặc sản, cá "bò gù" chấm mù tạt xanh, cá bò gù nướng muối ớt, lườn cá bò gù xào sa tế, đầu cá bò gù nấu cháo, lòng cá bò gù làm gỏi, mắt cá bò gù chưng cách thủy... Nghe giới thiệu hấp dẫn, anh bạn gọi món cá bò gù chấm mù tạt ăn thử xem nó thế nào. Tới chừng nhà hàng dọn món ăn lên bàn, anh mới biết món này ở Mỹ người ta gọi là Yellowfin tuna, hay Bleufin, khác chăng ở Việt Nam người ta tận dụng cả đầu, đuôi, gan ruột, chế biến thành món ăn đặc sản. Và sau bữa ăn, anh bạn tìm hiểu thêm về con cá bò ngủ nơi một số lão ngư, phát hiện ra Phú Yên là địa phương khởi đầu nghề câu cá ngừ đại dương. Theo lời kể, các ngư dân tình cờ vớt được những đoạn dây câu bị đứt trôi dạt vào bờ, kèm theo trên đó thấy có mấy con cá bò gù bị mắc câu. Qua đó, ngư dân Phú Yên đã sáng tạo ra những vàng câu dài hàng chục hải lý, trên đó gắn từ 600-800 lưỡi câu, thả trôi trên biển câu cá ngừ.

Chợt nghe có tiếng động lạ xảy ra, tôi giật mình quay đầu nhìn lại, thì ra là cô tiếp viên đứng chờ khách đặt món ăn.

Không muốn cô phải chờ đợi lâu, tôi gọi món ăn chơi mà bất kỳ ai khi ghé đến Phú Yên, nếu chưa thử qua là chưa biết đến xứ Nẫu:

- Gọi cho tôi 2 phần "Đèn Pha Đại Dương" cùng với chai rượu Quán Đế trước đã. Chờ cô này đi chợ chắc hơi bị lâu.

Cô tiếp viên trố mắt nhìn tôi hỏi lại:

- Quán Đế là rượu gì ạ?

- Ùa! Dân Tuy Hòa mà không biết rượu Quán Đế mới lạ à nha.

- Em từ Nha Trang mới ra làm nên chưa nghe qua loại rượu anh nói.

Ha ha, gọi vậy chứ thật ra tôi chưa hề biết qua loại rượu Quán Đế này, bởi chỉ nghe lóm từ cánh lái xe đường dài Bắc-Nam, rù rì truyền tai nhau loại rượu ông uống bà khen, mỗi khi dừng chân ăn uống tại "ngã 3 sung sướng", dài hơn 15 cây số thuộc địa phận thị xã Sông Cầu. Còn nếu hoặc như có ai thắc mắc về ngã ba này thì, xin bỏ ra chút thời gian ghé đến đây trải nghiệm một lần cho biết sung sướng tới độ nào?

Tôi nói với cô tiếp viên:

- Thôi được! Vậy cô vào trong hỏi quán bán rượu gì thì mang ra rượu đó.

Sau thời gian ngắn chờ đợi, nhà hàng cũng đã dọn ra trên bàn, 2 dĩa rau cải xanh thái sợi nhỏ, một dĩa ớt, 2 chén nước tương, hai thố bằng đất tráng men nóng đến bỏng tay.

Thấy lạ Nhã hỏi cô phục vụ:

- Đây là món gì vậy cô?

Cô phục vụ khựng người lại, trên nét mặt thể hiện chút bối rối, nhìn tôi hỏi;

- Lúc nảy anh đây đã gọi món Mắt Cá Ngừ Đại Dương phải không?

- Không! Tôi gọi món Đèn Pha Đại Dương

- Dạ! Đèn Pha Đại Dương hay Mắt Cá Ngừ Đai Dương đều là một.

Lạ. Tôi mở nắp thố nhìn vào bên trong thấy, nổi lềnh bềnh trong thố là mớ hành lá cắt khúc, hành tim xắc khoanh, chèn thêm vài lát cá ngừ, một con mắt cá to cỡ trái banh quần vợt, tất cả chìm trong chất nước màu nâu được nấu từ các vị thuốc Bắc, có mùi thơm ngào ngạt. Tiện tay, tôi cầm lấy chiếc muỗng, múc một ít nước húp thử, nghe vị cay nồng nơi đầu lưỡi, nhai tiếp miếng sụn mắt cá nghe kêu sừn sựt dưới răng, cảm nhận được vị béo ngậy tứa ra trong miệng. Để đưa cay, tôi chiêu một ngụm rượu gạo Qui Hậu nghe sướng đời gì đâu. Được biết, ẩm thực ở Phú Yên không chỉ nổi tiếng với các món ăn như: mắt cá ngừ đại dương tiềm thuốc Bắc, sò huyết đầm Ô Loan, ghẹ Sông Cầu, mà gần đây còn nổi lên các món ăn khoái khẩu, được cả nước đón nhận như: lẩu gà lá é, gà nướng lá é, cơm chiên lá é, sò mông hấp lá é, muối é... chế biến từ lá cây é trắng. Một phân họ của cây húng quế, nhưng khác ở chỗ thân nó có lông, lá màu xanh trắng, hay còn gọi là húng quế lông.

Vừa thưởng thức món Đèn Pha Đại Dương Nhã vừa hỏi tôi:

- Liệu em có thể xin gặp bếp trưởng của quán, để hỏi qua cách chế biến món mắt cá này không?

- Định mở quán cạnh tranh hay sao?

- Làm người ai lại làm vậy?

- Vậy em muốn gặp họ với mục đích gì.

- Về Lạng Sơn mở quán ăn đặc sản được chưa.

- Em quên là dân miền Bắc không thích ăn các món có vị tanh hay sao?

- Nói đùa với anh cho vui, chân đi như em ngồi một chỗ chịu sao nổi.

Chiều lòng Nhã, tôi tìm gặp chủ quán, nói rõ yêu cầu của khách đến từ cực Bắc xa xôi, muốn được gặp đầu bếp, hỏi qua cách chế biến món mắt cá ngừ. Những tưởng, với lý do nghề nghiệp không mấy ai muốn tiết lộ bí quyết chế biến của mình, nhưng không ngờ chủ quán đã vui vẻ dẫn đầu bếp của quán ra gặp khách.

Nhã nhanh chóng hỏi người đầu bếp:

- Lần đầu tiên em được thưởng thức món mắt cá ngừ ngon tuyệt vời, nên muốn được nghe anh nói cho biết cách chế biến như thế nào, để khi về Lạng Sơn em giới thiệu với khách ngoài đó?

Anh đầu bếp vui vẻ hướng dẫn:

- Khó khăn nhất khi chế biến món mắt cá ngừ đại dương tiềm thuốc Bắc là, làm sao khử cho hết mùi tanh của cá. Muốn vậy, trước hết khi mua mắt cá về, bạn phải chần qua nước muối nấu sôi, kế đến lấy gân máu, rửa sạch, rồi mang đi hấp chung với lá dứa, sả, gừng, để giảm mùi tanh. Sau đó, tiếp tục ướp cả trong nửa giờ đồng hồ với các vị thuốc Bắc sao cho thật thấm hương vị, xong xếp chúng vào 1 cái thố, chèn thêm vài lát thịt hoặc lườn cá, trước khi mang đi chưng cách thủy khoảng 1 tiếng sau là dùng được.

Ăn sạch trơn các món do Nhã đặt hàng, bọn tôi được người ta giới thiệu các điểm vui chơi, vũ trường Thuận Thảo, karaoke phố Duy Tân, còn nếu muốn ngắm thành phố ban đêm thì đi thang máy lên tầng thứ 17 khách sạn Cendeluxe.

Cám ơn sự gợi ý về các điểm ăn chơi, nhưng do cả ngày đã đi rong chơi nhiều nơi, nên bọn tôi chỉ còn đủ sức ra ngồi ở quảng trường 1 tháng 4, hóng gió, nghe sóng biển vỗ rì rào một lúc rồi quay về khách sạn nghỉ ngơi, lấy sức, để sáng hôm sau tiếp tục cuộc hành trình khám phá nhiều nơi khác nữa.

Sáng ra, trong lúc ngồi ăn buffet tại nhà hàng của khách sạn, tôi hỏi Nhã:

- Em xem phim "Tôi Thấy Hoa Vàng Trên Cỏ Xanh Chưa?"

- Dạ xem rồi.

- Em thấy các cảnh quay trong phim thế nào?

- Nói chung là đẹp nhưng...

- Sao lại nhưng?

- Bởi không biết thực tế cảnh bên ngoài có đẹp như trong phim hay không?

- Muốn biết thì lát nữa anh đưa em tới đó.

- Anh muốn nói tới Bãi Xếp?

- Đúng vậy.

- Được vậy còn gì bằng.

Rời sảnh ăn sáng, tôi chở Nhã chạy về phía huyện Tuy An, ghé xã An Chấn, định tìm người hỏi thăm đường đến Bãi Xép. May sao, ngay lúc đó tôi kịp nhìn thấy đoàn xe chở khách tham quan Phú Yên chạy trờ tới. Đoán thể nào họ cũng chở khách vào thăm Bãi Xép, nên tôi lẳng lặng chạy theo phía sau mà không phải hỏi han ai.

Kia rồi, Bãi Xép trông thật hoang sơ bên bãi cát trắng trải dài khoảng 500m, nằm lọt thỏm giữa 2 gành đá có tên gành Ông - gành Bà; bù lại, bất kỳ ai đã đặt chân đến đây, đều không khỏi trầm trồ, thán phục, trước vẻ đẹp của biển trong vắt, của những tảng đá đen nhánh do phún thạch núi lửa phun trào, xếp chồng lên nhau một cách vô tình, bởi bàn tay ảo diệu của tạo hóa, lâu ngày bị nắng, gió, sóng biển, bào mòn, tạo nên những hình thù kỳ vĩ.

Thận trọng đặt chân lên từng vỉa đá trơn trợt, tôi và Nhã đi lần về phía cuối gành, trải nghiệm nơi từng con sóng biển xô bờ, bắn tung tóe những đám bọt trắng xóa; đồng thời, chiêm ngưỡng những rạn san hô nhiều màu sắc, ẩn hiện dưới làn nước trong veo nhìn tận đáy

Tuy nhiên, theo kinh nghiệm của một số người vừa khám phá Bãi Xép trở ra cho biết, điểm thu hút du khách đông đảo nhất không phải nơi đây mà chính là thảo nguyên nằm trên đỉnh gành Xép.

Phát hiện ra điều thú vị này, bọn tôi liền rủ nhau rời bãi đá trở lên gành Ông, đi giữa doi đất trải rộng bên những cánh đồng cỏ cháy, những bãi xương rồng mọc gai tua tủa, trông giống như một thảo nguyên thu nhỏ. Có điều, đi tìm đỏ mắt cũng không thấy bóng dáng màu hoa vàng mà, khán giả từng xem ở các phân đoạn bộ phim "Tôi Thấy Hoa Vàng Trên Cỏ Xanh". Ngược lại, đứng từ đỉnh gành Ông nhìn xuống biển sâu thăm thẳm bên dưới, bọn tôi ai nấy đều cảm thấy bị choáng ngợp trước vẻ đẹp vô cùng kỳ vĩ nơi những, Hòn Yến, cù lao Mái Nhà, xuất hiện giữa biển trời xanh biếc, đẹp đến ngỡ ngàng. Có lẽ, nhờ vào vẻ đẹp tiềm ẩn, dung dị, hoang sơ này, tạp chí Business Inside đã bầu chọn Bãi Xép là 1 trong 16 điểm đáng kinh ngạc nhất Châu Á?

Đang hình dung đến tuổi thơ, chiều chiều cùng dăm ba đứa bạn tụm năm tụm ba, vui chơi, chạy nhảy, chuyện trò, hát xướng, thả diều, trên cánh đồng cỏ bạt ngàn nơi thảo nguyên lộng gió... tôi bất chợt bị Nhã đánh thức bằng câu hỏi:

- Lát nữa mình có ghé Hòn Yến, cù lao Mái Nhà không anh?

Tôi lắc đầu trả lời cô:

- Không đâu em.

- Lý do?

- Mình chỉ còn đủ thời gian ghé lại Nhà Thờ Mằng Lăng, đập Tam Giang, gành Đá Dĩa nữa thôi.

- Sao không ghé đến đó rồi ngày mai hãy đi tiếp những nơi anh vừa kể?

- E chỉ mất thêm thời gian, vì cảnh biển ở Hòn Yến cũng như những cảnh biển mà chúng ta đã ghé thăm. Cũng biển xanh, cũng những rạn san hô nhiều màu sắc, nhưng con đường đi bộ ra hòn Sụn, hòn Yến, phải chờ đúng ngày rằm mới ra được vì, thời gian đó thủy triều mới rút xuống, để lộ ra con đường đi giữa biển. Thêm nữa, hai bên đường dọc theo Hòn Yến, phải băng ngang nhiều ngôi mộ nằm rải rác trong khu dân cư, khiến cho nhiều người yếu bóng vía không mấy thích thú.

- Còn cù lao Mái Nhà thì sao?

- Đó là một hoang đảo nằm cách đất liền khoảng 20 phút ngồi ghe. Nơi được ví như Robinson của Phú Yên, có diện tích rộng khoảng một cây số vuông, nhưng chỉ có hai gia đình sống cách biệt trên đảo, cho nên không có điện, không nhà nghỉ, không có nước ngọt, nhưng thừa gió, thừa nước biển, thừa không khí trong lành.

Nhã ngạc nhiên kêu:

- Ôi trời! Sống ở thành phố quen rồi, ra đó sống một ngày cũng đủ thấy khó chịu rồi

- Trừ trường hợp em là dân bụi kiểu tây ba-lô.

- Là sao em chưa hiểu?

- Chuyện này anh nghe hướng dẫn viên du lịch kể trong lúc ngồi thuyền đi thăm miệt vườn ở Bến Tre.

Nhã nóng lòng muốn sớm được nghe câu chuyện nên nhắc tôi:

- Kể nhanh đi anh.

- Rằng các vị khách Tây đi tới đâu cũng chỉ có mỗi chiếc ba-lô sau lưng, nhưng vốn yêu thích sự trải nghiệm, khám phá, nhờ vậy mà các homestay lúc nào cũng đông khách, vì thích hợp cho việc đi sớm về muộn của họ. Bởi những vị khách Tây ba-lô này, chỉ cần chỗ để vừa ngả lưng qua đêm, vừa đỡ tốn nhiều chi phí. Suy ra, họ ít có thời gian dành cho việc tắm giặt, để lại mùi hôi khó chịu nơi họ là chuyện dễ hiểu.

- U! Sao em nghe nói dân Tây họ sống sạch sẽ lắm mà?

- Thì những người đó đâu ai gọi họ là Tây ba-lô.

Nhã bịt mũi kêu:

- Eo ơi!

Tôi hỏi đùa Nhã:

- Vậy em còn muốn khám phá cù lao Mái Nhà nữa hay thôi?

Nhã đỏ hồng đôi má hối thúc tôi:

- Chúng ta mau rời khỏi đây thôi anh.

Từ Bãi Xép tôi chở Nhã quay lại quốc lộ 1A, hướng lên địa phận Sông Cầu, đến đoạn có bảng hướng dẫn rẽ phải vào huyện Tuy An, tôi liền quẹo theo hướng đó, chạy thẳng đến làng An Thạch, ghé vào nhà thờ cổ Mằng Lăng.

Tương truyền, sở dĩ nhà thờ có tên Mằng Lăng, do trước kia nơi đây mọc rất nhiều loại cây có hoa nở thành chùm màu tím, trông rất giống với hoa bằng lăng, nên dân địa phương gọi luôn nhà thờ với cái tên Mằng Lăng. Theo lịch sử, đây là nhà thờ cổ nhất ở Việt Nam, do người Pháp có tên Joseph De La Cassagne hay còn được người dân địa phương gọi tên ông theo tiếng Việt là Cổ Xuân. Được biết, ông là vị linh mục đầu tiên của giáo xứ Mằng Lăng, đồng thời là người chịu trách niệm xây dựng nhà thờ theo lối kiến trúc Gothique, có từ 1200 năm trước công nguyên.

Đi từ ngoài nhìn vào con hẻm, đập vào mắt bọn tôi là 2 tòa tháp chuông, kẹp ở giữa là cây thập tự giá, làm nổi bật phần mặt tiền ngôi nhà thờ có tuổi đời hơn 200 năm, cho dù màu sắc đã thay đổi từ màu trắng ban đầu sang màu tro xám; đặc biệt, với 3 cửa vòm tượng hình những búp măng trông rất thanh thoát.

Bước qua cánh cổng sắt, bọn tôi có mặt đứng ở khoảng sân có nhiều mảng cây xanh cùng với quả đồi nhân đạo xanh mướt màu cỏ, trên đó dựng tượng thánh André Phú Yên, tử đạo năm 19 tuổi (1625-1644).

Len qua lối đi nhỏ bằng đá dưới chân đồi, tôi dẫn Nhã đặt chân vào khoảng không gian thoáng mát, cảm giác như đang đứng giữa hang động. Nhìn quanh thấy trên các bức vách, treo một số hình ảnh thời kỳ đầu xây dựng nhà thờ, những hiện vật giá trị tôn giáo, bức phù điêu kể về cuộc đời Á Thánh André Phú

Yên, chân dung giáo sĩ Đắc Lộ - Alexandre de Rhodes; riêng quyển giáo lý "Phép Giảng 8 Ngày" in tại Roma bằng chữ quốc ngữ đầu tiên của nước ta, được cất giữ một cách trang trọng trong một chiếc lồng kính.

Trở ra, bọn tôi tiếp tục đi quan sát khu nhà thờ thêm một lát, sau đó chở nhau chạy tới đập Tam Giang ở cách đó khoảng 3 cây số.

Đây là công trình thủy lợi, xây bằng xi măng, nằm vắt ngang con sông Ngân hay còn gọi là sông Cái, dài khoảng 800m, có qui mô nhỏ hơn đập Đồng Cam, nhưng lại rất quan trọng trong việc tưới tiêu trên các cánh đồng lúa bạt ngàn ở các xã, An Trạch, An Ninh, An Dân, huyện Tuy An. Hơn nữa, ngoài việc tưới tiêu, đập Tam Giang còn là con đường thông thương, nối 2 bờ sông lại với nhau, giúp cho sự qua lại giữa người dân sinh sống ở bên này với bên kia hoặc ngược lại, có thể đi bộ hay chạy xe máy trên đập, ngang qua sông Cái một cách dễ dàng.

Quả không hổ danh là một cô gái năng động, bởi mới đó tôi đã thấy Nhã băng sang đường, đi men theo bờ dốc con đập xuống bên dưới, đứng dõi theo người đàn ông đang lom khom vẹt từng đám lá rậm rạp tìm kiếm thứ gì đó.

Không giấu được sự tò mò Nhã từ trên bờ lớn tiếng hỏi người đàn ông:

- Anh đang tìm bắt gì vậy anh?

Dừng tay lại người đàn ông nhìn cô trả lời:

- Săn cá chình giống.

- Chình sông hay biển?

Người đàn ông vui vẻ giải thích:

- Hàng năm, cứ mùa mưa đến, cá chình từ sông bơi ra cửa biển để đẻ, sau đó bọn chình con sẽ vượt lũ, bơi trở lên đầu nguồn sinh sống. Ban ngày, chúng nằm yên trong các hang ổ bùn lầy, đêm đến mò ra đi kiếm thức ăn, gặp chiếc đập ngăn chúng ngăn lại, nên tập trung thành từng đàn, chờ con nước lớn để vượt qua. Nắm bắt được qui luật ấy, cứ đến mùa mưa dân chúng các nơi đổ về đây săn cá chình giống đông như ngày hội.

- Tháng nào mới là mùa săn cá chình?

- Bắt đầu từ tháng 11 đến tháng 2 âm lịch, thời gian đó cá nhiều vô kể, mỗi đêm người ta thu về đôi ba triệu đồng là thường. Vì thế, vào mùa săn bắt chình, dân chúng tập trung về đây có lúc lên đến 300-400 người.

- Cá chình giống to cỡ bằng nào?

- Bằng cây kim may hay có khi to bằng đầu đũa.

- Để bắt được cá giống người ta phải dùng gì?

- Dụng cụ xúc cá rất đơn giản, ít tốn kém, chỉ với một tấm lưới mùng dài 2 mét, ngang 1 mét, hai đầu đính vào hai thanh gỗ tròn, khi đi đánh bắt 2 người kéo căng 2 đầu lưới rồi cùng tiến về phía trước. Khi vớt cá, chỉ cần một người khom đầu lưới xúc cá kéo lên, người còn lại chỉ việc soi đèn pin, thấy có cá thì dùng chiếc vợt nhỏ mang theo, xúc cá bỏ vào thùng.

Nghe có vẻ hấp dẫn lẫn thú vị, Nhã đòi ở lại qua đêm, để cô có thể tham gia đi bắt cá chình giống với mọi người. Nghe vậy, tôi cảm thấy hoảng hốt trước ý định của cô, nên đã phải xuống nước năn nỉ, khuyên cô nên mau rời nơi này, nếu không muốn bỏ lỡ chuyến đi tiếp tới gành đá Đĩa, kẻo không kịp giờ trở về thành phố Tuy Hòa.

Cuối cùng Nhã cũng đã nghe theo lời khuyên của tôi, miễn cưỡng rời đập Tam Giang, dời đi trong sự tiếc nuối.

Mua vé vào cổng, bọn tôi cũng như hàng chục vị khách khác phải lội bộ thêm một quãng đường tương đối xa, mới tới được khu danh thắng gành Đá Đĩa.

Đứng từ trên cao nhìn xuống gành đá bên dưới, tôi ước tính diện tích nơi đây vào khoảng 2 cây số vuông, chỗ hẹp nhất 50m, dài nhất 200m, xuất hiện bên dưới những cột đá lô nhô, đen bóng, cái hình tròn, cái hình lục giác, xếp chồng lên nhau cao thấp trông giống như một tổ ong khổng lồ chìm nổi bên từng nhịp sóng.

Theo các nhà địa chất học, loại đá bazan ở gành Đá Đĩa được hình thành do quá trình hoạt động núi lửa ở vùng cao nguyên Vân Hòa, thuộc tỉnh Phú Yên, cách đây trên 200 triệu năm. Thoạt đầu, núi lửa phun trào nham thạch ra ngoài, gặp nước lạnh đông cứng lại, cùng lúc xảy ra sự ứng lưu, gây nên hiện tượng nứt rạn theo cả chiều dọc lẫn chiều ngang, tạo ra những cột đá thẳng đứng hoặc xiên xiên, xếp chồng lên nhau như những chồng đĩa, nghiêng mình hướng ra biển.

Để thấy tận mắt những nham thạch đã hình thành nên gành Đá Đĩa như thế nào, tôi cùng Nhã lần theo các bậc thang xi măng đi xuống bên dưới, khám phá vẻ đẹp vô cùng kỳ vĩ do thiên nhiên ban tặng cho nơi này.

Đang bước đi trên những phiến đá, gập ghềnh, lồi lõm, trơn trợt, bỗng tôi nhận thấy Nhã hình như đang bị mất thăng bằng, lảo đảo, suýt chút nữa rơi tòm xuống nước. May sao tôi đã kịp thời nhanh tay đỡ lấy thân hình bé bỏng nơi cô. Chừng nhìn lại, thấy cô đã nằm gọn trong vòng tay của tôi cùng với hơi thở ấm áp, phà lên mũi tôi mùi hương da thịt con gái hòa lẫn trong vị biển ngai ngái, khiến cho tâm hồn gã si tình nơi tôi thêm một lần nữa bị chao đảo.

Mãi một lúc sau, Nhã như chợt bừng tỉnh, rời khỏi tôi bằng câu nói chữa thẹn:

- Cám ơn anh đã bảo vệ em giỏi hơn cả vệ sĩ nữa.

Nhân cơ hội này tôi đùa lại cô:

- Lời cầu xin của anh ở chùa Hang trên núi Chóp Chài hình như bắt đầu linh nghiệm.

- Là sao?

- Muốn biết hãy trở lên chùa Bảo Lâm quì hỏi trước Đức Phật nha.

Chưa kịp nói gì thêm, tôi đã bị Nhã nhanh tay nhéo vào hông một cái đau điếng, đã vậy cô còn chưa chịu buông tay ra.

- Em muốn được nghe chính anh trả lời kia.

Tôi nhăn nhó nói:

- Đã là bí mật thì làm sao nói ra được.

- Anh không nói thì em chưa chịu tha cho anh đâu.

Kinh nghiệm cho biết, con gái nói là làm, nên nghe hăm dọa tôi liền thành thật khai báo:

- Anh đã cầu xin Đức Phật cho em bỏ Lạng Sơn vào Sài Gòn làm dâu nhà anh được chưa.

Nhã bạo dạn hỏi lại tôi:

- Anh dám không?

Tôi không trả lời Nhã, vì thừa biết cô không bao giờ vào Nam, bởi ở Lạng Sơn cô còn phải trông nom cái khách sạn to đùng đang ăn nên làm ra.

Tạm biệt gành Đá Đĩa, tôi chở Nhã quay về thị xã Tuy Hòa, kết thúc chuyến đi khám phá xứ Nẫu hiền hòa hay gần đây còn được mọi người yêu mến gọi là xứ sở Hoa Vàng Cỏ Xanh, bởi sau khi xem qua các phân cảnh đẹp hút hồn từ bộ phim "Tôi Thấy Hoa Vàng Trên Cỏ Xanh".

NHA TRANG
MIỀN QUÊ HƯƠNG CÁT TRẮNG

Kể cũng khá lâu tôi không gặp Mây, cô gái H'Mông cười khoe hai chiếc răng vàng lấp lánh, được khách du lịch họ Giang bọc cho với giá ba mươi ngàn, trong lần làm hướng dẫn viên dẫn đoàn khách đi thăm bản Cát Cát ở Sapa. Và, cũng vì hai chiếc răng vàng đó, tôi đã hát đùa với cô "cười lên đi cho răng vàng sáng chói". Tưởng nghe qua cô gái sẽ giận tím mặt tím mũi; ngược lại, cô chỉ cười thân thiện đáp "anh trai người Kinh vui tính quá". Vậy là bọn tôi đã trở nên thân thiết, với một kẻ trong Nam còn người kia ở tận biên giới Đông Bắc, hàng tuần hay có khi hàng tháng, vẫn thường liên lạc bằng điện thoại hoặc email hỏi thăm nhau.

Bỗng dưng, sáng nay khi đang làm việc trên mạng, tôi nhận được tín hiệu của Mây trên "inbox chat".

- Anh khỏe không, vài ngày nữa em sẽ bay vào Xứ Trầm Hương.

- Em đi du lịch hay công việc?

- Em đi khảo sát Nha Trang để sắp tới công ty mở tour du lịch vào trong đó.

- Đó là nơi hấp dẫn nhất miền Trung Nam Bộ hiện nay.

- Anh có thể cho em biết một số thông tin cụ thể không?

- Nơi ấy từng được mệnh danh là "miền thùy dương cát trắng hay còn gọi là xứ Trầm Hương". Bởi đây là một vịnh biển, từng được nhiều tạp chí du lịch nước ngoài xếp vào hàng đẹp nhất thế giới, gồm 19 hòn đảo lớn nhỏ, hội đủ các yếu tố núi non, sông biển, đầm phá, hải đảo, đồng ruộng; đặc biệt, có thành phố Nha Trang vừa non trẻ, xinh đẹp, hướng ra biển Đông, lại vừa là trung tâm chính trị, kinh tế, văn hóa, du lịch thuộc tỉnh Khánh Hòa.

Không cần giải thích thêm, tôi gởi cho Mây nhạc phẩm ca ngợi Nha Trang: "Nha Trang là miền quê hương cát trắng/ Có những đêm nghe vọng lại/ Ầm ầm tiếng sóng xa đưa/ Nha Trang cánh đồng bao la bát ngát/ Hương quê dâng lên ngào ngạt/ Hòa cùng sức sống yên vui..." (*)

- Ồ! Nhờ có anh giải thích mới biết xứ Trầm Hương là Nha Trang đấy.

- Khi nào em vào?

- Theo lịch, tám giờ sáng thứ Bảy này em có mặt ở sân bay Cam Ranh, anh không định để em bơ vơ nơi xứ lạ quê người đấy chứ?

Tôi mơ hồ ngửi thấy mùi hương thảo quả của rượu táo mèo, quyện lẫn trong mùi thịt da thanh tân con gái vùng cao phả lên tận mũi, khiến cho tim tôi nhớ quay quắt ánh mắt của Mây trong lần chia tay nhau bên ngôi nhà thờ đá Sapa.

Tôi giấu đi sự xúc động trả lời Mây:

- Bất cứ giá nào anh cũng có mặt để đón em.

Đúng hẹn, tôi đã có mặt ở căn tin Cảng Hàng Không Cam Ranh rất sớm, ngồi bên tách cà phê nóng, chờ chuyến bay từ Hà Nội đáp xuống. Trong lúc nhàn rỗi, tôi bắt chuyện với một vị khách lớn tuổi ngồi chung bàn, tỏ ra khá hiểu biết về phi trường Cam Ranh. Theo ông, khác với cảng hàng không Tân Sơn Nhất, sân bay Nội Bài, cảng hàng không Cam Ranh trước đây là sân bay quân sự do quân đội Mỹ xây dựng, nhằm phục vụ cho cuộc chiến tranh VN. Sau 75, chính xác vào năm 2004, sân bay Cam Ranh mới đón chuyến bay đầu tiên từ Hà Nội vào, mở đầu cho việc thay thế sân bay nằm trong nội thị, vốn bị hạn chế về diện tích và sự an toàn. Tiếp đến năm 2007, cảng hàng không một lần nữa được nâng cấp lên thành cảng hàng không quốc tế, nhằm đón khách cả trong lẫn ngoài nước. Nhờ đó, cung đường ven biển mới, được hình thành với chiều dài 22 cây số, rộng 17,5 mét - 60 mét, trải dài từ phường Cam Nghĩa, huyện Cam Lâm, vượt qua những đèo núi, đồi cát trắng mịn màng, nắng gió, vị mặn của biển, về tới Bãi Dài, Golden Bay, Diamond Bay, đường Nguyễn Tất Thành; thay vì đi theo đường QL1A cũ, ngang qua huyện Diên Khánh xa đến vài chục cây số.

Đang vui chuyện tôi chợt nghe nhiều người í ới gọi nhau. Đồ chừng máy bay vừa hạ cánh xuống đường băng, nên vội vàng đứng lên, theo mọi người tiến về phía cổng ra của phi trường.

Sau vài phút chờ đợi, tôi chợt bị hoa mắt trước sự xuất hiện của cô gái ăn mặc thổ cẩm, vai vác ba lô, đi tung tẩy giữa đám đông khách Tây, khách ta tiến ra cửa. Trông cô gái quen lắm, nhất là khi cô mặc bộ áo váy thêu hoa văn, tóc giấu trong khăn, chân quấn xà cạp, lưng thắt đai màu đỏ rộng bản, làm tôn vinh vẻ đẹp vốn có từ chiếc eo thon chắc nơi cô. Mây. Thì ra là Mây, cô gái vùng cao bản Cát Cát, đang dáo dác hướng tầm mắt tìm kiếm xung quanh.

Tôi vội khoát tay làm hiệu cho Mây thấy:

- Mây! Anh ở đây.

Mây quay lại, mừng rỡ nhận ra người quen, vội chạy đến

ôm chầm lấy tôi, cười nói líu lo trước cái nhìn thích thú của nhiều người có mặt tại sảnh sân bay lúc bấy giờ.

Mây hỏi:

- Anh đợi em có lâu không?

Tôi đùa:

- Không sớm cũng không lâu, chỉ bằng thời gian ngồi uống hết cốc rượu táo mèo ở Sapa hôm nào.

Nghe nhắc đến kỷ niệm, Mây cười đỏ mặt, nhớ buổi chiều cô đã cùng tôi ngồi uống rượu táo mèo nơi bà cụ bán món trứng nướng, khoai nướn, cạnh nhà thờ Sapa năm nào.

Mây nói:

- Trí nhớ anh quả không tồi.

Chưa kịp hàn huyên, ô tô do tôi thuê đã trờ tới, đón tôi và Mây chạy dọc theo cung đường ven biển, về lại trung tâm thành phố. Vốn đã quen thuộc với phong cảnh trên cung đường biển này, tôi nhường cô ngồi bên cửa xe cho dễ quan sát cả vùng biển không chỉ được bầu chọn là đẹp nhất Đông Nam Á, mà còn được xếp ngang hàng với bãi biển Haiwai của Mỹ.

Đúng lúc đó Mây hỏi tôi:

- Tại sao nơi đây lại có tên Nha Trang hở anh?

Tôi giải thích:

- Theo các nhà nghiên cứu, Nha Trang là thổ âm tiếng Chăm, đọc chệch từ 2 từ Ea Trang hay Ja Trang. Ea hay Ja đều là con sông, Trang là lau sậy, vì xưa kia hai bên bờ sông Cái đổ ra cửa biển Cù Huân mọc đầy lau sậy. Đến năm 1653 khi người Việt đặt chân lên xóm chài hay còn gọi là xóm Cồn, nơi này chỉ có lác đát mươi mái nhà tranh, nhưng sau năm 1891 khi bác sĩ người Thụy Sĩ tên Alexandre Yersin đến đây sinh sống và cống hiến đời mình cho khoa học, thì dân chúng dần dần hội tụ về đây ngày một đông. (**) Ngoài ra, có giả thuyết nói, gần Viện Hải Dương Học - Cầu Đá, có một ngôi nhà sơn toàn màu trắng, xây dựng trên một ngọn đồi cao ngay sát biển. Mỗi khi tàu bè qua lại vùng vịnh biển này, các lái tàu thường dựa vào ngôi nhà màu trắng đó mà định hướng cho hướng đi của tàu. Lâu dần, từ nhà trắng được ngư dân đọc trại ra thành Nha Trang?

- Theo anh giả thuyết nào đúng?

Chưa kịp trả lời Mây, thoáng nhìn bên đường tôi thấy quán hải sản nằm lọt thỏm giữa những rặng dừa xanh mướt, nay có bán thêm món cháo mực vào buổi sáng. Cảm thấy bụng đói và đồ chừng Mây cũng chưa ăn gì trên suốt chuyến bay, tôi bèn nhờ lái xe rẽ vào Bãi Dài nằm phía sau lưng khu nghỉ dưỡng Diamond Bay, ăn sáng.

Trong lúc chờ nấu món cháo mực, tôi đưa Mây đi dạo trên bãi biển đầy cát trắng mịn màng dưới chân. Đây là bãi tắm mới được phát hiện trong thời gian gần đây, đẹp, an toàn, nhờ vẫn giữ nguyên vẻ hoang sơ; nhất là khi thủy triều xuống người ta có thể lội ra thật xa, nhặt những sinh vật biển còn sót lại trên cát rất vui.

Trên đường đi dạo, tình cờ tôi gặp một chị là người địa phương, chỉ cho cách đào một cái hố nhỏ trên cát để lấy nước uống. Chưa mấy tin, Mây mượn ngay chiếc xẻng chị đang giữ trong tay, đào sâu xuống cát khoảng nửa thước; quả nhiên, chỉ vài giây sau đó trong hố đã thấy đầy nước vừa ngọt vừa trong xanh, trông chẳng khác chi nước suối lấy trên rừng về.

Món cháo mực được dọn ra, chủ quán cho mời tôi và Mây quay trở lại dùng bữa.

Trong lúc ăn uống tôi hỏi Mây:

- Cháo mực ngon không?

- Ngon bá cháy luôn!.

- Chắc tại em đang đói thôi.

- Em khen thực lòng mà.

- Chưa hẳn nơi đây đã là nơi bán món cháo mực ngon nhất Nha Trang đâu.

- ???

- Mai mốt ra Đại Lãnh em sẽ được thưởng thức.

Giống như một phóng viên chuyên nghiệp, Mây mang bút ra tác nghiệp bằng cách ghi- ghi, chép- chép vào cuốn sổ tay mang theo.

Tôi cười nói với cô:

- Cứ nhẩn nha thưởng thức món cháo mực Nha Trang đi đã, tí nữa ghé tiệm sách anh mua tặng em cuốn Địa Chí Nha Trang và cuốn Xứ Trầm Hương, tha hồ mang về ngoài đó "ngâm cứu".

- Xứ Trầm Hương, tôi nói, đó là câu hỏi mà em muốn hỏi anh, nhưng chưa kịp nhớ ra.

Tôi nói theo sách:

- Tỉnh Khánh Hòa nói chung hay Nha Trang nói riêng, sở dĩ được gọi là xứ Trầm Hương, bởi từ rất xưa vùng này đã có nhiều phẩm vật quí hiếm như: trầm hương, yến sào, từng lưu lại qua thơ ca:

Khánh Hòa là xứ Trầm Hương
Non cao biển rộng người thương đi về
Yến sào mang đậm tình quê
Sông sâu đá tạc lời thề nước non.

Không chỉ vậy, nhà thơ Quách Tấn còn có lời thưa khi ông đặt bút viết về cuốn Xứ Trầm Hương: "Viết Xứ Trầm Hương tôi chỉ làm một việc mà nhiều người có thể làm được, nên muốn là ghi chép lại những gì đã thấy, đã nghe, đã cảm trong mấy mươi năm sống cùng non nước Khánh Hòa".

- Wòa! Hay quá.

Vào tới thành phố Nha Trang, để tránh làm mất thời giờ của Mây, tôi đưa cô ghé thăm Viện Hải Dương Học, tọa lạc tại khu Cầu Đá trước. Đây là điểm du lịch hấp dẫn mà bất kỳ ai lần đầu đặt chân đến Nha Trang đều không thể bỏ qua. Bởi nơi đây lưu giữ, trưng bày hơn 20.000 mẫu vật của hơn 4000 cá thể sinh vật biển, động thực vật biển Đông, vịnh Thái Lan, Biển Hồ - Campuchia... trong đó, chỉ riêng tại khu trưng bày ngoài trời, tôi đã chỉ cho Mây thấy tận mắt nhiều loại rắn biển, rùa biển, cá mập, cho đến các loài nhuyễn thể... được trưng bày trong các bể lớn hoặc bể kính.

Vào sâu bên trong, Mây thích thú chứng kiến hằng hà sa số mẫu sinh vật biển đựng trong các bình, lọ thủy tinh, bên cạnh các chú cá heo, cá mập trắng nhồi bông, trưng bày cạnh bộ xương cá voi gù, khai quật được trong lúc đào mương làm thủy lợi ở tận vùng biển Hải Hậu năm 1994, dài 18 mét, cao 3 mét, nặng 10 tấn, với 48 đốt xương cột sống phục chế lại.

Kết thúc chuyến tham quan Viện Hải Dương Học, xe đưa tôi và Mây chạy về hướng Đông Bắc ghé đến Hòn Chồng, trước khi khám phá Tháp Chàm Ponagar nằm bên dòng sông Cái.

Ngồi bên cửa xe, một lần nữa Mây lại được ngắm con đường Trần Phú, chạy dọc ven biển đẹp như vầng trăng khuyết, ôm lấy thành phố trẻ Nha Trang tràn đầy sức sống, với một bên là biển xanh màu lục bảo cùng với cát trắng, nắng vàng, những rặng phi lao xao trong gió; đối diện bên kia là những cơ sở vật chất với hạ tầng hoàn chỉnh cùng hàng loạt kiến trúc cực kỳ sang trọng, nhà hàng, khách sạn, vũ trường, bar, cửa hàng cà phê, quán ăn...

Chạy tiếp qua cầu Trần Phú, nhìn sang phía bên trái dòng sông Cái, đã thấy thấp thoáng nơi trần mây bóng Tháp Chàm, hiện rõ sau hàng chữ Ponagar mang màu đất nung. Lạ. Đã vào đến khu vực Hòn Chồng rồi, mà sao tôi vẫn chưa nhìn thấy quần thể đá nằm ở đâu cả. Thì ra quần thể gồm nhiều đá tảng lớn nhỏ, cái chồng lên nhau cái nhô ra ngoài biển, đã bị che khuất bởi một nhà hàng xây dựng theo lối kiến trúc cổ nhà rường, thoạt nhìn cứ giống như một thiền viện.

Khác với những gì tôi từng nghe kể trước đây, muốn tới Hòn Chồng, ngày xưa người ta chỉ có con đường duy nhất đi qua lối cầu Xóm Bóng, sau đó vượt dốc đồi La San đầy sỏi đá, giây leo, cây cối rậm rạp, mà đối với những ai ưa mạo hiểm, ưa khám phá vẻ đẹp thiên nhiên hoang sơ, thường tỏ ra thích thú khi được trải nghiệm, hít thở không khí trong lành nơi đây; nhất là khi được xắn quần lội bì bõm quanh những khe đá, đuổi bắt những con cá, con tôm mắc kẹt lại, do không kịp theo thủy triều thoát ra.

Đứng ngắm cảnh Hòn Chồng từ trên bờ một lúc, Mây tỏ vẻ thất vọng lắc đầu cho biết "cảnh đẹp và thơ mộng đến vậy, sao người ta nỡ lòng nào biến nó thành một đống gỗ không hơn không kém". Tôi vờ không nghe thấy những lời than phiền của cô, vì thừa biết cô đang bị hụt hẫng trước cảnh quan Hòn Chồng bị phá vỡ, biến thành nơi chốn kinh doanh nhà hàng này nọ.

Không còn cách nào khác, tôi đành trở ra xe ngồi chờ, đợi cô quay lại là hối tài xế chạy nhanh qua khu di tích lịch sử văn hóa Chăm - Po Nagar cho đỡ ngượng.

Tháp Chàm hay tháp Bà - Po Nagar là một quần thể đền thờ xây dựng theo lối kiến trúc tiêu biểu Chăm, do vua Hoàn Vương Quốc - Harivaman xây dựng từ thế kỷ thứ 7 qua đến thế kỷ thứ 12. Gồm cả thảy ba tầng: tầng thấp nằm ngay mặt đất mà trước đây dùng làm cổng vào nhưng nay không còn thấy. Muốn lên tầng giữa, phải leo mấy bậc thang lên gặp hai dãy cột lớn, mỗi dãy có 5 cột xây bằng gạch hình bát giác và ở 2 bên các dãy cột lớn còn có 12 cột nhỏ thấp hơn. Dựa vào cấu trúc đó, người ta cho trước đây nơi này có nhiều dãy nhà dùng làm nơi nghỉ giải lao, sắm sửa lễ vật dành cho khách hành hương. Cuối cùng, ở tầng trên thấy các tháp phụ xây dựng ngay trước tháp chính. cao 22,48 mét, là tháp Po Nagar hay tháp Bà, thờ thần Po Nagar hay vợ của thần Siva mà nguyên thủy thờ thần Parvati, vợ của Shiva. Tháp có 4 tầng, mỗi tầng có cửa, tượng thần, các linh vật bằng đá... đi sâu vào bên trong, thấy tượng nữ thần cao 2,60 mét bằng đá hoa cương đen, ngồi uy nghiêm trên bệ đá hình đài sen, lưng dựa vào phiến đá hình lá bồ đề; ngoài ra, rải rác đây đó hiện diện nhiều tượng người, tượng thú v.v.

Đi qua cửa chính có mặt quay về hướng Đông, tôi và Mây bước vào tiền sảnh, thấy hai bên cửa thấy có 2 trụ đá đỡ lấy một phiến đá tạc hình nữ thần Durga nhảy múa giữa 2 nhạc công. Càng đi vào sâu vào bên trong, tháp càng tối và lạnh, đến cuối đường thấy một bệ thờ đá, trên đó đặt tượng thờ bà Ponagar với mười cánh tay, với hai bàn tay phía trước đặt trên hai gối, các tay bên mặt cầm các vật dụng đoản kiếm, mũi tên, chùy, cây lao, các tay bên trái cầm chuông, dĩa, cung, tù và.

Đứng trò chuyện với người bảo vệ tháp, tôi được biết hàng năm vào cuối tháng 3 âm lịch, chính xác từ ngày 20 đến 23 tháng 3, là thời gian tổ chức lễ hội vía Bà. Du khách đến đây vào thời gian này sẽ được chứng kiến nhiều nhóm người Chăm từ các ngả đường đổ về đây, bày biện lễ vật dưới chân các tháp cúng tế, cảm tạ công đức người mẹ xứ sở. Sau đó, xem các nghệ sĩ trong đoàn nghệ thuật Chăm biểu diễn các màn dân ca, dân vũ, rộn ràng bên tiếng trống Ghinăng, Paranưng, đàn Kanhi, hòa cùng vũ điệu Apsara, điệu múa bông, múa quạt, múa lu truyền thống trên sân khấu ngoài trời.

Tạm biệt Po Nagar, xe đưa tôi và Mây đi tiếp vào khu du lịch suối khoáng, tọa lạc sâu trong con hẻm gần đó.

Đang trên đường đi Mây ghé sát đầu vào tai tôi hỏi:

- Mình đi đâu vậy anh?

- Tắm bùn.

Giọng Mây thánh thót kêu lên trong sự mừng rỡ:

- Ô! Thích quá, lần này về Sapa em tha hồ "nổ" cho thiên hạ lé mắt chơi.

Đường đi tương đối hẹp lại ngoằn ngoèo, với hai bên nhà cửa cái xô ra cái thụt vào, gây khó khăn cho việc di chuyển. Nghe kể, năm 1994 Liên Đoàn Địa Chất miền Trung đã khoan trúng mỏ nước mặn nên không thể khai thác đóng chai được, bèn phải dùng hơn 13 tấn xi măng lấp kín miệng lỗ lại, tránh làm ảnh hưởng tới môi trường xung quanh. Đến năm 1995, cứ mỗi mùa mưa, lại thấy hiện tượng bùn khoáng chảy tràn ra che lấp hết cả vườn tược, hoa màu làm ảnh hưởng tới cuộc sống người nghèo quanh vùng rất nhiều. Từ đó, các nhà đầu tư đã nghĩ ra cách kết hợp loại bùn khoáng nóng, với bùn khoáng vô cơ vào mục đích phục vụ du lịch, nghỉ dưỡng, chữa bệnh.

Mua vé tắm bùn, đi thay đồ tắm, tôi và Mây được hướng dẫn đến đứng dưới vòi nước nóng tắm cho sạch, trước khi bước vào bồn chứa bùn. Vì là lần đầu được biết đến chuyện tắm bùn, cô không chỉ ngạc nhiên mà còn tỏ ra thích thú khi được ngâm mình dưới lớp bùn khoáng màu nâu nhơn nhớt, bao trùm lên khắp thân thể. Cứ thế, cô khép hờ mắt lại, tận hưởng cảm giác sảng khoái cho đến khi mọi sự mỏi mệt tan biến.

Nhân lúc nhìn thấy Mây lim dim mắt, tận hưởng cảm giác thích thú, tôi múc gáo bùn xối lên người cô đùa:

- Tặng em món này mang về Cát Cát khoe với mọi người.

Chưa kịp mở mắt ra xem tôi tặng gì, Mây lảnh ngay gáo bùn xối lên người, khiến cô không kịp né tránh nên vừa la oai oái vừa lo vuốt bùn dính đầy trên tóc.

Mây thắc mắc hỏi tôi;

- Bùn khoáng nóng này lấy từ đâu ra vậy anh?

- Bùn khoáng là loại bùn thiên nhiên được hóa thành từ biến đổi địa chất, hoặc có nguồn gốc thực vật như cây, lá, hoa, cỏ bị chôn vùi lâu ngày mà thành.

- Công dụng của nó?

- Theo các nhà khoa học, bùn khoáng gồm các chất hữu cơ, vô cơ, các chất chứa carbon... có tác dụng chữa một số bệnh viêm khớp, bệnh mãn tính, bệnh về da...

Chưa rõ lợi ích tức thì của bùn khoáng ra sao, nhưng trước mắt tôi và Mây mình mẩy, đầu tóc dính đầy bùn nhão, trông vừa buồn cười lại không giống ai. Nhân thấy thời gian vui chơi đã lâu, tôi bàn với Mây rời hồ đi tắm lại nước sạch cho thoải mái. Nghe có lý, cô ngoan ngoãn đưa tay cho tôi dìu lên khỏi hồ, đi tiếp qua 2 bức tường bố trí bằng những tia nước bắn ra từ 2 bên, tạo cảm giác mơ hồ như thể có bàn tay vô hình nào đó vuốt ve, mơn trớn trên từng thớ thịt, kế đó chuyển qua hồ khoáng nóng ngâm mình thư giãn, chờ xế chiều về lại trung tâm thành phố ăn tối, trước khi về khách sạn nghỉ ngơi lấy sức cho ngày mai khám phá tiếp các di tích cùng những bãi biển đẹp tuyệt vời nằm trong tỉnh Khánh Hòa.

Sáng ra, như đã dặn dò với Mây từ tối hôm trước, tôi chờ cô ở nhà hàng nằm dưới tầng trệt khách sạn ăn sáng, nhưng đợi mãi chẳng thấy bóng dáng cô đâu cả, đành phải đi thang máy trở lên tầng 8 gõ cửa phòng cô:

- Mây, em sửa soạn xong chưa, xuống ăn sáng kẻo trễ?

Bên trong có tiếng Mây vọng ra:

- Xin lỗi! Hôm qua đi chơi cả ngày mệt quá nên em ngủ say như chết. Cho em 5 phút nữa thôi.

Tôi thừa biết con gái nói 5 phút là phải trừ hao thêm một khoảng thời gian đủ để ngủ gục đến mòn mỏi. Không biết làm gì hơn, tôi bước tới đứng sau vuông cửa kính, nhìn ra bầu trời bên ngoài, ngắm từng cụm mây trắng in hình xuống mặt biển xanh biêng biếc. Lạ. Cũng bãi biển đó, cũng bờ cát trắng trải dài tít tắp, cũng những rặng dừa, rặng phi lao ấy, nhưng sao trong buổi sáng hôm nay trông nó lạ lẫm, hấp dẫn, quyến rũ biết chừng nào.

Vừa lúc đó cửa phòng Mây xịch mở, cô bước ra trong trang phục quần jean áo sơ mi bỏ trong quần, trông thật trẻ trung tươi mát.

Tôi ngạc nhiên nhìn Mây xuýt xoa:

- Woa! Ai mà đẹp dữ vậy ta. Ăn mặc thế này ra đường ai dám bảo em là dân miền núi?

Mây cười rạng rỡ:

- Anh chỉ được khéo nói.

- Anh nói thực lòng mà.

Thang máy cũng vừa lên tới và dừng lại ngay trước mặt bọn tôi.

Tôi hỏi Mây:

- Mình mau xuống dưới nhà ăn sáng rồi còn đi thăm các di tích, sau đó tiết kiệm thời gian chạy luôn ra ngoại thành thăm qua các bãi biển.

Vào đứng trong thang máy, vô tình tôi bắt gặp ánh mắt có đuôi của Mây, nhìn tôi với cái nhìn lạ lẫm, cộng thêm hai má ửng hồng chứa đựng bao điều bí mật được cất giữ trong tâm trí nơi cô. Tôi cảm thấy nóng ran người, loay hoay chưa biết xử trí ra sao đã thấy đầu cô dựa sát vào ngực tôi, sực nức mùi hương da thịt con gái đưa lên mũi. Ôi! Mùi hương thật quyến rũ, nhắc nhớ trong tôi kỷ niệm lần đi bên cô về thăm bản Cát Cát. Mùi hương ngai ngái thanh tân, lạ lẫm, rất khác với mùi son phấn con gái thị thành, càng khiến cho tôi thêm ngây ngất. Tôi cúi xuống, muốn được ôm thật chặt cô từ phía sau, đặt lên đôi môi sơn nữ nụ hôn nồng cháy, nhưng chưa kịp thực hiện đã thấy thang máy dừng lại và cửa mở ra. May quá, nhờ vậy tôi tỉnh hẳn người ra, vì chỉ cần chậm vài giây thôi, tôi có thể trở thành kẻ háo sắc trước mặt cô chẳng chơi. Cảm giác tội lỗi biến tôi trở nên vụng về không kém, chỉ còn biết im lặng đi theo sau cô đến phòng ăn.

Ăn sáng ra, tôi hỏi thuê một chiếc xe máy của khách sạn để dễ dàng di chuyển, thay vì đi ô tô vừa bị động vừa mất thời gian. Được cái giá thuê xe máy ở Nha Trang rẻ, đẹp hơn so với nhiều địa phương khác.

Từ đường Trần Phú tôi chở Mây tới nhà thờ Núi hay còn gọi nhà thờ Đá, nhà thờ Kito Vua, nhà thờ chánh tòa Nha Trang, tọa lạc ngay trong trung tâm thành phố. Đây là công trình kiến trúc Gothic, được coi là tiêu biểu của phương Tây, với bố cục chắc, khỏe, giống kiểu nhà thờ đá trên Sapa. Nhà thờ được xây dựng năm 1928 do Louis Vallet, giám mục người Pháp, đã cho xẻ ngọn núi Bông ra làm đôi bằng 500 quả mìn, sau đó san bằng một nửa phía Tây để có được diện tích 4.500 mét vuông đất xây dựng nhà thờ.

Quan sát từ xa, tôi thấy nhà thờ được phân ra thành 3 phần rõ rệt. Phần dưới cùng là con đường đi với bờ tường đặt nhiều hộc đựng di cốt người quá cố; phần giữa, ngoài những ô cửa tròn gắn kính màu được tô điểm bằng những bông hồng ra, không còn gì đáng xem; phần trên cùng là hành lang và tháp chuông có bốn mặt đều được gắn đồng hồ lớn nhìn ra bốn hướng.

Tôi đưa Mây bước vào trong thánh đường, nơi duy nhất có được không gian rộng mênh mông, ngập tràn ánh sáng qua các cửa vòm được lắp kính màu xanh đỏ. Chưa kể khi nhìn lên trần nhà thờ còn thấy nhiều hình múi vòm uốn cong lên trên, cùng với những hoa văn trang trí tuy giản dị nhưng không thiếu phần trang nghiêm, bên cạnh những bức họa mô phỏng cuộc khổ nạn của Chúa Giê-Su, treo trên những bức tường còn lại.

Đang loay hoay chưa biết điểm khám phá tiếp theo là đâu, tôi bỗng tôi nhớ câu "từ nhà Chúa đến nhà Chùa là con đường ngắn nhất". Thật vậy, từ đây chạy đến Long Sơn Tự hay còn gọi là chùa Phật trắng, nằm ngay dưới chân núi Trại Thủy cách đây không xa. Thế là tôi ra lấy xe, chở Mây trên con đường hướng về phía nhà ga xe lửa, vì chùa Phật trắng nằm ngay ở phía đối diện.

Được biết, Long Sơn tự là một đại danh thắng cổ kính, hoành tráng, của vùng Nam Trung Bộ, được hoàng đế Bảo Đại sắc phong "Sắc Tứ Long Sơn Tự", một trong những biểu tượng của xứ Trầm Hương.

Ai muốn dâng hương trước kim thân đức Phật tổ, phải leo 153 bậc thang từ đưới chân núi lên tới đỉnh Trại Thủy. Tôi và Mây cũng không ngoại lệ, nhưng vừa leo đến bậc thứ 44, đã tới đứng trước tượng đức Phật nhập Niết Bàn, dài 12 mét, cao 5 mét, phía sau là phù điêu mô tả 49 chư vị tỳ kheo đang niệm Phật. Thắp nhang quay ra, bọn tôi leo tiếp một số bậc cấp nữa, đã thấy hiện ra trước mắt một tháp chuông, trong đó có treo một quả đại hồng chung cao 2, 2 mét, nặng 1 tấn rưỡi. Mệt. Mây lấy nước mang theo ra uống, nghỉ ngơi lấy lại sức để tiếp tục leo lên đỉnh núi, nơi đặt tượng Phật Thích Ca hay còn gọi là Phật Trắng, cao 24 mét, trong tư thế tọa thiền trên một đế hình tòa sen cao 7 mét, cùng với chân dung 7 vị thánh tử đạo vây quanh.

Lễ Phật xong tôi cùng Mây trở xuống núi, ngược đường

chạy về thị trấn Diên Khánh, bắt gặp bên đường quốc lộ 1 một quần thể thành cổ, xây dựng cách nay 216 năm, dưới thời chúa Nguyễn, rộng 36 ngàn mét vuông. Đến nơi, tôi lái xe quẹo vào đường Mã Xá, con đường ngày xưa đắp bằng đất, dùng vào việc tuần tra, vận chuyển hay còn gọi là đường quan phòng. Từ đây, Mây đứng quan sát một hào nước sâu khoảng 3 đến 5 mét, rộng 30 mét, nối từ cổng phía Đông đến cổng thành phía Tây, luôn đầy nước do sông Cái đổ vào. Cổng thành gồm 2 tầng: tầng trên có công sự, pháo đài đặt súng thần công; tầng dưới nối với tường thành hình lục giác 6 cạnh không đều, chia nhiều đoạn nhỏ, uốn lượn bên các góc nhô ra nhưng vẫn quan sát được xung quanh. Tường dài 2.693 mét, cao 3,5 mét, đắp bằng đất, trên trồng tre gai ken dày nhằm giữ độ bền cũng như làm hàng rào phòng thủ. Theo tư liệu, mới đầu thành có 6 cửa, xây theo hình vòng cung, cao 4,5 mét, rộng 17 mét, nhưng sau quá trình trùng tu tôn tạo nhiều lần, đến nay chỉ còn lại các cửa Đông, Tây, Nam, Bắc.

Dắt tay Mây bước qua cổng thành phía Đông, tôi quan sát thấy mặt ngoài bức tường dựng đứng, mặt trong thoai thoải chia thành 2 bậc, tạo ra con đường ở giữa rộng 10 mét, giúp việc vận chuyển thêm thuận lợi; đặc biệt, với phần diện tích đất còn lại người ta trồng xen kẽ trên đó nhiều cây xanh để vừa bảo vệ chân thành vừa tạo cảnh quan. Tiếp tục theo con đường nhựa đi vào bên trong, gặp nhiều nhà cửa xây dựng hoàn toàn mới, trong đó gồm các cơ quan hành chính, ngân hàng, thuế vụ, công an... đã thay thế toàn bộ di tích từng có mặt ở đây cách hai trăm năm trước, hoàng cung, cột cờ, dinh Tuần Vũ, dinh Án Sát, dinh Lãnh Binh, dinh Tham Tri, nhà lao, nhà kho...

Ngậm ngùi trước sự thay đổi lớn lao đó, tôi nuốt vào lòng nỗi buồn riêng, tôi đưa Mây quay ra hỏi thăm đường đến với di tích Cây Dầu Đôi, chùa Hoa Tiên, nơi lưu truyền nhiều huyền tích ly kỳ, cách đây chừng 2 cây số.

Trên đường chạy về ngã ba Thành, tới một ngã ba nhìn sang bên kia đường, thấy một cây dầu cổ thụ mọc ra 2 thân đồ sộ cành lá sum suê. Cây dầu tọa lạc trước ngôi miếu khang trang, bên trong thờ vị tướng công trong phong trào Cần Vương tên Trịnh Phong. Theo truyền tụng, cây dầu thoạt đầu có 2 gốc mọc cạnh nhau, lâu ngày dính vào nhau làm một, song cũng có giả thiết nói rằng, vào một đêm mưa gió bão bùng, sấm sét đã giáng trúng cây dầu làm cho nó gãy ngọn. Tưởng cây dầu sẽ chết, nhưng chỉ một thời gian sau, từ chỗ gãy thấy mọc ra 2 cành mới, lâu ngày rất sum suê cành lá.

Thấy ngộ, Mây thử chạy vào đứng trên những chiếc rễ sần sùi mọc trồi lên mặt đất, hỏi một bác sống tại địa phương:

- Bác ơi! Cây này bao nhiêu tuổi rồi ạ?

Người đàn ông lớn tuổi đáp:

- Cho đến hôm nay vẫn chưa ai dám xác định chính xác tuổi của nó, chỉ biết từ khi thành Diên Khánh ra đời (1793), đã thấy cây dầu này vượt trội lên trên thảm rừng già. Tương truyền, thành Diên Khánh trước đây là nơi Trịnh Phong, vị tướng quân trong phong trào Cần Vương, được vua Hàm Nghi sắc phong là Bình Tây đại tướng, đã dùng thành làm tổng hành dinh trong cuộc kháng Pháp. Sau khi bị bắt, giặc mang ông ra chém tại đồi Chết Chém, đồng thời treo đầu trên cây Dầu Đôi này. Thương tiếc vị tướng công yêu nước, dân chúng vùng Khánh Hòa đã chung tay dựng nên ngôi miếu thờ ngay dưới cây dầu thờ ông.

Mây đưa tay chỉ ngôi miếu gần đấy hỏi:

- Có phải ngôi miếu ông kể kia không?

- Trước đây, miếu cây Dầu Đôi nằm ở tận ngoài này, nhưng do nhiều lần mở rộng đường, dân chúng đã dời ngôi miếu vào trong đó.

Không bỏ được tính trẻ con, Mây tinh nghịch dang hai tay

ra ôm thử cây dầu xem nó lớn chừng nào, nhưng với vòng tay nhỏ bé của cô xem ra chả thấm tháp gì so với gốc cây to cỡ 8-9 người ôm không xuể. Cô rụt đầu thè lưỡi chịu thua nói:

- Ôi! Cây dầu to cỡ này cả họ nhà cháu ôm chưa chắc đã hết.

Trước lời nói đầy vẻ hài hước của Mây khiến nhiều người cười ồ lên, sau đó khuyên tôi nên chở cô ghé đến chùa Hoa Tiên nghe kể về những huyền tích, cách xa đây chỉ hơn ngàn bước chân.

Làm theo sự chỉ dẫn, tôi chở Mây băng qua đường, ngược lên phía trên một đoạn, nhập vào đoàn người đứng quan sát cây Cốc đại thụ, nghe kể về kho vàng Hời ẩn giấu dưới gốc linh mộc, chuyện những hồn ma trinh nữ bị các nhà quyền quí Chăm chôn sống nhằm bảo vệ kho tàng, chuyện vào ban đêm thường xuất hiện hiện tượng vàng đi ăn với những ánh sáng vàng rực, di chuyển quanh thân mộc và khuôn viên nhà chùa?

Nói về kho vàng ở chùa Hoa Tiên, nhà văn Quách Tấn có kể trong tác phẩm Xứ Trầm Hương. "Hơn một nửa thế kỷ trước, khi phong trào tìm vàng rộ lên, rất nhiều ngôi mộ cổ lẫn các cổ tự... đều bị kẻ xấu đào bới và chùa Hoa Tiên cũng không ngoại lệ; ngoài ra, cũng có chuyện người Hời ở Phan Rang đã tìm đến chùa, trưng đủ giấy tờ của ông bà để lại, xin phép được đào bới gốc cây Cốc tìm của. May sao, các thầy trong chùa cùng dân chúng quanh vùng đã khước từ và ra sức bảo vệ nghiêm ngặt cây Cốc, nhờ vậy kho báu mới được giữ nguyên vẹn cho đến ngày hôm nay".

Rời linh mộc, tôi và Mây đến với ngôi chùa cổ Hoa Tiên, cách đó vài bước chân. Nghe kể, tiền thân chùa là nơi lui tới của các quan nên còn gọi là quan tự, sau này được giao lại cho làng dùng làm nơi thờ phượng.

Bước vào bên trong chánh điện, tôi quan sát thấy bên trái là gian thờ Phật, bên phải thờ Nữ Thiên Y A Na, gian giữa thờ đức Quan Thánh. Nghe nhiều người lao xao bàn tán, trong chùa còn lưu giữ nhiều tượng cổ, nhưng quí nhất vẫn là tượng lồi bằng đá xanh có gương mặt giống phụ nữ, phát hiện trong quá trình đào giếng xây chùa. Nhiều người tin đó là chân dung của nữ thần Po Nagar, khuyên thầy trụ trì mang vào chùa thờ phượng. Việc này, trong sách "Xứ Trầm Hương" cũng thấy mô tả "Không biết đây là một tác phẩm điêu khắc bị dở dang hay là hình tướng một vị quái thần Bà La Môn. Tượng chỉ khắc một nửa thân phía trước, có đủ mặt, mũi, mắt, miệng; riêng hai tay chắp nơi ngực, đầu đội một chiếc mũ nhọn như ngọn tháp Cao Miên, phía sau lưng và khúc mình thì để nguyên dạng đá". Tuy nhiên, theo một số người đồn đoán, đây là pho tượng dùng để trấn ếm của người Chăm giàu có nhằm bảo vệ kho báu; ngược lại, cũng có người cho đó là tượng thờ người nữ Chăm có nhiều quyền năng, ban phước, nâng đỡ, cứu giúp những ai tin tưởng bà. Chưa hết, nghe kể trong mật thất nhà chùa còn cất giữ một pho tượng cao 0,6 mét, mất đầu, không rõ là tượng nam thần hay nữ thần vì những đường nét khắc họa đã bị bào mòn theo thời gian. Mang điều bí mật này ra hỏi một vị chức sắc trong chùa, tôi được cho biết, ngày xưa dưới gốc cây Cốc bỗng trồi lên một pho tượng. Nghi là vật thiêng, thầy trụ trì đã mang pho tượng vào trong chùa thờ, không ngờ giữa đêm tượng bị rơi xuống đất, đầu lìa khỏi cổ. Mọi người tin là pho tượng không muốn rời khỏi cây Cốc, nên thầy trụ trì đành phải nghe theo, mang trả pho tượng về chỗ cũ.

Đi loanh quanh trong khuôn viên chùa thêm một lúc, tôi và Mây mau chóng lên xe quay về thành phố, bỏ qua ý định đi thác Yang Bay, suối Thạch Lâm, đảo Trứng... để có đủ thời gian đi Dốc Lết, Đại Lãnh, vịnh Vân Phong, làng chài Khải Lương, nơi được cho là ánh mặt trời mọc sớm nhất ở cực Đông nước ta, thay vì mũi Điện - Tuy Hòa như nhiều người lầm tưởng tước đây.

Tạm biệt chùa Hoa Tiên, theo quốc lộ 1 tôi chạy xe qua thị xã Ninh Hòa, qua đèo Bánh Ít, qua nhà máy đóng tàu Huyndai Vinashin, qua những cánh đồng lúa, qua những cánh đồng muối bạt ngàn, xuôi về phía Bắc tới Dốc Lết. Nơi có nhiều cồn cát trắng cao hàng chục mét chắn ngang tầm mắt, trên đó mọc lên những hàng dương xanh biếc, ngăn đôi bên này với bên kia biển. Theo người dân địa phương, sở dĩ có tên Dốc Lết, vì mỗi khi có việc cần đi ra biển, người ta phải vượt qua các cồn cát cao tận trời, đi không nổi phải bò phải lết, bò lết đến khi nào ra tới biển mới thôi.

Đứng trước biển Dốc Lết, tự dưng tôi nhớ tới những bãi cát trắng muốt ở Côn Đảo, song để so sánh với màu trắng của cát ở đảo KohRong Samloem xứ chùa Tháp, chắc không thể nào bằng được; ngược lại, biển Dốc Lết với ưu điểm, xinh đẹp, gần gũi, thân thiện, qua cách người ta mời chào mua bán những phẩm vật đánh bắt từ dưới biển lên tươi rói, giá cả phải chăng. Nhờ vậy, tôi và Mây có dịp thưởng thức một bữa ăn hải sản tưng bừng mà không tốn nhiều tiền so với nhiều vùng biển khác.

Nạp năng lượng xong, tôi chở Mây chạy tiếp tới chân đèo Cổ Mã, chạy thêm vài cây số nữa tới Vân Phong, nơi tập hợp nhiều hòn đảo lớn nhỏ, hình thành nên vịnh biển cực kỳ xinh đẹp, hoang sơ, với bãi cát trắng trải dài mênh mông, làn nước trong xanh, rặng san hô đa dạng sắc màu. Vì thế, các tạp chí du lịch trong và ngoài nước đua nhau bình chọn là một trong những vịnh đẹp nhất thế giới, là kỳ quan thiên nhiên với khí hậu ôn hòa, cát trắng mịn màng, núi đồi, rừng nguyên sinh ngập mặn vây quanh...

Tôi dừng xe ở Bãi Môn cho Mây chiêm ngưỡng quần thể du lịch sinh thái rừng nguyên sinh cùng với bãi biển xếp hình cảnh cung xinh đẹp đến ngỡ ngàng; nhất là với lợi thế xa bờ, có nhiều rạn san hô quí hiếm, nhiều loài tôm cá, nhiều hang động kỳ bí, nhiều bãi tắm tự nhiên như: bãi Lách, bãi Búa, bãi Xuân Đừng hay Sơn Đừng.

Rời vịnh Vân Phong tôi đổ đèo Cổ Mã, ghé địa danh từng được vua Minh Mạng (1836) cho thợ chạm hình phong cảnh biển Đại Lãnh lên một trong 9 chiếc đỉnh đồng, hiện đang được đặt trong sân Thế Miếu ở Huế.

Gửi xe vào bãi, tôi dìu Mây đi trên chiếc cầu gỗ bắc qua con suối nước ngọt quanh năm không hề cạn, đi vào thiên đường biển Đại Lãnh. Thật vậy, bãi biển Đại Lãnh đẹp, hấp dẫn không chỉ nhờ có bãi biển uốn cong hình trăng mùng sáu, những rặng phi lao xanh thắm, những lạch nước ngọt quanh năm hòa vào biển cả; mà còn nổi tiếng nhờ nằm lọt thỏm giữa 2 ngọn đèo Cổ Mã, đèo Cả và 3 phía núi vây quanh, nên vẫn giữ được dáng vẻ hoang sơ vì ít bị tác động của con người. Tiếc rằng, ngoài vẻ đẹp do thiên nhiên ưu ái ban tặng, thì việc cung ứng sản phẩm du lịch ở đây xem ra còn quá đơn điệu với những dãy kios, hàng quán, nhà nghỉ dưỡng... chưa thực xứng tầm với một địa danh du lịch nghỉ dưỡng, từng được xem là một trong 10 điểm đến đẹp nhất thế giới; trong khi, ai đã một lần đặt chân đến với khu du lịch Đại Lãnh, không khỏi ngỡ ngàng trước hàng loạt công trình xây dựng hoành tráng, nghe nói của nhạc sĩ Thanh Tùng, nhạc sĩ ăn nên làm ra và nổi tiếng qua các nhạc phẩm "Một Mình, Giọt Nắng Bên Thềm", đang từng ngày bị bỏ quên trong hoang phế?

Mang sự nuối tiếc ấy tôi và Mây rời Đại Lãnh, quay về thành phố Nha Trang nghỉ ngơi, để sáng sớm hôm sau có mặt ở tour bốn đảo.

Đúng hẹn, sau khi dùng buffet sáng ở khách sạn, xe công ty tổ chức tour bốn đảo được điều tới, đón tôi và Mây đưa ra Cầu

Đá. Ở đây, bọn tôi được nhập chung vào đoàn khách Tây lẫn ta, gồm khoảng 20 người cùng xuống tàu lênh đênh trên biển. Độ nửa giờ sau, ngó lên đã thấy trước mắt hình ảnh con tàu cướp biển Caribe hóa thạch mang tên: Hồ cá Trí Nguyên. Gọi là hồ, vì hình dáng con thuyền được xây dựng bởi nhiều kè đá ngăn biển, tạo thành nhiều hồ nhỏ để nước có thể dễ dàng thông nhau qua những khe hở của đá, từ đó nhiều loài sinh vật biển có thể ra vào sinh sống và phát triển.

Tàu cặp bến, tôi và Mây cùng đoàn khách được hướng dẫn đi sâu vào lòng con tàu, tham quan, rửa mắt, trước hàng ngàn sinh vật biển. Tại hồ cá lộ thiên khá rộng, bọn tôi chứng kiến nhiều loài cá thu, cá ngừ, cá nục, cá đuối, bơi lượn nhởn nhơ... đi tiếp vào hồ cá nằm trong nhà, tuy có diện tích khiêm tốn hơn so với hồ lộ thiên, nhưng lại thấy đủ loài cá cảnh màu sắc sặc sỡ mà ngày thường ít người được biết; hồ kế tiếp là hồ nuôi sinh vật đồi mồi, rùa biển; hồ cuối cùng kéo dài từ chân đồi ra biển là hồ nuôi các sinh vật từ nhỏ cho tới nặng vài chục kí lô...

Hết giờ mặc định tham quan, mọi người lần lượt trở lại tàu, trực chỉ Hòn Mun lặn biển, khám phá khu bảo tồn sinh vật đầu tiên của nước ta, với các thảm san hô đa dạng được đánh giá đẹp nhất nhì thế giới.

Tàu chưa kịp ghé vào Hòn Mun, Mây đã kéo tay tôi rủ đi thay đồ tắm, mượn kính lặn, ống thở Knorkel, chuẩn bị lặn biển. Lặn biển? Tôi không khỏi bất ngờ trước lời rủ rê nơi cô, tròn xoe mắt ngạc nhiên hỏi:

- Em là dân miền núi cũng biết bơi sao?

- Ư! Giỏi là đàng khác, không tin cứ xuống biển với em, sẽ biết thế nào là lễ độ.

- Trên đó em thường đi bơi ở đâu?

- Ở các hồ thiên nhiên vào mùa hè.

Rõ rồi nhé, tôi cảm thấy mình vô duyên quá thể, đành lủi thủi làm theo lời Mây, sau đó cùng lao xuống biển vùng vẫy, lặn hụp trong nước, chiêm ngưỡng vẻ đẹp của hàng hà sa số sinh vật biển cùng với thảm san hô trải dài vô tận.

Đến trưa, tàu thông báo nhổ neo di chuyển đến Hòn Một dùng cơm trưa, nghỉ ngơi, ngay trên tàu. Không rõ, do vùng vẫy trong nước quá lâu hay sao, khi dùng cơm trưa dù theo kiểu dã chiến với các món ăn đơn giản gồm: tôm rang, cá kho, trứng rán, trái cây... vậy mà ai cũng khen ngon. Song để lại ấn tượng trong lòng mọi người, có lẽ là chương trình live show bỏ túi, do chính các thành viên trên tàu - The Funky Monkey, vừa trẻ trung lại có vốn liếng tiếng Anh giỏi, nên đã làm say mê các khách Nhật Bản, Hàn Quốc, Thụy Sĩ, Mỹ, VN... qua các ca khúc nổi tiếng tại bản xứ của họ, hợp cùng tiếng đàn điện, tiếng nồi- niêu, soong- chảo; thay cho tiếng trống, tiếng tambourin... biến không khí ca nhạc cây nhà lá vườn trở nên thật hấp dẫn và vui nhộn. Chưa kể, trong giờ nghỉ ngơi, mọi người được tư vấn mặc áo phao, lao xuống biển tham dự tiệc rượu cocktail tại quày bar được tổ chức ngay trên mặt biển vui ơi là vui.

Xế trưa, tàu di chuyển tới Bãi Tranh cho mọi người xuống thư giãn, chơi các trò chơi cảm giác mạnh trên biển. Tận dụng lúc trời còn nắng, tôi nhờ người lái tàu thuê hộ một chiếc cano đưa lên đảo Hòn Tre, khám phá nơi mà bất kỳ ai ghé đến Nha Trang đều không muốn bỏ qua khu vui chơi tổng hợp Vipearl Land, được ví như thiên đường ở hạ giới.

Lên đảo, để Mây không bị cái nắng gay gắt làm khó chịu, tôi đưa cô ghé khu vui chơi trong nhà, nghỉ ngơi, chơi trò chơi điện tử, xe điện đụng, thăm vườn cổ tích, đi thang cuốn qua đường hầm bằng kính vào lòng đại dương, đứng chiêm ngưỡng các loài cá quí hiếm, đẹp chẳng thua gì thủy cung lớn nhất thế giới Sentosa ở Singapore.

Hết nắng. Bọn tôi quay ra bên ngoài, ghé khu trò chơi cảm giác mạnh, chơi tàu lượn siêu tốc Roller Coaster, thử trải nghiệm trò chơi xe trượt núi - Alpine Coaster, nghe quảng cáo là loại hình vui chơi cảm giác mạnh đang được ưa thích trên thế giới hiện giờ.

Đầu tiên, tại dưới chân núi Vinpearl Alpine Coaster, tôi và Mây được hệ thống kéo lôi trên đoạn đường dài 540 mét, đến một nhà ga nằm ở tận trên đỉnh núi cao 140 mét so với mực nước biển. Tại đây, ai muốn dành thời gian dạo chơi, ngắm cảnh, chiêm ngưỡng toàn vịnh Nha Trang, chụp ảnh kỷ niệm... đều không bị hạn chế. Kế đó tham gia trượt Alpine trên một chiếc xe đôi dành cho 2 người, gồm một hệ thống điều khiển tốc độ nhanh - chậm, một thắng tay giữ khoảng cách an toàn giữa xe trước cùng với xe sau. Và, cứ thế trượt xuống bên dưới qua một đường uốn lượn dài 1.220 mét, trong cảm giác vừa hồi hộp vừa thích thú.

Nhìn đồng hồ thấy đã năm giờ hơn, tôi hối Mây chạy đến xếp hàng mua vé xem cá heo biểu diễn; bởi, chỉ chậm chân năm-mười phút sẽ không còn chỗ ngồi, tới lúc đó chỉ có nước chịu tốn tiền du lịch sang Thái, mò vào Safari xem biểu diễn cá heo vừa mất thời gian vừa tốn tiền?

Kể cho vui vậy thôi, bởi sau đó tôi và Mây mỗi người đã cầm trên tay một chiếc vé, hiên ngang bước vào nhà biểu diễn. Ngồi chưa kịp nóng chỗ, đã nghe trên sân khấu giới thiệu màn biểu diễn bắt đầu. Trước tiên, huấn luyện viên cùng 2 chú cá heo Michail và Yulia làm động tác ngộ nghĩnh chào khán giả, tiếp sau là những màn biểu diễn vô cùng ngoạn mục như: bơi trên cạn, nhảy qua vòng, tung hứng bóng... giữa những tràng pháo tay tán thưởng ồn ào của đông đảo người xem.

Rời nhà xiếc, do được truyền đạt kinh nghiệm của bạn bè từ trước, tôi vội đi mua thức ăn nhanh cho kịp giờ trình diễn lúc

20 giờ, để vừa có cái ăn dằn bụng vừa thưởng thức công trình kết hợp tuyệt vời giữa hiệu ứng ánh sáng cùng sự chuyển động của nó bên nền nhạc sang trọng trên sân khấu. Tuy vậy, tôi vẫn luôn nhớ lời dặn, phải rời sân khấu sớm hơn dăm phút, tránh rơi vào tình trạng chờ đợi mất thời gian ở cáp treo, do số lượng người trở về đất liền lúc ấy khá đông. Nhờ vậy, tôi và Mây đã về đến đất liền trên chuyến cáp treo sớm nhất, để có thời gian tìm tới các khu ẩm thực chuyên bán các món ăn đặc sản về đêm ở Nha Trang, ăn mừng chuyến đi khám phá xứ Trầm Hương sắp kết thúc vào trưa mai.

Nhân lúc đi bên Mây trên phố, tôi hỏi cô:

- Em thích ăn gì nào?

- Ngoài trừ một số hải sản quen thuộc ra, đêm nay em chỉ muốn thưởng thức các món ăn được cho là độc đáo nhất của Nha Trang này thôi.

Tôi kể sơ qua thực đơn mà tôi biết cho Mây nghe:

- Bánh căn mực, bánh xèo mực, bánh canh chả cá, nem nướng, bún sứa, gỏi cá mai, gỏi ốc, bò Lạc Cảnh...

- Ôi! Món nào nghe qua em cũng đều muốn thử hết.

- Thì cứ việc đi nếm từng món, cho đến khi nào em cảm thấy cứng bụng mới thôi.

- Ý kiến hay đấy.

Đi bộ dọc theo đường Trần Phú một đoạn, đập vào mắt tôi và Mây đủ loại hàng quán ăn uống hấp dẫn, cái bày ra trên vỉa hè cái trong nhà; đặc biệt, ở khu chợ đêm tấp nập người đi kẻ lại, ăn uống nói cười vui vẻ. Song, đối với những ai từng đi ăn đêm ở NhaTrang, ít ai chịu dừng chân ăn uống ở nơi này, mà thường tìm tới các địa chỉ quen thuộc, cho dù có nằm sâu trong những con hẻm, tuy đông khách nhưng được cái ăn rất ngon miệng.

Tôi đề nghị với Mây:

- Trước hết, anh đưa em đi ăn món bánh căn, vì bất kỳ khách du lịch nào lần đầu tiên ghé Nha Trang đều được giới thiệu món ăn chơi đầy hấp dẫn này, sau là món bún cá, hay bánh canh cá, bún sứa... chưa đủ no, mình sẽ đi ăn thêm món nem lụi hay bò Lạc Cảnh, tôi hỏi, em thấy sao?

- Bánh căn như thế nào ạ, nghe thú vị quá?.

Thay vì trả lời Mây, tôi gọi xe bảo đưa tới khu Tháp Chàm, nơi không chỉ có hàng bán bánh căn đêm, mà còn thấy trên đường nằm dọc theo phía biển, còn rất nhiều hàng quán bày bán các loại hải sản, phục vụ các thượng đế chuyên đi ăn uống về đêm.

Để Mây có thể nhìn tận mắt cách chế biến món bánh căn, tôi chọn bàn ngồi đối diện với bếp lửa, theo dõi từng thao tác chuyên nghiệp như một nghệ sĩ múa nơi chị phụ nữ, thoa dầu, đổ bột vô khuôn, đặt con tôm (hay miếng mực) lên mặt bánh, đậy nắp, đợi bánh chín vàng rộm, lấy ra từng cái đặt lên chiếc tràng bằng tre có đặt sẵn chén nước chấm, dĩa rau thơm, ít đu đủ bào sợi, sau đó mang ra cho khách.

Nhận lấy tràng bánh, tôi làm nháp cho Mây thấy cách ăn món bánh căn như thế nào, sau đó nhìn cô vừa ăn vừa hít hà với món nước chấm cay xé trong miệng.

Tôi hỏi:

- Cảm nhận của em về món bánh căn ra sao?

- Ngon và lạ miệng hơn bánh tôm hồ Tây.

Tôi giải thích cho Mây rõ: Đây là loại bánh làm từ bột gạo, được nướng trên một cái khuôn bằng đất nung có nhiều lỗ trên mặt. Là loại bánh phổ biến của người Chăm ở vùng Nam Trung Bộ, từ Khánh Hòa, Ninh Thuận trở vào Bình Thuận. Thoạt nhìn, bánh căn có hình dáng giống với bánh khọt của miền Tây, nhưng khác ở chỗ không dùng dầu mỡ để chiên. Bánh nhỏ, chế biến với nhiều loại nhân, tùy theo sở thích mà bánh được chế biến bằng mực, bằng tôm, bằng trứng, hến, thịt bò... do bánh nhỏ nên bánh thường bán theo cặp. Khi ăn, chấm vào nước chấm pha loãng (có nơi nước chấm kèm theo xíu mại, mỡ hành, nước cá nục kho) với hỗn hợp, nước, tỏi, ớt, đường, dấm, chanh, cùng với ít rau hay đu đủ thái sợi.

Chén xong món bánh căn tôi hỏi Mây:

- Giờ mình đi ăn bún sứa.

- Sứa? Món này ăn vào có bị ngứa?

- Cam đoan với em, món này cũng nằm trong danh sách các món ăn được gọi là đặc sản ở Nha Trang, nhờ những con sứa to lắm cũng chỉ bằng đầu ngón tay trỏ, được ngư dân vớt tận ngoài các đảo xa, mình dày, ăn có vị thơm mát, giòn nghe sần sật.

- Ôi! Chỉ nghe anh diễn tả thôi em thèm chảy cả nước miếng rồi.

Ghé về đường Bà Triệu, tôi và Mây vào quán bún sứa mà mỗi lần ra Nha Trang, tôi đều không thể không ghé lại. Nhận ra khách quen, cô chủ quán không phải hỏi han hay mời chào, mà trụng ngay hai tô bún, bỏ thêm chả, sứa lên mặt, chan nước dùng nóng hổi lên, mang ra mời khách ăn kèm với chả cá cùng với rau sống.

Muốn giúp cho Mây hiểu thế nào là tô bún sứa ngon, tôi làm ngay cuộc phỏng vấn với cô chủ quán về thành phần tô bún sứa.

Cô vui vẻ cho biết:

- Thành phần chính của tô bún sứa ngon dĩ nhiên phải là

sứa được chọn lọc kỹ, sau mới đến nước dùng nấu bằng cá liệt, không xương, thịt ngọt, ăn kèm với chả cá thu hay chả cá nhồng, chả cá đối, do trước đó đã lóc xương lấy thịt, quết nhuyễn cho đến khi có độ dai rồi mang vo viên và hấp chín.

Thưởng thức xong món bún sứa tôi hỏi Mây:

- Giờ thì ăn gì nữa?

- Đọc trên Lonely Planet thấy giới thiệu món bò ở Lạc Cảnh nên thèm lắm, nhưng phải lát nữa cơ, vì bây giờ em hãy còn no.

Tạm biệt cô chủ quán bún sứa, tôi dắt Mây đi tản bộ để cho cô có thời gian tiêu hóa hết mấy món nước còn đang lỏng bỏng trong bụng; hơn nữa, theo kinh ngiệm, mò đến quán bò nướng vào dịp cuối tuần, chưa chắc đã có bàn. Chi bằng, cứ hòa vào đám đông vui chơi, đợi muộn một chút thẳng đường Nguyễn Bỉnh Khiêm tới đó cũng vừa.

Đứng tại một ngã ba, Mây quan sát quán bò Lạc Cảnh một lúc rồi nói:

- Thấy quán cũng bình thường như bao quán ăn khác thôi mà.

- Nhưng được nhiều người biết đến nhờ có món bò được tẩm ướp theo bí quyết gia truyền của gia đình người Hoa.

Ngồi vào bàn, tôi gọi hai phần bò, một dĩa rau salad trộn dầu dấm, một dĩa bánh mì có tẩm ướp nước bò, xong ngồi chờ. Chỉ một lát sau đã thấy nhà hàng mang đến một lò than cháy hồng cùng với các thứ tôi đã gọi. Trước tiên, tôi hướng dẫn Mây cách gắp thịt bò đặt lên vỉ nướng, trở qua trở lại số thịt vài lần trên bếp, cho tới khi thịt kêu sèo sèo chín tới bốc mùi thơm điếc mũi, thì cũng là lúc tôi sẵn sàng gắp miếng thịt tươm dầu mỡ, bỏ vào chén cho cô ăn kèm với salad, hay bánh mì đã nướng trên lửa không kém phần thú vị.

Nhìn Mây ăn ngon lành món bò nướng tôi hỏi:

- Cảm giác thế nào?

Cô cười đáp:

- Quả không chê vào đâu được.

- Vì vậy công thức tẩm ướp tuyệt đối không thể để lộ ra bên ngoài, ngoại trừ những người thân trong gia đình.

Mây đùa:

- Họ còn con trai không anh?

- Làm dâu họ không được đâu.

- Sao lại không hở anh?

 - Phong tục người Hoa chỉ gả con cho người Hoa thôi.

- Chứ không phải họ sợ em mang thương hiệu bò Lạc Cảnh về Sapa kinh doanh à?

Bữa ăn tối của tôi và Mây tạm kết thúc sau trận cười thỏa mãn nơi cô.

Rời quán ăn, tôi hỏi Mây có muốn đi bar hay uống cà phê nghe nhạc không, cô tỏ ra mệt mỏi muốn được về sớm đánh một giấc, để sáng chạy ra chợ Đầm qơ vội ít đồ khô mang về làm quà cho các sếp và gia đình ngoài đó. Tôi nghĩ có lẽ nên làm theo lời cô, vì suốt mấy ngày qua tôi đã đưa cô đi thăm thú gần hết tỉnh Khánh Hòa, ngoại trừ một vài thắng cảnh mới đưa vào sử dụng hoặc do không đủ thời gian đến đó.

Tôi nói:

- Mình về thôi em.

Bước ra đường, Mây luồn tay qua cánh tay tôi, vừa âu yếm vừa nhí nhảnh nói:

- Cho em mượn đỡ tay anh một xíu nha không mai chia tay lại nhớ.

Đêm ở biển bình yên lạ, chỉ nghe tiếng gió, tiếng sóng vỗ rì rào, tiếng con tim đập loạn xạ, quyện lấy mùi thịt da thơm tho con gái. Cứ thế, tôi im lặng đi bên Mây, tận hưởng thứ hạnh phúc tuyệt vời, mơ hồ nghe trái tim mình treo lơ lửng giữa những mù sương phố núi.

Tiếc thay, ngày mai, chính xác là trưa mai, tôi sẽ lại tiễn Mây về lại bản làng của cô, không biết đến bao giờ mới gặp lại./.

(*) Nhạc phẩm của cố nhạc sĩ Minh Kỳ.

(**) Ông là người sáng lập ra viện Pasteur Đông Dương(1895), viện Pasteur Hà Nội, Đà Lạt, Viện Vi trùng học Huế, trường Đại Học Y Khoa Hà Nội, phát hiện ra cao nguyên Lang Biang, thành phố Đà Lạt, trồng và thuần hóa cây cao su, cây Canh-ki-na đầu tiên ở Việt Nam.

PHAN THIẾT
THỦ ĐÔ CỦA RESORT

Dự tính, sau khi kết thúc chuyến đi vui chơi ở thành phố biển Vũng Tàu, tôi sẽ chở Mây quay về Sài Gòn. Nghỉ ngơi vài hôm cho đỡ mệt, rồi sẽ cùng nhau tiếp tục chạy đi khám phá nơi được mệnh danh là "Thiên đường nghỉ dưỡng Phan Thiết". Nhưng than ôi! Không hiểu, do trời xui đất khiến thế nào, mà trong đêm có mặt tham dự tiệc chia tay, có thêm màn đốt lửa trại, diễn ra ngay trên bãi biển. Mây đã vô tình nghe lóm chuyện từ ai đó, ca ngợi không tiếc lời trước vẻ đẹp hút hồn nơi cung đường biển nối từ Bà Rịa ra Phan Thiết, khiến suốt đêm cô không sao chợp mắt, dù trong chốc lát.

Thế là, ngay khi trời chưa kịp sáng, Mây đã tức tốc đánh thức tôi ngồi dậy, hỏi có biết con đường biển đó không. Thú thật, sống ở Sài Gòn từ nào tới giờ, ra vô Vũng Tàu không biết bao nhiêu lượt, nhưng hỏi về cung đường mới này thì tôi hoàn toàn mù tịt, bởi chăng nó chỉ mới được đưa vào sử dụng cách nay chưa lâu, vì vậy mà tôi chưa có thời gian cũng như cơ hội ra đó để trải nghiệm.

Tôi bèn trả lời Mây:

- Thực ra cung đường này, nói thật không chỉ mới đối với

anh thôi đâu, mà còn nhiều người chưa biết đến nó, ngoại trừ các "phượt thủ".

Tưởng trả lời như thế đủ làm cho Mây e ngại, nào ngờ cô nhất quyết không chịu quay về Sài Gòn như dự tính, mà năn nỉ tôi chở về Bà Rịa hỏi thăm đường ra Phan Thiết, bởi cô lý giải "đường đi nằm trong miệng mình chứ đâu xa".

Thôi thì trời còn có lúc mưa lúc nắng huống chi con người. Nghĩ thế, tôi dặn lòng bằng mọi giá sẽ chiều theo ý sơn nữ, vì cô đã phải cất công di chuyển từ Bắc vào tận miền Nam, cho đến khi nào cô thật sự hài lòng mới thôi. Vì thế, thay vì chạy thẳng về Sài Gòn, tôi chở Mây ghé về Bà Rịa, để cô ngồi ăn sáng ở quán bánh canh Long Hưng, trong khi tôi chạy đi hỏi thăm cánh lái xe ôm, cung đường biển dẫn ra Phan Thiết.

Theo tin tức tôi nắm được thì, từ vòng xoay Bà Rịa có hai đường cùng dẫn ra Phan Thiết. Một. Di chuyển theo hướng quốc lộ 55 qua các huyện Long Điền, Đất Đỏ, Xuyên Mộc, thị Xã La Gi. Hai. Đường qua Long Hải, bãi Thùy Dương, Lộc An, Hồ Tràm, Bình Châu, thị xã La Gi. Tóm lại, cho dù di chuyển theo hướng nào đi chăng nữa thì, cuối cùng cũng gặp nhau tại địa phận thị xã La Gi, thuộc huyện Hàm Tân, trước khi nhập vào nhau thành đường 719, chạy qua các thắng cảnh nổi tiếng như: Dinh Thầy Thím, Mỏm Đá Chim, mũi Khe Gà...

Sau khi cân nhắc đường đi nước bước, tôi quyết định chọn hướng đi thứ hai. Bởi, đi trên cung đường này tuy có xa hơn hai mươi cây số; bù lại, bạn sẽ được tận hưởng vẻ đẹp thiên nhiên kỳ vĩ, với một bên là những đồi cát vàng óng ôm ấp khu rừng phi lao xanh ngút ngàn; một bên là đèo Nước Ngọt, uốn lượn, quanh co, như một con rắn khổng lồ trườn mình xuống bãi cát, nơi đang có từng con sóng biển va vào ghềnh đá tung từng đám bọt trắng xóa, nối liền giữa hai huyện Long Điền và Đất Đỏ của tỉnh Bà Rịa- Vũng Tàu. Một nơi đã được không ít người cho rằng cảnh quan nơi đây đẹp hơn biển Cà Ná ngoài Phan Rang, cho dù họ thừa biết bất cứ sự so sánh nào cũng đều khập khiễng, bởi mỗi địa phương đều mang trên mình vẻ đẹp riêng của chính nó. Tuy nhiên, nếu bạn có dịp đặt chân đến đây một lần, nhất là đúng vào mùa xuân, chắc hẳn bạn sẽ rất ngạc nhiên khi đứng trước cả một rừng hoa phơn phớt hồng mọc kín hai bên đường, thoạt nhìn cứ ngỡ như đang lạc bước giữa mùa hoa Mai Anh Đào nơi xứ sở sương mù Đà Lạt, nhưng thực chất nó chỉ là loài cây thuộc loài họ đậu.

Tiếp tục chạy ngang qua khu bãi tắm Thùy Dương, Lộc An, Cam Bình, thị xã La Gi, tôi rẽ vào con đường ven biển dẫn tới một triền cát trắng, thấy trên đó trồng toàn cây phi lao dùng để ngăn cát thổi vào bên trong đất liền hay còn gọi bãi tắm Đồi Dương Bình Tân - La gi.

Gửi xe ở quán nước ngay cạnh bãi, tôi đưa Mây tới ngồi bên triền cát, hít thở không khí trong lành của biển, đồng thời ngắm nhìn Hòn Bà thấp thoáng xa khơi. Ôi! Đúng như nhiều người đã từng đặt chân đến đây nhận xét: "Đồi Dương Bình Tân không chỉ là bãi biển lý tưởng ở Hàm Tân nhờ có làn nước ấm quanh năm mà còn cung cấp cho thực khách nhiều món ăn hải sản tươi, ngon, bổ, rẻ".

Ngồi thưởng thức bữa trưa với các món hải sản do một số người bán hàng rong phục vụ xong, bọn tôi tiếp tục chạy xuyên qua các địa danh mang dấu ấn lịch sử như Dinh Thầy Thím, Mỏm Đá Chim, núi Tà Cú, trước khi đặt chân đến mũi Kê Gà hay còn gọi Khe Gà.

Tương truyền, do vùng đất nơi đây sở hữu một mũi đất mang hình đầu con gà nhô ra biển, nên người dân địa phương gọi theo cách dân dã là mũi Kê Gà. Từ đó làm nảy sinh việc tranh luận giữa các nhóm cư dân sau này rằng: "Đã là kê sao còn gọi là gà?". Tóm lại, dù tên gọi là Kê Gà hay Khe Gà đối với tôi không mấy quan trọng bằng việc nhìn thấy gương mặt rạng rỡ nơi cô bạn đi cùng, tỏ rõ sự hài lòng trước điểm dừng chân mang đầy nét thơ mộng và lãng mạn; đặc biệt, còn có thêm sự hiện diện của ngọn hải đăng được đánh giá không chỉ lâu đời mà còn cao nhất Đông Nam Á.

Chưa kịp dừng xe lại, tôi đã nghe phía sau Mây nhảy phóc xuống đường, đứng nhìn ngọn hải đăng Kê Gà một cách trân trối:

- Tháp kia tên gì vậy anh?

Tôi cười đáp:

- Người ta gọi nó là hải đăng mũi Kê Gà.

- Hải đăng là gì?

- Là một cái tháp cao mà trên đỉnh người ta thiết kế một hệ thống đèn chiếu cùng với một thấu kính lớn.

- Dùng để làm gì ạ?

- Chiếu sáng, hỗ trợ, cho các hoa tiêu định hướng việc di chuyển tàu bè qua lại trên biển được an toàn.

Chưa kịp nói dứt câu, tôi đã thấy Mây xăng xái cởi bỏ giày dép, tung tẩy đôi chân trần chạy nhảy quanh những mô đá lớn nhỏ, cao thấp, mọc từ dưới cát lên, một cách thích thú.

Nhìn sự hồn nhiên một cách đáng yêu nơi Mây, tôi nghĩ nên tạo cho cô sơn nữ này một sự bất ngờ, bằng cách hỏi thuê dịch vụ thuyền thúng tại quán bán nước dừa gần đó, đưa cô ra thăm ngọn hải đăng một lần cho biết.

Tiếc thay, việc bỏ ra thời gian dài lẫn công sức, hết ngồi thuyền thúng, lội bì bõm trong mực nước cao tới gối, đá ngầm trơn trợt dưới chân, để khi đặt chân lên được tới đảo, mới hay bộ đội biên phòng ở đây có lệnh không cho bất kỳ ai vào thăm ngọn hải đăng; bởi bên trong ngọn tháp đã bị xuống cấp nghiêm trọng. Vừa mệt mỏi vừa bị thất vọng trước tin tức không vui đó, tôi chỉ còn biết đưa Mây đi loanh quanh đảo, chụp vài bức ảnh kỷ niệm từ phía bên ngọn hải đăng, trước khi quay vào đất liền.

Rời mũi Kê Gà, tôi lái xe bon bon trên đường độc đạo 719, ngang qua "Thủ Đô Resort Việt Nam", chứng kiến vô số khu nghỉ dưỡng cao cấp mọc lên san sát nhau, gợi nhớ nơi tôi sự kiện Nhật Thực Toàn Phần, xảy ra vào ngày 25-10-1995, thu hút hàng vạn du khách, các nhà khoa học, phóng viên các hãng truyền hình thế giới, đã đổ xô về vùng núi Tà Don, Mũi Né, nghiên cứu, quan sát, hiện tượng thiên nhiên kỳ thú... nhờ vậy phát hiện ra vẻ đẹp tiềm ẩn của vùng biển Phan Thiết - Mũi Né, mà bấy lâu nay người ta chỉ biết đó là nơi sản xuất nước mắm.

Và. Sau hơn hai giờ vừa di chuyển vừa tận hưởng vẻ đẹp bên các hoang mạc cùng biển cả, bọn tôi đã đặt chân tới cửa ngõ Phan Thiết: Công viên Đồi Dương - Thương Chanh. Một địa danh được hợp nhất từ hai bãi tắm công cộng nằm cạnh nhau trên cùng bãi biển. Nay do nhu cầu du lịch ngày càng phát triển, chính quyền Phan Thiết đã cho cải tạo, chỉnh trang, hai bãi tắm trên thành công viên Đồi Dương, nhằm giúp cho người dân địa phương có nơi vui chơi, giải trí, tắm biển, sau mới tính tới chuyện phục vụ du khách.

Qua tìm hiểu tôi được biết, công viên Đồi Dương ngoài việc sở hữu bãi tắm dài trên 2 cây số, tọa lạc ngay giữa lòng thành phố ra, nó còn thừa hưởng thêm một rừng phi lao dài tít tắp, cho dù gần đây diện tích của khu rừng có bị thu hẹp lại, nhường chỗ cho các khách sạn, khu vui chơi, quán cà phê, nhà hàng ăn, mọc lên khắp nơi.

Dạo chơi một vòng nơi rừng dương, thả hồn bên tiếng lá xào xạc vẳng bên tai, tôi có cảm giác như thể đang lạc trôi vào nơi chốn bồng lai tiên cảnh nào đó. Và cứ thế, thay vì đưa Mây đến ngồi trên bờ kè xi-măng ngăn cách giữa khu rừng với bãi biển bên ngoài, tôi dìu cô đến ngồi vào chiếc bàn vắng khách ở quán cà phê gần đó. Ôi! Cái chỗ ngồi quả là tuyệt vời dành cho những ai yêu thích sự lãng mạn khi đứng trước biển. Bởi từ đây, bọn tôi dễ dàng nhìn ra biển trước mặt, quan sát cảnh sinh hoạt, vui chơi, giải trí, của mọi người qua buổi chiều đang dần tắt nắng.

Đang lơ mơ bên hình ảnh vừa bắt gặp, tôi bỗng giật mình khi nghe Mây hỏi:

- Ngoài thanh long ra ở Phan Thiết còn có thêm đặc sản nào nổi tiếng nữa không anh?

Tôi cười đùa trả lời cho cô:

- Nếu yêu cầu kể đủ các món đặc sản hiện có ở Phan Thiết, anh e phải kể cả ngày lẫn đêm vẫn chưa chắc đã hết, tới lúc đó em còn hơi sức đâu mà đi khám phá, chi bằng đi tới đâu em sẽ tìm hiểu tới đó vẫn hơn.

- Anh nói thiệt hay chỉ để hù dọa em gái quê mùa này vậy?

- Tin hay không thì tùy.

Mây năn nỉ:

- Anh thử kể cho em nghe loại đặc sản lâu đời nhất đi, có như thế em mới tin.

Tôi làm ra vẻ quan trọng:

- Cách đây ba trăm năm, Phan Thiết từng được biết đến là địa phương có nhiều làng nghề sản xuất nước mắm truyền thống; đặc biệt, với loại nước mắm Tĩn. Đầu tiên là tổ chức Liên Thành Thương Quán, do các nhà nho yêu nước trong phong trào Duy Tân lập ra, với mục đích "Chấn hưng kinh tế" mà điển hình là ngành nghề sản xuất nước mắm. Bởi cách sản xuất phổ biến nước mắm vào thời gian này, thường do các cơ sở nhỏ đảm nhận việc, ủ, chượp, cá, muối, với tỉ lệ nhất định trong các lu, khạp bằng sành, sau đó mang phơi nắng để hấp thu nhiệt độ cao, nhằm giúp cho các nguyên liệu bên trong mau chín ngấu hơn, so với cách chế biến trong các thùng gỗ hình trụ hay còn gọi là các thùng lều.

- Vậy ra Phan Thiết chính là cái nôi của nghề sản xuất nước mắm tĩn?.

- Đúng vậy.

- Tĩn là vật gì mà em chưa được nghe qua lần nào?

Tôi giải thích cho Mây hiểu:

- Tĩn là loại bao bì làm từ đất nung qua lửa, có bụng phình to ở giữa, chứa khoảng 3 lít 5 nước mắm, miệng trám kín bằng vôi vữa bởi một cái dĩa cũng làm từ đất nung, quét bên ngoài lớp vôi trắng; ngoài ra, 2 bên hông tĩn còn được gắn hai chiếc quai làm từ tre-nứa hoặc mây.

- Những chiếc quai dùng vào việc gì?

- Giúp người mua xách các tĩn nước mắm đi từ điểm bán về nhà mình nhẹ nhàng.

- Bằng cách nào người ta lấy nước mắm ra khỏi tĩn để dùng trong việc nấu nướng hàng ngày?

- Người bán thường dùng một cái gáo nhỏ hay một cái quặng làm bằng tre, để múc nước mắm đưa ra ngoài, qua miệng tĩn.

- Nghe anh kể, em tò mò muốn được nhìn tận mắt, các dụng cụ này một lần.

- Em yên trí, đợi khi nào đến làng Khánh Thiện anh sẽ ghé bảo tàng "Làng Chài Xưa" nằm trên đường Nguyễn Thông, để em có thể nhập vai làm dân chài, tìm hiểu qui trình sản xuất nước mắm Tĩn ở Phan Thiết như thế nào.

Mây trố mắt nhìn tôi ngạc nhiên:

- Ồ! Thật vậy sao anh, nếu được như thế thì còn gì bằng.

Tối đến, sau khi ăn đặc sản ở quán ăn nằm dọc bờ sông Cà Ty, ghé thăm biểu tượng tháp nước Phan Thiết, ăn kem plan ở quán Mộng Cầm bà giáo Việt, nghe ca khúc Hàn Mặc Tử do Trần Thiện Thanh tức ca sĩ Nhật Trường, người con của đất Phan Thiết sáng tác vào năm 1965

"Hàn Mặc Tử xuôi về quê cũ giấu thân nơi nhà hoang/ Mộng Cầm hỡi thôi đừng thương tiếc, tuổi thân cho nhau mà thôi/ Tình đã lỡ, xin một câu hứa, kiếp sau ta trọn đôi/ Còn gì nữa thân tàn xin để một mình mình đơn côi".

Nhắc đến Hàn Mặc Tử, nhắc đến Mộng Cầm, mà không nhắc đến lầu Ông Hoàng e sẽ là điều thiếu sót, bởi nơi đây từng ghi dấu nhiều kỷ niệm giữa hai tâm hồn thơ. Theo tài liệu ghi chép lại. Vào năm 1911, công tước người Pháp tên De Montpensier đã cho xây dựng ngôi biệt thự của mình tại Phan Thiết, đúng hơn là trên một ngọn đồi, nằm gần tháp chăm Po sha inư. Để có điện dùng cho việc thắp sáng vào ban đêm, ông này đã cho đặt máy phát điện và xây nhiều hầm ngầm chứa nước mưa, dành cho những người sống trong ngôi biệt thự dùng cả năm...

Dựa vào sự hào nhoáng, hiện đại của ngôi biệt thự vào thời đó, người dân Phan Thiết đã gọi luôn nó bằng cái tên: "Lầu Ông Hoàng". Sau. Trong kháng chiến chống thực dân Pháp, ngôi biệt thự bị thiêu hủy, chỉ còn trơ lại nền nhà, hầm chứa nước và một cái tháp cao hình vuông. Nơi mà sau này, những nhà thơ hậu bối lưu truyền, đó là nơi Hàn Mặc Tử đã cùng Mộng Cầm hay ghé đến ngắm biển, đọc thơ cho nhau nghe vào mỗi chiều cuối tuần.

Sáng ra, sau một đêm sống ảo cùng Phan Thiết, tôi định chở Mây chạy thẳng vào Hòn Rơm, nhưng vừa trờ tới ngã ba Hàm Tiến, thấy bên đường có bảng chỉ xuống bãi đá Ông Địa, nên đã dừng xe hỏi ý kiến Mây:

- Mình ghé bãi đá kia một lát rồi đi tiếp nha em?.

Mây cười với hai con mắt có đuôi đáp:

- Anh muốn thế nào em cũng chịu, vì từ khi đặt chân vào đất Sài Gòn, chẳng phải em đã liều nhắm mắt đưa chân theo anh rồi còn gì?

Tôi đùa lại:

- Nói thế em không sợ các chàng trai H'Mông nghe được sẽ ghen tị ư?

- Vậy em ở luôn trong này với anh chịu không?.

- Anh sợ lo cho em không xuể thôi.

- Em chỉ cần ngày hai bữa rau, cháo qua ngày.

- Nói vậy mà không phải vậy phải không cô nương?.

Sau màn đối đáp, tôi cùng Mây bước đi dạo chơi trên bãi cát có nhiều mõm đá mang hình thù ngộ nghĩnh, do bị nước biển bào mòn qua năm tháng; hình thành nên các nhân vật này, con thú nọ, tùy vào sự tưởng tượng phong phú của người xem.

Đúng lúc đó tôi nghe Mây hỏi:

- Bãi này tên gì vậy anh?

Tôi chỉ tấm bảng nằm khuất sau cành cây to cho Mây thấy thay vì trả lời cho cô: Bãi đá ông Địa.

Vâng! Bãi đá này được đặt tên bãi ông Địa. Là một trong số những bãi biển vẫn còn giữ được ít nhiều vẻ đẹp nguyên sơ của Phan Thiết. Để cho Mây cảm nhận hết vẻ đẹp nơi này, tôi đưa cô đi dọc theo con đê có hình chữ J ngược, với một bên xếp vô số kè sao bằng bê tông dung để chắn sóng, bên còn lại là con đường dẫn xuống bến thuyền thúng xanh, đỏ, trắng, vàng, xếp thành hàng dài trông rất đẹp mắt.

Đứng trước cảnh biển đẹp lung linh Mây ước:

- Ước gì em có nhà ở đây nhỉ?.

- Để chi vậy?

- Để được bơi lội, tắm biển, nằm phơi mình trên cát; để được ngắm từng con sóng va vào ghềnh đá bắn tung tóe những bọt nước trắng xóa; để được ngắm bình minh hay hoàng hôn buông xuống mỗi buổi chiều...

- Nghe có vẻ lãng mạn nhưng xem chừng hãy còn thiếu.

- Thiếu gì anh?

- Một người tình.

- Có cần thiết lắm không?

- Muốn thực hiện điều ước đó, em chỉ còn cách làm dâu Bình Thuận, thì may ra.

- Ai chịu ưng em?.

- Muốn là được.

- Có phải anh quen với gia đình nào nên định mai mối ai cho em chăng?

- Nghèo mà ham, mới chỉ nghe nói bấy nhiêu thôi, đã thấy hai mắt em sáng còn hơn đèn ô tô ấy.

- Ham hố một cách dễ thương chứ không có tội hi hi.

- Suy nghĩ kỹ đi rồi báo cho anh biết.

Bỗng dưng Mây chợt nhớ ra điều gì đó hỏi:

- Ờ! Mà sao gọi đây là bãi ông Địa mà đi từ nãy đến giờ em có thấy ổng đâu đâu?

Để trả lời câu hỏi của Mây, tôi đưa cô đi trở xuống bãi cát bên dưới, chỉ cho cô thấy cái am thờ cùng với tảng đá có khuôn mặt đầy đặn, nụ cười hỷ xả, quay mặt nhìn vào bờ.

Vừa nhìn thấy tảng đá Mây chợt ồ lên thảng thốt:

- Ô! Ông Địa đây rồi.

- Sao em dám chắc đây là ổng?

- Vì em nhận ra khuôn mặt ổng rất giống với tượng được dân buôn bán thờ chung với vị thần tài.

- Ra vậy! Nhưng đây chỉ là bản sao của tượng ông Địa trước đây, bởi sau thời gian dài bị sóng gió bào mòn, bức tượng ngày xưa không còn được nguyên vẹn, nên người dân ở đây đã tạc lại tượng khác để thờ cúng.

Rời bãi đá chạy tới "rạng dừa Hàm Tiến" hay còn gọi bãi Rạng Mũi Né, tôi bắt gặp bên đường vô số thân cây dừa, có tuổi đời ngót nghét trăm năm, nghiêng mình, hướng ngọn về phía biển. Thoạt nhìn, cứ ngỡ như đang ngồi trước màn hình xem video- lip, giới thiệu thiện đường du lịch biển Hawaii thu nhỏ.

Rạng. Theo cách giải thích của dân gian: Rạng là nơi có nhiều bãi san hô chết cùng các dải đá ngầm chìm trong nước. Tuy nhiên, bãi Rạng Mũi Né không chỉ có vậy, mà còn thừa hưởng những triền cát đẹp đến mê hồn cùng một làng chài cổ, điểm nhấn văn hóa biển nổi tiếng mà khách du lịch khi đã đặt chân đến Phan Thiết, ai cũng muốn một lần ghé thăm, cho dù đa số ngư dân làng chài đã di dời đi nơi khác, nhường chỗ cho các khu resort sang trọng, các dịch vụ vui chơi ồn ào mọc lên.

Dạo chơi khắp lượt dưới những tán dừa xanh mát một hồi, bọn tôi đặt chân lên những bậc thang xi măng gần đó, để đến với ngôi chợ lộ thiên họp ngay trên bãi biển; đồng thời, phát hiện nơi cánh mũi, mùi cá, mùi muối, mùi ngai ngái... tận mắt chứng kiến cảnh sinh hoạt giữa người mua kẻ bán tấp nập hòa lẫn trong tiếng động cơ xe pháo nổ giòn, tranh nhau vận chuyển các chiến lợi phẩm đánh bắt trong đêm, sớm đưa vào chợ để các chị phụ nữ đang ngồi chờ, phân loại thứ nào ra thứ nấy, trước mắt bán cho mối lái mang về các chợ nhỏ tiêu thụ, còn thừa ra bao nhiêu mới bán cho du khách.

Từ giã làng chài cổ, thay vì ghé qua suối Hồng thả đôi chân trần, lội bì bõm trong dòng nước ngập tới mắt cá chân, khám phá các nhũ đất màu gạch non, màu đỏ thắm, xếp thành bức trường thiên nhiên vô cùng kỳ vĩ; hay ghé lên đồi cát bay thuê tấm nhựa, chơi trò chơi ván trượt, lao từ đỉnh đồi cát xuống bên dưới vực. tôi chở Mây băng qua những khu rừng dương rì rào hát vang trong gió; băng qua những tiểu sa mạc rát bỏng trải dài từ Bình Thuận ra đến Ninh Thuận, trước khi đặt chân đến Hòn Rơm.

Theo địa phương chí, Hòn Rơm xưa là vùng đất hoang vu, nhà cửa thưa thớt, không điện nước, giao thông chỉ tới chợ Mũi Né là hết. Muốn đi sâu vào các xã bên trong, người ta buộc phải thuê xe ôm hay thuê xe chuyên dụng từ 2 cầu, mới có thể vượt qua các cánh đồng cát bạt ngàn

Nay nhờ sự phát triển vượt bậc của ngành công nghiệp không khói, đường xá Bình Thuận nói chung và Phan Thiết nói riêng, mở ra đến đâu thì nhà cửa, khách sạn, resort, khu du lịch sinh thái, theo nhau mọc kín đến đó, biến nơi được xem là thiên đường nghỉ dưỡng của Nam Trung Bộ, mất đi phần nào vẻ đẹp quyến rũ, thơ mộng, sự lãng mạn vốn có.

Đang dáo dác tìm chỗ gửi xe, tôi loáng thoáng nghe bên tai, giọng Mây từ sau vọng tới:

- Đây là đâu mà suốt hai bên đường em thấy toàn là cát và màu nước biển xanh không vậy anh?

Thay vì trả lời cô tôi hỏi:

- Ở phía Bắc em có nghe tên Hòn Rơm - Mũi Né bao giờ chưa?

- Chưa! Có phải đó là mũi đất dành cho tàu thuyền đi biển trốn vào mỗi khi gặp bão?.

- Về mặt ý nghĩa thì vậy, song truyền thuyết lại kể, năm 16 tuổi công chúa út của vua Chăm bị lâm trọng bệnh. Sợ bà khó qua khỏi cơn bạo bệnh, vua cha cho bà lui về khu vực Hòn Rơm lập am riêng, lấy biệt danh Nà Nê để chuyên lo việc tu tập. Lâu dần, người dân địa phương quen tên bà nên đọc trại thành bà Né. Và. Cũng từ mũi đất chưa có tên trước đây, người ta ghép mũi đất cùng với tên của bà thành ra Mũi Né?

- Còn vì sao lại gọi là Hòn Rơm?

Tôi trả lời Mây:

- Theo các vị cao niên. Vào mùa khô, trong lúc dong thuyền qua lại trên vùng biển Long Sơn, từ ngoài khơi nhìn vào trong đất liền, ngư dân bắt gặp trên đỉnh núi nhô ra biển một vật thể có màu vàng rực, trông giống hình ụ rơm khổng lồ in dấu lên nền trời xanh, nên họ gọi luôn nó là Hòn Rơm

Và. Hôm nay, sau hiện tượng nhật thực toàn phần xảy ra vào năm 95, Phan Thiết- Mũi Né nói chung và Hòn Rơm nói riêng, đã trở thành điểm du lịch nổi tiếng, nhờ vẫn còn giữ được vẻ hoang sơ với bãi biển dài trên 17 cây số, nước luôn trong vắt, sóng êm, không chút đá ngầm, thích hợp cho việc du lịch và nghỉ dưỡng.

Vốn là người không thích sự ồn ào, không thích tham dự vào các chơi trò chơi mạo hiểm qua các trò dù lượn, trượt nước, chèo thuyền kayak... tôi bỏ qua bãi trước, đưa Mây đi thẳng ra bãi sau, thưởng ngoạn cảnh trời nước bao la, ăn uống, vui chơi, ngay dưới chân núi Hòn Rơm cho tới xế trưa. Sau đó, tiếp tục di chuyển trên đoạn đường, dường như vẫn còn ngửi thấy mùi nhựa đường hăng hắc; bắt gặp, bên này là những cồn cát trắng phau bên kia là đại dương mênh mông xanh biếc màu nước biển.

Chẳng bao lâu, bọn tôi cũng đã đặt chân lên địa phận Bàu Trắng, nghe kể nơi này ngày xưa là một cái hồ lớn. Về sau, thấy sự đi lại từ bờ hồ bên này sang bờ hồ bên kia tốn khá nhiều thời gian nên, người Chăm nghĩ ngay đến việc đắp một cái đập chạy vắt ngang qua hồ, giúp cho việc qua lại được gần hơn. Và. Dĩ nhiên, từ đó Hồ lớn được chia thành một lớn một nhỏ với tên gọi Tiểu hồ và Đại hồ.

Do trong tiếng Chăm, bàu có nghĩa là hồ nên người địa phương gọi tiểu hồ là Bàu Ông và đại hồ là Bàu Bà. Được biết, diện tích Bàu Bà lớn hơn Bàu Ông, lại nằm giữa những triền cát trắng nên Bàu Bà còn được gọi là Bàu Trắng hay còn gọi là Bàu Sen, bởi vào mùa hè trong hồ thường thấy phủ kín màu sắc của sen hồng.

Sau khi kiểm tra vé qua cổng, bọn tôi đi theo sau đám đông khách du lịch, lội bộ nơi con đường ngập trong cát đến mắt cá chân, cùng với âm thanh rì rào reo trong tiếng lá nơi rừng dương, tựa hồ như đang nghe có ngàn con sóng đang đuổi theo ngay phía sau. Tưởng tượng nơi mình sắp qua tiếng lá reo rì rào nơi rừng dương, thoáng hiện trong đầu hình ảnh tình tứ, lãng mạn, về nơi mình sắp đặt chân đến. Nhưng than ôi! Cát mỗi lúc một quấn quýt dưới chân, trì kéo, không muốn xa rời; nhất là, cát như vị khách không mời lại chui tọt vào giày, khiến việc di chuyển thêm khó khăn.

Nhìn Mây khổ sở lê từng bước chân một cách tội nghiệp trên cát, tôi đảo mắt tìm xung quanh xem có cách nào khác giúp cô không, tình cờ phát hiện những dấu chân in trên vạt cỏ cạnh hồ nước. Mừng rỡ, tôi giữ tay cô bạn đi chậm lại, sau đó lặng lẽ rời đám đông du khách đang bận đùa giỡn phía trước, rẽ sang con đường vừa mới phát hiện. Quả nhiên, với lối đi này không những giúp bọn tôi cảm thấy thoải mái, mà còn đỡ phải vất vả khi phải di chuyển trên cát để đến nơi được mệnh danh là tiểu sa mạc Sahara Bình Thuận.

Giống như bên Hòn Rơm, thay vì ngồi xe địa hình, mô tô

phân khối lớn, tham gia các trò chơi cảm giác mạnh, đầy nguy hiểm tại khu du lịch sinh thái Bàu Trắng, tôi đưa Mây dạo chơi trên các triền cát, phát hiện trong cái nắng cái gió nơi đây, hình ảnh giống như người con gái khỏa thân trên cát, để lộ ra đôi bồng đào trắng nõn nà mà, người dân địa phương tự hào nhân cách hóa nó bằng tên gọi "Đồi cát Trinh Nữ"

Giống như nhiều cô gái khác, Mây hăm hở chạy đến đứng bên nàng cát, tạo dáng trước ống kinh nhờ tôi chụp cho vài bức ảnh kỷ niệm, trước khi tìm lối đi xuống bên dưới, thuê thuyền neo sẵn, chở đi quanh hồ ngắm cảnh. Nhìn mặt hồ phẳng lặng như gương soi, in bóng màu sen hồng cùng những đồi cát nhấp nhô, khiến Mây không sao im lặng bèn quay sang hỏi tôi:

- Hồ tên gì mà thấy trồng nhiều sen vậy anh?

Tôi trả lời cô:

- Do được trồng nhiều sen nên bàu Bà ngày nay còn được du khách gọi là bàu Sen.

- Ôi! Thảo nào nhìn nó tình tứ và lãng mạn quá đi mất....

- Em biết không, hồ tuy nằm sát với biển nhưng nước trong hồ luôn ngọt và không bao giờ thay đổi, dù đang trong mùa nắng hay mưa.

Nghe giới thiệu như thế, Mây chưa vội tin, bèn đưa tay vốc một ít nước đưa lên miệng thử.

Tôi nhìn cô cười hỏi:

- Thế nào em?

- Quả là ngọt mát một cách kỳ lạ.

- Đã vậy trong hồ còn có nhiều loại cá dành cho tín đồ thích đi câu nữa.

Mây reo lên:

- Hay chút nữa mình đi câu cá nha?

Tôi từ chối:

- Anh mà đi câu còn khuya cá mới chịu xuất hiện để ăn mồi.

- Vậy anh giỏi nhất môn nào?

Tôi đùa:

- Ngoại trừ câu cá ra, môn nào anh cũng giỏi, nhất là việc tán gái.

- Xí! Anh xạo vừa thôi.

- Sao em dám khẳng định như thế?

- Không phải thế sao, bằng chứng là đi bên em suốt mấy ngày nay, có thấy anh tán tỉnh em câu nào đâu?

- Chưa có dịp thể hiện thôi.

- Hay anh nghĩ em xấu hơn các cô gái Sài Gòn?

- Thôi nha đừng có nói lời tự kỷ đó với anh.

- Tại sao?

- Anh sợ mấy chàng trai quê em hay tin người đẹp của mình đang có mặt trong Nam, lại bay ngay vào đây lôi thôi thì khổ cho thân anh thôi.

- Làm gì có chuyện đó xảy ra mà anh lo.

- Sao em tự tin vậy?

- Trai H' Mông có lệ "cướp vợ" hẳn anh thừa biết, trong khi em đang ở tận miền Nam, có cho tiền cũng không biết đường mà vào?

- Em lý sự kiểu đó coi như anh chịu thua rồi.

Có lẽ, do bắt gặp vẻ bối rối hiện lên trên gương mặt của tôi hay sao, nên Mây thôi không đùa nữa, mà làm như vô tình hỏi:

- Hồ này người ta có cấm du khách bơi lội không anh?

Biết là Mây cố tạo lối thoát để cho tôi đỡ ngượng nên vờ hỏi như vậy.

Tôi trả lời:

- Không thấy có bảng cấm, nhưng nghe nói bàu này có chỗ rất sâu, nếu ai không giỏi bơi thì chẳng nên thử làm gì.

Loáng một cái người chèo thuyền đã đưa bọn tôi ra đến giữa bàu sen. Từ đây nhìn vào bờ thấy rõ từng đôi đôi chở nhau trên những chiếc xe mô tô phân khối lớn; hay nhóm năm bảy người đứng ngồi trên những chiếc xe jeep địa hình, lúc ẩn lúc hiện sau những triền cát, trông giống cảnh rượt đuổi nơi các phim hành động được chiếu trên màn hình.

Xế trưa, trong lúc ngồi thưởng thức ly dừa ba nhát, tôi để ý thấy Mây không tỏ ra mấy hào hứng nên hỏi:

- Em mệt phải không?

- Anh dựa vào đâu mà hỏi em như vậy?

- Nhìn em có vẻ bơ phờ.

- Anh có tin là em dư sức bẻ gãy sừng trâu không?

- Ở đây làm gì có thứ đó để em thử.

 Thay vì trả lời đôi co Mây hỏi vặn lại tôi:

- Có nơi nào đi tiếp hay sao mà anh sợ em mệt?

- Phan Rí Cửa.

- Cửa sông hay biển?

- Tên một thị trấn nhỏ, nhưng nổi tiếng nhờ sự sầm uất của một cảng cá lâu đời, tọa lạc ngay cửa sông Lũy, do các phượt thủ phát hiện khi di chuyển trên cung đường đẹp như mơ, nối liền Mũi Né, Bàu Trắng, chùa Cổ Thạch, Bãi đá 7 màu, Cà Ná...

- Phan Rí Cửa gần đây không anh?

- Xíu hà.

- Tầm khoảng bao nhiêu lâu?

- Chừng nửa giờ đổ lại.

- Cũng không đến nỗi xa lắm.

- Có điều anh chưa hiểu vì sao, các tuyến du lịch thường chỉ đưa khách tới khu du lịch sinh thái Bàu Trắng vui chơi xong thì, kết thúc chuyến đi mà không đưa họ đi tiếp ra Phan Rí Cửa?.

- Chắc Phan Rí Cửa không có nhiều nơi đến hấp dẫn?

- Thật ra, Phan Rí Cửa sở dĩ chưa được các tổ chức du lịch quan tâm, bởi tâm lý e ngại du khách trong nước thường chỉ thích trải nghiệm, khám phá, ở những nơi có nhiều di tích lịch sử hay có bề dày văn hóa hơn là du lịch nghỉ dưỡng, tắm biển, thưởng thức hải sản... trong khi ở Phan Rí Cửa chỉ đáp ứng được nhu cầu nghỉ dưỡng, ăn hải sản tươi rẻ, thì chưa đủ.

- Anh đã tới Phan Rí Cửa lần nào chưa?

- Trước năm 75 anh có ghé thăm gia đình người bạn sống bằng nghề sản xuất nước mắm truyền thống ở đó. Thú thật, vào lúc đó thị trấn Phan Rí Cửa bé như lòng bàn tay; nhưng mật độ dân cư lại khá đông đúc so với nhiều thị trấn khác; đặc biệt, ngay cửa sông Lũy có một cảng cá lâu đời, nổi tiếng qua việc giao thương buôn bán sầm uất, từng được xem là cái nôi khai thác hải sản của vùng duyên hải Nam Trung Bộ một thời.

Sau khi nghe tôi kể qua về Phan Rí Cửa, Mây đã không ngừng suy nghĩ, trước khi đưa ra quyết định, thôi không đi ra tham quan nơi đó nữa. Nghe xong, trong bụng tôi có chút mừng thầm, nhưng lại tiếc cho Mây, vì ngay sau đó tôi kịp thời nhớ ra đã đọc được từ Paul Morand câu danh ngôn:

"Khi di du lịch trở về, có lẽ con người ta đã lớn thêm, nhưng chắc chắn có một điều là trái đất phải nhỏ lại"./.

VŨNG TÀU
NĂM VẾT THƯƠNG CỦA CHÚA CỨU THẾ (*)

Đang lang thang trên mạng, tôi bỗng nhận được tin nhắn của Mây, từ Sapa gửi vào hỏi:

- Anh ơi! Tây Bắc đang nóng tới 39 độ C, em muốn vào Sài Gòn trốn nóng; tiện thể, khám phá biển Vũng Tàu hay Phan Thiết gì đó, anh có rảnh không?

Hình ảnh cô gái H' Mông ở bản Các Các thị xã Sapa, đầu cài kẹp tóc bằng bạc, áo quần thổ cẩm, chân mang giày bó, thoáng hiện ra trong đầu tôi. Mây. Cô sơn nữ với nụ cười lóe sáng, khoe hai chiếc răng vàng sáng chói, nói do những ông khách bên kia biên giới làm trả công cho chuyến đi, mà cô là người đã hướng dẫn họ đi thăm các thắng cảnh ở Sapa trong hai ngày.

Đang trong thời gian rảnh rỗi chờ ký tiếp hợp đồng, tôi gõ bàn phím máy tinh, trả lời cho cô luôn:

- Anh đang thất nghiệp vào ngay nhé.

Bên kia Mây hỏi:

- Biển trong Nam mùa này ra sao anh?

- Sao là sao?

- Ý em hỏi muốn hỏi biển trong đó mùa này có đông vui hay không?

- Chuyện biển trong Nam em khỏi phải lo, hầu như mùa nào ngày nào cũng đông như hội, khác hẳn biển miền Bắc chỉ đông mùa hè.

Thực tế, thời tiết ở phía Nam chỉ có hai mùa, mùa mưa và mùa nắng. Mùa mưa từ giữa tháng giữa 4 kéo dài qua hết tháng 11, còn lại đều là nắng chói chang. Nói mưa chứ thực sự mưa phương Nam là thứ mưa thơ, mưa nhạc, vừa đủ cho các văn- thi-nhạc sĩ, sáng tác nên những tác phẩm để đời. Hơn nữa, mùa nắng ở đây cũng không quá gay gắt, ngột ngạt, khó thở như ở miền Trung hay miền Bắc; nhất là vào tầm chiều trở về đêm, không khí gần như dịu hẳn lại, lành lạnh vào lúc nửa khuya.

Nghe báo thời tiết đầy thuận lợi, Mây gửi trả lại tôi cái ký hiệu mặt cười, kèm theo câu trả lời:

- Thích thật đấy.

Tôi trêu:

- Có muốn lấy chồng trong Nam không?

- Anh mai mối cho em hả?

- Đẹp cỡ như em thì cần gì mai mối.

- Anh định cho em đi tàu bay giấy hả?

Tôi chợt nhớ giọng líu lo của Mây, khi nhận xét về con trai Kinh, trong buổi chiều hai đứa ngồi uống rượu táo mèo, bên đôi quang gánh của bà cụ bán khoai, trứng gà nướng bên hông nhà thờ đá Sapa, trước khi chia tay ai về nhà nấy.

Tôi nhắc cho cô nhớ:

- Chẳng phải em đã từng bảo con trai Kinh chỉ hứa cho vui hay sao?

- Quỉ tha ma bắt anh đi, em nói có bấy nhiêu, mà đến nay anh vẫn còn nhớ là sao?

- Anh cũng muốn quên lắm, nhưng tại con gái bản Các Các, buộc anh phải nhớ đấy thôi.

- Anh xạo vừa thôi.

- Thật mà.

- Đợi em vào rồi sẽ biết tay em.

Sau những lời tán tỉnh mật ngọt chết ruồi ấy, tôi nghĩ cả tuần sau Mây mới có mặt ở Sài Gòn; nào ngờ, chỉ hôm sau tôi đã nghe tiếng cô gọi trong máy:

- Anh ơi! Em đang check - out ở cảng hàng không TSN, anh mau vào đây đón em nha?

Tôi không sao tránh khỏi sự ngạc nhiên:

- Ôi trời! Anh không thể tin vào tai mình cơ đấy.

- Hi hi! Em muốn tạo sự bất ngờ nơi anh thôi mà.

Thế là ba chân bốn cẳng, tôi phóng thật nhanh vào phi trường, cho kịp thời gian có mặt ở sảnh đến để đón Mây.

Nhác trông thấy bóng tôi từ xa, Mây cố kiểng chân cao hơn đám đông, khoát khoát tay làm hiệu cho tôi nhận ra cô.

Chưa kịp chào hỏi nhau tôi đã nghe Mây ra lệnh:

- Anh đứng đó cho em ngắm trai miền xuôi xem có khác hơn so với lần gặp gỡ trước không đã?

Tôi xoay một vòng, kiểu trình diễn trên sàn catwalk, trước mặt cô sơn nữ hỏi:

- Thế nào, xem có bằng bọn con trai H' Mông, ở bản quê em không?

Mây dí dỏm đùa:

- Thiếu cái mùi khét nắng đặc trưng nương rẫy.

Tôi vừa cười vừa vòng tay ôm lấy bờ lưng eo thon cô sơn nữ, cảm giác ngất ngây như vừa được thưởng thức lại hương vị ngọt ngào từ cốc rượu táo mèo hôm nào:

Tôi ghé vào tai Mây hỏi vừa đủ cho mỗi cô nghe:

- Em phát hiện ở anh điều gì chưa?

- Mùi đàn ông Kinh ha ha.

- Sao là đàn ông?

- Nghe đồn con trai Kinh hay ăn cơm trước kẻng?

Chào thua cô gái sau những lời xã giao hàm chứa đầy ngôn tình, tôi tách Mây khỏi đám đông, đưa cô ra xe về khách sạn đã thuê trước đó nghỉ ngơi.

Trong lúc xe đang chạy tôi hỏi Mây:

- Em bay đường xa có mệt không?

Vẫn cái giọng cợt đùa, Mây hóm hỉnh trả lời:

- Phi cơ bay chứ em có bay đâu mà mệt.

- Vậy sáng mai mình đi ngay ra Vũng Tàu chứ?

- Đã vào đến đây rồi, em giao trọn em cho anh định đoạt, anh đưa em đi đâu em đi theo đó.

- Nói vậy mà không phải vậy ha?

- Thật mà! Chẳng phải em đang có mặt trong này chạy trốn cái nóng miền Bắc hay sao.

Nóng. Nhắc tới cái nóng miền Bắc, tôi không sao quên được cảm giác khó chịu do mồ hôi đổ ra nhơm nhớp sau lưng áo, trong lần về thăm quê hương, dù đã được gia đình ưu ái dành cho nguyên một chiếc quạt máy thổi phà phà vào người thì, nóng vẫn hầm hập như đang ngồi trước cái bể lò rèn. Tội nghiệp thằng bé gọi tôi bằng chú, đi theo từ miền Nam ra cho biết quê nội, suốt ngày chỉ mặc áo thun 3 lỗ, ngồi lì dưới bóng râm cây bưởi cạnh giếng khơi, chơi mấy món đồ bằng nhựa cùng một thau nước lúc nào cũng đầy ắp.

Tôi cười nói với Mây:

- Mùa này em vào đây tránh nóng quả là tuyệt vời.

Mây xuýt xoa:

- Ngay cả bọn Tây cũng rất sợ cái nóng cái lạnh miền Bắc. Chúng hay gào lên với em: "Cái nóng cái lạnh ở xứ mày tệ thật, nóng thì như ngồi trong mỡ rang trên chảo, lạnh thì lạnh từ trong tủy trong xương lạnh ra".

- Anh đây còn sợ gió Lào mùa hè miền Bắc huống chi bọn Tây vốn chỉ quen với tuyết lạnh.

Do không muốn bị lôi vào cuộc tranh luận thời tiết, Mây khéo léo đưa tôi quay trở lại đề tài cô đang quan tâm:

- Nhìn trên bản đồ em thấy biển Vũng Tàu rộng bao la, nhưng không hiểu vì sao người ta gọi nó là vũng mà không gọi vịnh hay gì khác?

Trước câu hỏi thuộc lãnh vực địa lý, tôi nghe qua không khỏi luống cuống, nên đành dựa theo sách vở trả lời:

- Anh nhớ có đọc đâu đó qui ước: Đối với vùng nước có diện tích dưới 50 km vuông được gọi là vũng, trên 50 km vuông được gọi là vịnh. Còn dựa theo từ điển dầu khí: Vịnh là vùng nước rộng, ăn sâu vào đất liền, có đường bờ biển mang dạng đường cong lớn. Ngược lại, trong tự điển giải thích: Gulf là vịnh lớn như vịnh Bắc bộ; Bay như vịnh Hạ Long, vịnh Cam Ranh; Small Bay là vịnh nhỏ hay có thể gọi là vũng...

Giải thích với Mây vừa tới đây, kịp nhìn lại đã thấy cái khách sạn, do tôi đặt chỗ trên mạng, xuất hiện ngay trước mắt.

Xe dừng, tôi giúp Mây chuyển hành lý vào trong sảnh, làm thủ tục nhận phòng, trước khi nói lời chia tay cô ở ngay cửa thang máy:

- Em lên phòng nghỉ ngơi, cần gì cứ điện thoại, sáng mai anh ghé đón em đi Vũng Tàu sớm.

Y hẹn, tôi chạy xe đến khách sạn đón Mây từ sáng sớm, chở thẳng cô đên phà Cát Lái, qua Nhơn Trạch, ghé Long Thành ăn bánh bao ngon nức tiếng hoặc ra Bà Rịa ăn bánh canh Long Hương cũng không muộn, vừa tránh được nắng vừa rút ngắn hai mươi cây số đường đi, nếu phải di chuyển theo hướng xa lộ Biên Hòa.

Đoán biết trước tình trạng hay kẹt xe trên đoạn đường ra vô cảng Cát Lái. Tôi đã chủ động gọi điện cho Mây trước, báo sẽ đón cô khởi hành sớm, nhờ vậy mà xe bọn tôi thoát được cảnh bị hàng loạt xe hàng, xe containe, rồng rắn nối đuôi nhau ra vào cảng chắn hết lối đi.

Lạ. Tại bến phà Cát Lái. Trong lúc đứng chờ chuyến phà từ bờ bên kia chạy sang, tôi để ý đến cây cầu dẫn đông đúc xe cộ lên xuống thường ngày trước đây, hầu như nằm bất động trong tình trạng không còn sử dụng nữa, mà thay vào đó là con đường nhựa ôm hình vòng cung dẫn thẳng xuống dưới phà. Để trả lời thắc mắc đó, tôi tự đi dò hỏi nơi cư dân sinh sống quanh đây, nhờ vây mới biết: Bến phà Cát lái nâng cấp, mở rộng, đưa vào sử dụng cách nay mấy tháng, nhằm đón thêm một số phà từ 2 bến Mỹ Thuận, Cần Thơ, đã hoàn thành xứ mạng lịch sử cùng với sự có mặt của 2 cây cầu dây văng; thứ đến, giải tỏa phần nào sự ách tắc giao thông đang diễn ra ngày càng trầm trọng tại các cửa ngõ ra vào trung tâm thành phố.

Trong lúc tìm hiểu, tôi để ý thấy con phà từ phía Nhơn Trạch đã sang cập bến bên này Cát Lái, song tôi chưa cần vội vã cho lắm, bởi công ty phụ trách bến phà chịu trách nhiệm trả hết khách, mới được đón khách quay về lại phía Nhơn Trạch.

Đợi chờ năm- mười phút, tôi thấy người bảo vệ, bắt đầu mở cổng chắn cho xe ô tô lớn nhỏ xuống phà trước, sau mới tới những người chạy xe gắn máy.

Lợi dụng thời gian chờ con phà đưa sang bờ bên kia, tôi rủ Mây tới đứng ở khoảng trống, gần đầu mũi con phà, hít thở không khí trong lành cùng ngắm quang cảnh trên sông vào lúc sáng sớm.

Đang thả hồn dõi theo khoảng không gian mờ ảo, la đà hơi sương diễn ra trên mặt sông, tôi chợt nhận ra bàn tay ấm áp của Mây, vừa lay động cánh tay nơi tôi vừa hỏi:

- Sông này tên là gì anh?

- Sông Lòng Tàu, một trong hai chi lưu của sông Đồng Nai, một đổ ra cửa Soài Rạp một đổ vào vịnh Gành Rái trước khi hòa vào biển Đông.

Mây buột miệng đọc một hơi hai câu thơ:

Nhà Bè nước chảy chia hai.
Ai về Gia Định, Đồng Nai thì về.

- Đúng vậy, để đến được Gia Định người dân sẽ phải rẽ theo hướng sông Sài Gòn, còn muốn lên Biên Hòa thì đi theo hướng sông Đồng Nai; đặc biệt, con sông này có nhánh chính là sông Nhà Bè nằm về phía hạ lưu.

- Em nghe nói chính phủ đã phê duyệt kế hoạch xây dựng ngay trên con sông này một cây cầu dây văng?

Tôi cười trả lời Mây:

- Từ kế hoạch tới hiện thực chắc phải chờ tới đời con cháu may ra, nhưng cứ tạm hy vọng như thế, vì sau này có cây cầu việc di chuyển từ Sài Gòn ra Vũng Tàu sẽ tiết kiệm được nhiều thời gian lẫn tiền bạc.

- Trước đây chưa có con đường này thì từ trung tâm Sài Gòn ra Vũng Tàu bao xa?

- Hơn một trăm cây số.

- Còn bây giờ đi theo đường này?

- Giảm được khoảng hai mươi cây số.

- Trước đây anh có thường đi tắm biển Vũng Tàu không?

- Vào những năm 60-70, chẳng riêng gì anh, mà ai ai từng sinh sống tại miền Nam, ít nhất cũng đã một lần ghé thăm Vũng Tàu. Bởi, ngoài việc sở hữu bãi biển hình cánh cung, dài trên chục cây số, không chỉ đẹp mà còn nổi tiếng với nhiều bãi tắm, cảnh quan thiên nhiên kỳ vĩ, lại nằm cách trung tâm Sài Gòn không xa, nên Vũng Tàu luôn là ẩn số trong mắt mọi người, mong ước được đặt chân đến đây vui chơi, nghỉ dưỡng, tắm biển, một lần thỏa thích; ngoài ra, trước năm 75, biển Vũng Tàu còn được dân sành tiếng Tây gọi: biển Ô Cấp (*).

- Còn hôm nay Vũng Tàu thế nào?

- Sau năm 75, trải qua gần nửa thế kỷ thay đổi, Bà Rịa - Vũng Tàu trở thành một tỉnh ven biển thuộc vùng Đông Nam Bộ; đặc biệt, Vũng Tàu là thành phố du lịch biển có nhiều di tích, cảnh quan kỳ vĩ như: Tượng Chúa dang tay trên đỉnh Núi Nhỏ hay núi Tao Phùng; khu du lịch sinh thái Hồ Mây trên đỉnh Núi Lớn - Tương Phùng, Hòn Bà, Ngọn Hải Đăng, Đồi Con Heo, Hồ Đá Xanh, Chùa Quan Thế Âm, Thích Ca Phật Đài, Long Hải, Dinh Cô, Đèo Nước Ngọt, Bãi Thùy Dương, Hồ Tràm, Hồ Cốc, Bình Châu, Côn Đảo... đồng thời còn là trung tâm khai thác dầu mỏ phía Nam.

Chuyện vãn giữa tôi và Mây đến đây buộc phải tạm dừng, vì phà đã qua tới bến bên phía Nhơn Trạch.

Hòa trong tiếng động cơ xe cộ ồn ào di chuyển lên bờ, tôi

chở Mây chạy ngang qua các xã Phú Hữu, Đại Phước, đường Lý Thái Tổ, đường 25 B, rừng cao su, tới ngã ba dầu khí Nhơn Trạch, rẽ phải đường quốc lộ 51, chạy thẳng tới phường Long Hương, thuộc địa phận thành phố Bà Rịa

Xe đang chạy ngon trớn, ngồi phía từ sau Mây bỗng thấy tốc độ hình như bị khựng lại, khiến cô tỏ ra lo lắng hỏi:

- Bộ xe có vấn đề sao anh?

Tôi đùa:

- Xe không sao nhưng người có sao đó.

Nghe chưa ra Mây hỏi lại:

- Anh nói gì em nghe chưa rõ?

- Bụng anh đang đói sôi lên rồi nè.

Mây nghe xong, dùng tay nhéo vào hai bên hông tôi, cười khúc khích:

- Làm em hết cả hồn.

- Em hết hồn còn hơn anh sắp chết vì đói.

- Vậy mà lúc nãy chạy ngang qua mấy cửa hàng ăn, em ngửi thấy mùi hành tỏi, mùi thịt nướng, thơm đến sốt cả ruột. Định bảo anh ghé lại ăn, nhưng sợ anh chê con nhỏ háu ăn.

- Anh muốn dành cho em sự ngạc nhiên nên nói vui vậy thôi, chứ gần đây có quán bánh canh, không biết có ngon lắm không, nhưng thấy nhiều khách du lịch khi đi ngang qua đây hay ghé vào?

- Còn xa không anh?

- Ngay sau vòng xoay Bà Rịa.

- Bà Rịa là ai biết chết liền.

- Có nhiều ý kiến khác nhau nói về Bà Rịa, nhưng theo

"Gia Định Thành Thông" của sử gia Trịnh Hoài Đức, bà là người phú Yên, có tên nhưng không rõ họ. Năm 15 tuổi, thời Hiền Vương Nguyễn Phúc Tân, bà có mặt trong đoàn lưu dân đi từ Dinh Trấn Biên tức Phú Yên vào Nam lập nghiệp. Khi đặt chân đến vùng rừng thiên nước độc, bà liền lao vào công việc khai khẩn vùng núi rừng Đồng Xoài, xã Hòa Long (Gò Xoài, Phước Liễu, Tam Phước, Láng Dài, Xuyên Mộc); đồng thời, có công giúp cho đoàn quân Nguyễn Hữu Cảnh hoàn thành nhiệm vụ. Nhờ có công lớn, lại có đức độ, uy tín khắp vùng, nên bà được chúa Nguyễn Phúc Chu (1691-1752) phong tước vị Hàm Nghè và sắc phong họ Chúa, từ đó bà mang tên Nguyễn Thị Rịa.

- Bà Rịa mất năm nào?

- Ngày 16 tháng 6 âm lịch năm 1803.

- Mộ chí bà có ở đây không?

- Tại cầu Bà Nghè, đoạn nối giữa Tam Phước và An Nhất, nơi bà từng khẩn hoang hơn 300 mẫu ruộng trước đây.

Mải vui chuyện, suýt chút nữa tôi chạy lố qua cổng chào Bà Rịa, kịp thời nhìn thấy dòng xe cộ nối đuôi nhau chạy chậm lại ở vòng xoay, tôi liền lách xe chạy vượt qua họ, trước khi rẽ về phía quán ăn nằm ngay sau chiếc cổng chào bề thế.

Nhân lúc có vài thực khách vừa ăn xong đứng lên, tôi dẫn Mây đến ngồi vào bàn thế chỗ ngay, nếu không muốn chung số phận với số đông người, chậm chân đứng lóng ngóng tìm kiếm một chỗ ngồi cho gia đình.

Mây nhìn tôi ngạc nhiên hỏi:

- Bánh canh ở đây chắc phải ngon lắm nên khách mới đông đến vậy?

Tôi không biết phải trả lời Mây ra sao, bởi trong Sài Gòn không thiếu quán bán bánh canh ngon hơn hoặc bằng, lại đỡ tốn thời gian đi xa, vậy mà không hiểu sao nhiều người vẫn thích ghé lại đây ăn. Hỏi nghĩa là đã có câu trả lời, bởi theo quan sát của tôi, sở dĩ nhiều du khách hay ghé đây ăn, một phần do đi chơi xa phải thức khuya dậy sớm, nên ra đến đây bụng cảm thấy đói, nên ăn gì cũng thấy ngon?

Nghĩ thế nên tôi cười cười hỏi Mây:

- Em đã nghe chuyện trạng Quỳnh cho vua ăn mầm đá chưa?

- Là sao ạ?

- Bởi vì lúc đó nhà vua bị bỏ đói mấy hôm liền nên ăn gì mà chẳng ngon.

Bỏ qua chuyện ăn uống Mây bất ngờ quay sang hỏi tôi:

- Tại sao người ta ghép Bà Rịa, Vũng Tàu thành một tỉnh mà không phải là hai?

- Ồ! Vấn đề đó thuộc về tổ chức hành chính của chánh quyền, còn anh chỉ biết hai thành phố Bà Rịa và Vũng Tàu, hiện đều là đô thị loại 2 của tỉnh là đủ.

- Vậy mà từ nào tới giờ em cứ đinh ninh Vũng Tàu là một tỉnh cơ đấy.

- Hiện nay tỉnh Bà Rịa-Vũng Tàu gồm có 2 thành phố Bà Rịa, Vũng Tàu và 6 huyện ly Long Điền, Đất Đỏ, Xuyên Mộc, Tân Thành, Châu Đức, Côn Đảo; trong đó, thành phố Bà Rịa là trung tâm hành chính, chính trị, thành phố Vũng Tàu là trung tâm kinh tế, văn hóa, xã hội, dịch vụ, du lịch, giao thông và dầu khí.

- Woa! Nghe anh kể, em nôn nóng muốn sớm được tận mắt nhìn thành phố du lịch biển Vũng Tàu, xem nó tuyệt vời đến cỡ nào. Bởi, ngoài những hình ảnh biển đảo xinh đẹp mà em được xem trên các tạp chí du lịch ra, nơi đây còn hấp dẫn mọi người qua bề dày lịch sử rất đáng ngưỡng mộ.

- Đúng vậy em, vùng biển miền Đông Nam Bộ trước khi được gọi là Vũng Tàu, đã phải trải qua nhiều tên gọi khác nhau. Trước hết, vào thời phong kiến, thế kỷ thứ 13, Vũng Tàu được gọi là Trấn Chân Bồ. Đến năm 1658, chúa Nguyễn Phúc Tần đưa 2000 quân đi chinh phục trấn Chân Bồ lập ra Tam Thắng. Năm 1776, sách Phủ Biên Tạp Lục của Lê Quí Đôn viết: "Đầu địa giới Gia Định là xứ Vũng Tàu, nơi hải đảo có dân cư". Sách Đại Nam Nhất Thống Chí thời Nguyễn ghi: "Trong có vũng lớn gọi là Vũng Tàu, là nơi neo đậu tàu thuyền, trên núi có suối nước ngọt, dưới chân núi tập trung nhiều dân chài lưới, trấn giữ, bảo vệ bình yên cho cửa biển xung yếu ". Ngoài ra, trong thời gian này rất nhiều tàu thuyền của người Bồ Đào Nha, người Pháp, thường xuyên ra vào biển Vũng Tàu buôn bán, trao đổi hàng hóa. Vì vậy mới có câu chuyện kể, khi người Bồ Đào Nha dong thuyền trên biển, từ ngoài khơi nhìn vào trong bờ, thấy 5 ngọn núi, Kỳ Vân, núi Dinh, núi Nứa, núi Tao Phùng, núi Tương Phùng... rất giống với biểu tượng niềm vui cứu giúp của dân tộc họ, nên coi đây là OPORTO CINCO HAGAS VERDAREIRAS, nghĩa là NĂM VẾT THƯƠNG CỦA CHÚA CỨU THẾ (*), trong khi các nhà hàng hải Pháp ghi trong hải trình của mình là Cap Saint - Jacques hay Au de Cap (Ô Cấp).

Trong lúc ăn sáng, tôi vô tình nghe lóm câu chuyện từ bàn bên cạnh, nhóm bạn trẻ hối nhau ăn uống nhanh lên, để còn kịp thời gian đi phượt ở cánh đồng cừu suối Nghệ. Lạ. Lâu nay tôi chỉ nghe nói về địa danh Suối Nghệ, chứ chưa hè nghe nói tới cánh đồng cừu lạ lẫm này; ngoại trừ, cánh đồng cừu hiện hữu xa tít mù khơi ở ngoài Phan Rang-Ninh Thuận.

Hết sức tò mò, tôi âm thầm chở Mây làm đuôi bám theo phía sau đám bạn trẻ, chạy ngược vào trung tâm thành phố, tới quốc lộ 56, tiếp tục chạy thêm mươi phút, nhìn bên trái thấy bảng chỉ đường vào Cánh Đồng Cừu Suối Nghệ. Được biết, nơi này trước đây chỉ là một cánh đồng khô cằn, cỏ cháy, chẳng có ma nào để ý. Bỗng đâu một hôm, có mấy cặp trai gái chạy xe ngang qua đây, tình cờ trông thấy mấy chú cừu đang tha thẩn gặm cỏ cháy trên cánh đồng, nên xin phép ghé vào vui đùa, chụp nhiều bức ảnh kỷ niệm, sau đó về nhà post lên mạng khoe mẽ cùng bạn bè. Không ngờ, những tấm ảnh có hình những con vật dễ thương Suối Nghệ, lọt mắt cộng đồng dân cư trẻ trên mạng, tức thời gây sốt và trở thành điểm du lịch nổi tiếng, khiến giới trẻ đổ xô về đây sống ảo ngày càng đông. Vô tình tạo ra thu nhập cho người dân địa phương, bằng cách cho du khách thuê đàn cừu để trải nghiệm, tạo dáng, chụp choẹt, những bức ảnh ảo diệu mà không phải di chuyển ra tận miền Trung xa lắc xa lơ tốn kém.

Chẳng bao lâu sau chúng tôi cùng nhóm bạn trẻ đã có mặt trên Cánh Đồng Cừu Suối Nghệ, vừa hít thở mùi rơm rạ thấm đẫm tình quê hương, vừa tận mắt chứng kiến mặt trời đỏ chói như mâm son, từ từ mang bình minh nhô lên sau dãy đồi trước mặt. Không ai bảo ai, các cô gái vội rời khỏi xe, tranh nhau lao vào giữa các đàn cừu, selfie cho mình những bức ảnh vui nhộn, hồn nhiên, bên những chú cừu dễ thương mang trên người bộ lông trắng muốt.

Chứng kiến cảnh các cô gái thành phố ríu rít, đùa giỡn, bên những con vật dễ thương, khiến Mây cảm thấy nóng mặt, muốn thể hiện bản năng sơn nữ của mình, bằng cách tiến sát một em cừu, chộp đại một con trong số những con đứng gần, nhấc bổng lên trước ống kính, hối tôi chụp cho cô vài tấm ảnh kỷ niệm. Chưa đủ thỏa mãn, cô lôi smarphone mang theo "tự sướng", trước khi chịu cho tôi chở cô rời cánh đồng cừu, quay ra quốc lộ 51, ngược cầu Cỏ May, chạy về hướng Vũng Tàu, ghé bến du thuyền Mirana.

Theo chỉ dẫn trên Google map, tôi chạy hết đường số 1 khu công nghiệp Đông Xuyên, tới bờ sông Dinh, thấy bến du thuyền cùng cây cầu gỗ dẫn ra tận chỗ neo đậu hàng loạt cano, thuyền buồm các loại.

Đi loanh quanh chụp vài bức ảnh ở bến du thuyền cho có lệ xong, tôi đưa Mây quay trở lên bờ, ngồi uống nước dưới tán dù, quan sát khắp một vùng rộng lớn đảo Long Sơn, Gò Găng, bè nổi sông Dinh, cùng dịch vụ chụp ảnh cưới nghệ thuật đông vui qua việc cô dâu chú rể dẫn theo đoàn tùy tùng đông nửa tiểu đội.

Nhân lúc ngồi chờ thức uống mang tới, tôi liếc mắt đọc lướt qua menu để sẵn trên bàn, giới thiệu dịch vụ du lịch đường thủy bằng phương tiện cano, thuyền buồm, ghé thăm cảng biển, khám phá công nghiệp dầu khí, ghé làng bè, thưởng thức các món hải sản tươi sống đánh bắt ngay trên sông Dinh... tiếc thay, khi tôi hỏi mua tour, cô nhân viên phụ trách quày vé lắc đầu từ chối, với lý do không đủ số lượng hành khách đăng ký.

Thất vọng, tôi quay đi lấy xe, chở Mây chạy thẳng vào thành phố Vũng Tàu trên con đường cũ, thay vì rẽ qua con đường thẳng thớm, êm ru, mới mở, chính giữa giải phân cách thấy trồng toàn loại bông giấy, đang vào mùa nở hoa-trắng-đỏ-vàng, kéo dài ra tới tận Bãi Sau.

Qua lời người dân địa phương cho biết. Trước đây vào những ngày cuối tuần hay các dịp lễ Tết, du khách từ các nơi đổ về Bãi Trước hay còn gọi bãi Tầm Dương, vui chơi, tắm biển, ăn uống, rất đông. Sau này, do ảnh hưởng bởi sự ô nhiễm của nhiều đoàn tàu chở dầu neo đậu ngoài khơi, cùng với cái cảng cá nhỏ tọa lạc phía đầu bãi, càng khiến cho môi trường bị ô nhiễm ngày càng nặng hơn, nên chánh quyền đã phải di chuyển các dịch vụ vui chơi, tắm biển, ăn uống, ra tận Bãi Sau. Qui hoạch lại Bãi Trước thành công viên thoáng đãng với nhiều cây xanh, ghế đá, dành cho mọi người dân đến đây vui chơi, ngồi ngắm biển, tập thể dục nơi bãi biển mang hình dáng một vầng trăng khuyết, đẹp tuyệt vời bên làn nước trong xanh mát lạnh gió biển.

Đang lúc có mặt ở gần Bạch Dinh, tôi muốn giới thiệu cho Mây biết về di tích ngôi Nhà Trắng, nên chỉ tay lên Núi Lớn nói với cô:

- Em nhìn thấy ngôi nhà trắng nằm ở lưng chừng núi kia không?

- Chủ nhân chắc phải là người đặc biệt?

- Biệt điện của vua Bảo Đại những năm trước 1954.

- Hóa ra là vậy. Mình có được lên đó tham quan không anh?

- Trước đây thì không nhưng nay được tự do.

Mây hăm hở leo 146 bậc thang, cùng tôi đi giữa con đường có hai hàng sứ hai bên, có tuổi đời ngót nghét trăm tuổi đang vào mùa nở hoa trắng xóa, tận hưởng không khí trong lành, thắm đẫm mùi hương sứ nhẹ nhàng lẫn trong mùi gió biển.

Theo cô nhân viên thuyết minh, Bạch Dinh xây dựng cao 3 tầng giữa lưng chừng Núi Lớn, vào đầu thế kỷ thứ 19 (năm 1898), theo phong cách Pháp. Là nơi nghỉ dưỡng của các bậc vua chúa, các viên quan toàn quyền,... đồng thời, cũng là nơi giam lỏng vua Thành Thái trong hơn mười năm, trước khi ngài bị đày ra đảo Réunion cùng con trai là cựu hoàng Duy Tân. Sau 75, tòa nhà trắng trở thành nơi dành cho mọi người, nhiều nhất vẫn là các đoàn khách du lịch từ các địa phương khác ghé tới tham quan. Nơi đây hiện có, khu bảo tàng trưng bày các sản phẩm gốm được vớt lên từ xác tàu chìm ngoài khơi đảo Hòn Cau, các phòng ăn, phòng ngủ, phòng tiếp khách...

Sau khi xem qua khu Bạch Dinh, tôi cùng Mây trở xuống nhà ga 1 bên dưới, mua vé cáp treo để lên Núi Lớn, khám phá hồ nước nhân tạo, nơi người dân địa phương tự hào, xem đó là một Bà Nà hay Đà Lạt giữa lòng thành phố, với tên gọi: Khu du lịch sinh thái Hồ Mây.

Ngồi cáp treo, vượt qua đoạn đường dài nửa cây số, lên đỉnh Núi Lớn cao 250 mét so với mực nước biển, Mây đưa ra nhận xét:

- Cáp treo này tuy ngắn, không hoành tráng như bên Bà Nà, nhưng được cái từ trên cao nhìn xuống, trông nó tình tứ, lãng mạn hơn, với một bên là biển trời xanh biếc, sóng vỗ dạt dào bên từng con sóng, một bên là các khu resort, biệt thự đỏ au mái ngói, thoáng ẩn thoáng hiện giữa màu xanh cây lá, quả thật là tuyệt vời.

Nghe Mây nhận xét như thế tôi bèn nói đùa:

- Mới nghe tưởng em so sánh cáp treo Bà Nà với cáp treo Genting bên Mã kia chứ.

- Ồ! Cảnh Bà Nà đẹp khác cảnh ở Genting đẹp khác, mang ra so sánh e bị khập khiễng đó anh.

Vừa khi ấy cáp treo cũng đã kịp thời bò lên tới nhà ga 2 nằm trên đỉnh Núi Lớn. Từ đây bước ra, tôi và Mây thay vì lên xe di chuyển tới trung tâm Hồ Mây như đa số du khách, bọn tôi chọn ghé miếu Sơn Thần gần đó, thắp nhang, xin phép đặt chân lên núi, bởi người xưa quan niệm "có kiêng thì có lành".

Lạy tạ xong, bọn tôi đi trở lại trước nhà ga 2, đón xe điện vào khu trung tâm cho đỡ mỏi chân.

Vào đến trạm cuối, xe dừng cách Vườn Tình Yêu - Love Garden, chỉ vài bước chân. Thế là tôi và Mây chui ngay vào đó, điểm danh một số tượng mang chủ đề tình yêu, điển hình là tượng Adam và Eva khỏa thân dưới cây táo, đã khiến cho các cô gái dù ý tứ lén nhìn, nhưng không tránh khỏi bị đỏ mặt.

Tiếp ngay đó là một quần thể tâm linh, gồm tượng Phật Di Lặc cao 30m, La Hán Đường, Phật Tích Động, hang Bê Lem... lôi cuốn bước chân tín đồ ngoan đạo ghé vào chiêm bái, xin xỏ, cầu mong sự bình an, hạnh phúc.

Chưa đủ để mỏi chân, bọn tôi lội bộ thám hiểm rừng nguyên sinh, thác nước, rừng thông Caribbe... bỏ qua các trò chơi bắn súng sơn, chèo thuyền Kayak, chơi các trò chơi cảm giác mạnh, để dành sức đi thăm các thắng cảnh nổi tiếng đang còn chờ ở Bãi Sau.

Thật vây, ngày nay cùng với sự phát triển vượt trội của ngành công nghiệp không khói thì, Bãi Sau hay còn gọi bãi Thùy Vân, không chỉ thừa hưởng một bãi cát đẹp, trải dài hơn 7 cây số bờ biển, mà còn hiện diện nhiều công trình đẳng cấp, hấp dẫn, qua nhiều trò chơi cùng thắng cảnh nổi tiếng như: đi bar, đi ăn uống ở chợ đêm, xem đua chó, thăm Tượng Chúa dang tay, ngọn Hải Đăng, Đồi Con Heo, Hòn Bà...

Rời khu sinh thái Hồ Mây, tôi chạy cặp theo ven biển Thùy Vân, để từ Bãi Trước ra Bãi Sau, ngang qua chỗ neo đậu tàu thuyền đánh cá, tòa nhà Hải Âu, bến tàu cao tốc, rẽ trái vào đường Hải Đăng, để lên núi Tao Phùng thăm ngọn hải đăng lâu đời nhất Đông Nam Á.

Đường lên Núi Nhỏ dốc, có vài khúc cua gắt, song rộng rãi, thoáng mát, nhờ hiện diện nhiều loài cây nhiệt đới mọc chen nơi vách đá, tạo nên vẻ hoang sơ, tĩnh lặng, đẹp không thua gì các cảnh quay trong phim Hàn Quốc; đặc biệt, nếu đi với người yêu, tôi khuyên bạn nên chọn cách đi bộ men theo triền núi, vừa thưởng ngoạn phong cảnh đẹp vừa chụp được nhiều bức ảnh đẹp bên hàng gòn, hàng bông giấy, hàng sứ cổ thụ, trổ hoa thơm ngát.

Muốn lên tới chân ngọn hải đăng, tôi và Mây phải vượt qua một số bậc thang, cùng với cua khuỷu tay gắt 90 độ; bù lại, đứng từ nơi đây bọn tôi có thể phóng tầm mắt, nhìn bao quát cả một vườn sứ đang vào mùa trổ bông thơm phức, bên cạnh ngọn hải đăng in bóng uy nghi trên nền trời bảng lảng bóng hoàng hôn, thoạt nhìn chẳng khác gì con tàu vũ trụ đang chờ được phóng đi tại trung tâm Vũ Trụ Kennedy, gần mũi Canaveral trên đảo Merrit, Florida, Hoa Kỳ. Được biết, đây là một trong những ngọn hải đăng lâu đời ở nước ta, do người Pháp xây dựng năm 1868, trên độ cao 149 mét so với mực nước biển, nhằm theo dõi, báo hiệu, chỉ đường cho tàu bè di chuyển qua lại trên vịnh. Nhưng 45 năm sau, năm 1913, không hiểu vì sao người Pháp đã cho phá bỏ ngọn hải đăng cũ, xây dựng ngọn hải đăng mới với độ cao 170 mét, cách đó chỉ vài chục mét?

Để thỏa mãn tính tò mò nơi Mây, tôi đưa cô tới đứng hóng gió bên dãy hành lang gần đó, vừa ngắm hoàng hôn đang rơi dần xuống mặt biển vừa dõi mắt nhìn thành phố Vũng Tàu, tượng Chúa Giêsu Kitô Vua, núi Minh Đạm, bãi biển hình vầng trăng khuyết, đang nhạt nhòa trong màu ráng chiều... cho đến khi khắp nơi bắt đầu lên đèn mới rời chỗ đứng, quay xuống bên dưới đi tìm chỗ ăn tối.

Sau khi đã nạp đủ năng lượng ở các quán xá quanh khu chợ đêm, Mây đề nghị tôi làm một đêm không ngủ ở Vũng Tàu, nhưng tôi đã kịp thời ngăn ý tưởng đó lại, với lý do là sáng mai còn phải tiếp tục đi thăm nhiều nơi khác nữa. Nghe hợp lý, cô ngoan ngoãn đi theo tôi đến sân vận động Lam Sơn, xem đua chó, đi uống cà phê, đi hát karaoke... trước khi lao về khách sạn nghỉ sớm.

Y hẹn, sáng hôm sau bọn tôi có mặt tại Bãi Sau hay còn gọi là bãi Thùy Vân từ rất sớm, bởi vào giờ này thành phố đang còn ngái ngủ, mọi sinh hoạt chưa ồn ả, chưa đông du khách lui tới; ngoại trừ, một số dân địa phương ra đây tập thể dục, có thói quen về lại nhà trước khi trời chưa sáng hẳn. Chính nhờ vậy mà tôi và Mây vô tình độc chiếm cả một vùng biển rộng lớn, mặc sức bơi lội, vùng vẫy trong làn nước biển xanh mát; đồng thời, chờ được ngắm bình minh nhô từ phía biển trước mặt, trước khi quay về lại khách sạn tắm nước ngọt, thay quần áo, đi ăn sáng, khám phá Tượng Chúa Dang Tay hay còn gọi là Tượng Chúa Kito Vua nằm trên đỉnh núi lớn Tao Phùng.

Để lên tới chân tượng Chúa Kitô Vua, bọn tôi phải leo hơn một ngàn bậc thang, đủ rộng cho cả chục người dàn hàng ngang đi lên cùng lúc. Tuy nhiên, sáng nay không hiểu vì sao Mây leo chưa tới được nửa đường, đã nhăn nhó kêu mệt, đòi ngồi nghỉ chân trong chốc lát. Lạ. Từ nào tới giờ tôi vẫn tin con gái miền núi trèo đèo vượt suối giỏi không ai bằng, thế sao hôm nay cô lại yểu điệu thục nữ đến không ngờ. Hay do sáng nay tôi đã đánh thức cô dậy sớm, lại còn đưa đi thăm nhiều nơi, khiến cô dù có quen lội suối băng rừng, xuống phố đi làm hướng dẫn viên du lịch mỗi ngày chăng nữa, cũng khó có thể thích ứng kịp khí hậu trong Nam, nên đã phải xuống nước năn nỉ tôi:

- Cho em ngồi nghỉ chân một lúc nếu anh không muốn bị cõng em trên lưng.

Tôi cười hỏi:

- Có chuyện đó thật sao?

- Chứ còn gì nữa.

- Không sợ người ta cười cho à?

- Mỏi chân quá nên em chấp hết.

- Nghe kể con gái Lào Cai đi bộ cả ngày không biết mệt?

Mây chống chế:

- Tại thời tiết hôm nay sao sao đó.

Ngồi xuống ghế đá đặt sẵn bên đường dành cho khách lên viếng tượng Chúa Kitô Vua, Mây lôi ngay nước dự phòng ra uống từng ngụm nhỏ, trong khi tôi để mắt nhìn trên sắc hoa đỏ thắm nơi hàng bông giấy ở khu vườn ngay trước mặt; thắc mắc, chưa rõ vì sao thổ nhưỡng tại các vùng biển, thường thích hợp cho việc chăm sóc các loài cây như bông giấy, sứ cùi, phượng đỏ, hơn là gieo trồng các loại cây khác?

Đi. Sau một hồi nghỉ mệt phục hồi lại sức khỏe, Mây vịn tay tôi đứng lên, tiếp tục chinh phục nốt những bậc thang còn lại. Nhờ vậy, bọn tôi nhanh chóng có mặt trước bức phù điêu, được tạc theo bí tích thánh thể của danh họa Léonardo da Vinci, vẽ về "Bữa tiệc ly" nổi tiếng khắp thế giới.

Tò mò, tôi cúi người xuống, đọc bảng chữ khắc trên đá, gắn ngay dưới chân tượng Chúa dang tay, thấy ghi: "Tượng xây dựng năm 1974, cao 32m, sải tay dài 18m3, trên độ cao 170 mét, bên trong có 133 bậc thang dẫn lên tận 2 cánh tay của Chúa". Tại đây, theo lời kể của nhóm bạn trẻ vừa từ trong lòng tượng bước ra thì, đứng ở vị trí của 2 cánh tay tượng Chúa, người ta có thể nhìn thấy biển Đông trước mặt, Hòn Bà, mũi Nghinh Phong, bãi Vọng Nguyệt, cùng với một phần thành phố Vũng bên dưới.

Tiếp tục đi vòng ra phía sau, tôi được bác bảo vệ khu vực tượng đài kể cho nghe, chuyện nhóm thợ khi đào chân móng xuống tới độ sâu 3 mét, chợt phát hiện bên dưới dường như có hầm ngầm hay có thứ gì đó, nên toán thợ dừng ngay công việc lại, trình báo lên cấp trên xin cho phép phá lớp bê tông ra, nhờ vậy phát hiện ra hệ thống công sự kiên cố do người Pháp xây dựng từ cuối thế kỷ thứ 19, bao gồm 7 căn hầm và 3 cụm pháo đài, tạo nên một phòng tuyến vững chắc nhằm kiểm soát tàu bè mỗi khi ra vào vịnh biển.

Đang còn đang phân vân chưa biết đi tiếp những đâu, tình cờ tôi nghe lọt tai từ nhóm bạn trẻ ngồi gần bàn, trao đổi khá sôi nổi về điểm check- in nào đó mang tên: Đồi Con Heo.

Hỏi thăm một trong số bạn đi cùng nhóm, tôi được người này cho biết:

- Đồi Con Heo là chỗ trước đây người ta khai thác mỏ đá. Có thể, do sự sản xuất đã gây ra sự nguy hiểm và ô nhiễm môi trường, nhất là đối với một thành phố mà dịch vụ du lịch đặt lên hàng đầu, nên bị cấm không cho khai thác nữa. Từ đó, khu mỏ bị bỏ hoang, mặc cho cây cỏ mọc lan ra um tùm, cộng thêm nhiều hố đá sau mưa bị ngập tràn trong nước, biến nơi đây thành địa điểm sống ảo cực chất trong mắt các phượt thủ lúc nào không ai hay.

- Vì sao người ta gọi Đồi Con Heo mà không gọi tên khác?

- Tên gọi này vẫn còn nhiều bí ẩn, bởi có người nhìn ngọn đồi có hình dáng giống hệt con vật này nên gọi vậy. Người khác cho là trên đồi thường xuất hiện những cơn gió heo may nên gọi là heo. Nhưng qua lời kể của người dân sinh sống quanh đây thì, trước khi lên đồi đều phải chạy ngang một số trại chăn nuôi heo.

- Để lên đó phải đi hướng nào?

- Cứ theo đường biển Hạ Long chạy ra Bãi Sau, tới đầu hẻm 220 Phan Chu Trinh rẽ phải, sau đó chạy len lỏi trong khu dân cư một hồi sẽ thấy tấm bảng chỉ lên Đồi Con Heo.

Nghe theo sự chỉ dẫn của anh bạn, tôi chở Mây tìm tới hẻm Phan Chu Trinh không mấy khó khăn. Sau đó, từ đầu hẻm tôi chạy tới khúc quanh, nơi có cây phượng trùm khăn đỏ đứng chờ, đột nhiên thấy con hẻm bị thắt nhỏ lại, bày ra trên mặt đường toàn sỏi đá, vừa khó chạy vừa phải nín thở trước cái mùi khó chịu thải ra từ các trại chăn nuôi heo gần đó, nhắc nhở tôi phải cẩn thận tay lái.

Sau khi chạy xe lên tới đỉnh đồi một cách an toàn, tôi cảm thấy như nhẹ hẳn cả người, nhận thấy trước mắt ngoài ngọn đồi trơ trụi đá với đá ra, còn có sự hiện diện đông đảo các gương mặt nữ trẻ trung, đã nhanh chân chiếm giữ các vị trí độc đáo để "tự sướng".

Không chịu thua bọn họ, tôi cùng Mây vịn tay lên thanh chắn bảo vệ, tiến dần ra sát mép đồi, để từ đó có thể nhìn ra khắp thành phố Vũng Tàu, biệt thự bỏ không của đại gia Tăng Minh Phụng, hồ nước ngọt, Bãi Sau, đường Hạ Long, ngọn hải đăng, tượng Chúa Kitô Vua, đảo Hòn Bà... nổi lên giữa biển trời xanh thắm.

Chụp choẹt vài bức ảnh kỷ niệm ở đồi Con Heo cho Mây xong, tôi chực nhớ hôm nay đã 14 âm lịch, nên hối cô mau ngồi lên sau xe, để tôi chạy nhanh về mũi Nghinh Phong cho kịp giờ đi bộ ra đảo Hòn Bà. Nơi có con đường độc đáo xuất hiện giữa biển vào lúc thủy tiều xuống thấp nhất, bởi hiện tượng này chỉ xảy ra mỗi tháng một lần vào các ngày 14 và 15 âm lịch.

Chuyện thực hư thế nảo chưa rõ, nhưng thần may mắn đã giúp tôi đưa được Mây tới mũi Nghinh Phong, đúng lúc mọi người đã sẵn sàng cho cuộc hành hương ngay sau đó. Không chần chờ gì nữa, tôi dắt tay Mây đi theo đám đông, đặt chân xuống nước, dò dẫm từng bước chân trên những phiến đá, trơn trợt, bám đầy hàu non, sẵn sàng cứa nát chân ai vô tình chạm phải.

Sau một hồi di chuyển trên con đường, lúc hiện ra lúc chìm dưới mặt nước lấp xấp, bọn tôi cùng với đám đông người cũng đã có mặt dưới chân miếu Hòn Bà. Tận dụng lúc mọi người đứng nghỉ mệt, tôi và Mây kéo nhau tiến lên phía trước, vượt qua những bậc thang xi măng, đi dưới những bóng râm xanh mát của những hàng dừa, hàng cau, hàng phi lao, để có mặt trước ngôi miếu thờ Bà.

Sau khi quan sát ngôi miếu thờ, Mây ghé lại bên tôi, hỏi:

- Bên trong người ta thờ những ai vậy anh?

Tôi trả lời cô:

- Thờ các vị thần linh, các vị tiền hiền, các người đã có công giúp ngư dân vượt qua những hiểm nguy, mỗi khi họ dong thuyền đi biển đánh bắt cá trở về an toàn.

Vừa trả lời Mây tôi vừa bước tới trước ngôi miếu thắp một nén hương, kế đến đưa cô đi vòng ra phía hậu liêu, gặp ông từ ở đây, tìm hiểu về chiếc hầm ngầm bí mật có mặt tại đây. Theo lời ông, hầm được xây dựng rất kiên cố, rộng khoảng 20 mét vuông, dùng làm nơi hội họp bí mật của những nhà yêu nước trong thời kháng chiến.

Quay ra, tôi và Mây dùng thời gian còn lại, đi dạo chơi quanh đảo Hòn Bà, hít thở không khí trong lành giữa biển trời bao la; đồng thời nhìn vào trong đất liền chiêm ngưỡng vẻ đẹp như tranh qua cảnh núi non hùng vĩ hiện ra ở Bãi Sau. Bất ngờ, nghe bên tai nhiều tiếng gọi í ới, báo hiệu cho nhau phải mau rời khỏi Miếu Bà đi xuống bên dưới, nếu không muốn bị thủy triều lên xóa mất đường trở vào bờ. Trước tin báo khẩn cấp, bọn tôi nhanh chóng chào từ biệt miếu Bà, theo chân đám đông đi xuống bên dưới, để kịp trở vào đất liền, để sáng hôm sau quay về Sài Gòn.

Và. Để lưu dấu kỷ niệm chuyến đi khám phá biển Vũng Tàu lần này, tôi và Mây dự định dành hẳn buổi tối cho việc sống hết mình trên biển, qua trò chơi rượt đuổi theo những chú còng gió, thoắt hiện thoắt biến bên hang ổ, trên những chiếc chân cao lêu nghêu. Tình cờ bọn tôi được một nhóm bạn trẻ sinh hoạt lửa trại gần đó, mời tham dự vào trò chơi team buiding cho tới hết đêm.

Sáng ra, nhìn mặt đứa nào đứa nấy đều thấy lộ rõ sự bơ phờ, hốc hác; nhất là khi nhìn vào cửa sổ tâm hồn của Mây, mới hay chỉ sau một đêm thức trắng, đôi mắt quyến rũ của ngày hôm qua, bỗng trở nên thâm quầng như vừa mới được make- up miễn phí.

Đang yên đang lành, vui vẻ, tôi chợt nghe Mây buông ngay một câu hỏi, khiến tôi không khỏi giật mình:

- Tối qua anh có nghe ai đó nói từ Bà Rịa đi Phan Thiết gần hơn là quay về Sài Gòn không?

Tôi không lạ gì trước câu hỏi như đã xác định của Mây nên hỏi ngược lại cô:

- Em muốn đi Phan Thiết thay vì ghé về Sài Gòn chứ gì?

- Hì hì! Không ai hiểu em bằng anh.

- Em không mệt sao?

- Người ta há chẳng từng nói "thời gian là vàng bạc hay sao" nên em muốn lợi dụng cơ hội này đi luôn ra Phan Thiết một thể.

Ngẫm lại, nghe Mây nói tôi thấy cũng có lý, bởi thời gian của cô có mặt ở Sài Gòn không nhiều, nên cô có tính toán như vậy cũng hợp lý thôi.

Thông cảm với Mây tôi trả lời cô:

- Tùy em thôi.

- Ồ! Vậy là anh đồng ý chở em đi luôn ra Phan Thiêt rồi há, nhưng...

- Lại nhưng nhị gì nữa đây?

- Anh từng trải nghiệm trên cung đường biển đó lần nào chưa?

- Nói chưa cũng không hẳn bởi đã có lần anh ghé thăm suối nước khoáng ở Bình Châu.

- Vậy là em có thể an tâm được rồi.

Và. Dĩ nhiên, thay vì chạy lòng vòng trong thành phố Vũng Tàu tìm chỗ ăn sáng, tôi chở Mây thẳng về Bà Rịa, ghé ăn bánh canh Long Hương, tọa lạc ngay phía sau cái cổng chào to đùng cũng chưa muộn./.

CÔN ĐẢO
THIÊN ĐƯỜNG BIỂN XANH

Tháng Sáu. Tôi phân vân chưa biết sẽ đi đâu trong mùa hè, may sao gặp Ngữ, người bạn thân thiết thời học chung bậc tiểu học, tư vấn:

- Mình có cô em vợ từ Côn Đảo vào chơi, nếu cậu không cho ngoài ấy chỉ có những nhà tù được coi là "địa ngục trần gian", thì hãy làm một chuyến khám phá thiên đường mà tạp chí Travel & Leisure hay sách gối đầu giường du lịch Lonely Planet, bình chọn là một trong mười hòn đảo bí ẩn nhất hành tinh; cam đoan không ai qua mặt được tay thổ địa này. Biết đâu, sau chuyến đi bỗng dưng anh chị phải lòng nhau và cậu trở thành cột chèo với mình thì còn gì vui bằng?

Được bạn hiến kế, tôi quyết định thử một lần đi ra Côn Đảo, trải nghiệm thế giới đại dương muôn màu muôn vẻ nơi thiên đường nghỉ dưỡng hoang sơ và kỳ vĩ nhất hành tinh xem sao.

Ngay hôm sau, trên đường đưa tôi về nhà ra mắt cô em vợ, Ngữ không quên bật mí: "Con bé chưa có mối tình vắt vai nào, cậu liệu mà tấn công". Tưởng gì, có thêm một cô bạn gái không tốt hơn là gây ra thù oán với ai đó hay sao; huống chi, em vợ bạn lại là cô gái miền biển xinh đẹp, thì Chúa ơi quả là một sự may mắn dành cho kẻ phàm phu tục tử này đấy ạ?

Lúc ngồi đối diện với Nụ ở sofa, tôi hỏi cô:

- Mùa này ra Côn Đảo ổn không em?

Nụ cười e thẹn, vân vê những sợi tóc thả bồng bềnh trước ngực, đáp:

- Côn Đảo là một trong 16 đảo thuộc tỉnh Bà Rịa - Vũng Tàu, nếu đi vào tháng 10 cho đến tháng 02 năm sau, ai lỡ mua vé tàu thì nhớ thủ sẵn thật nhiều bao ni-lông.

- Để làm gì hả em?

- Có cái để "chó ăn chè".

- Vậy, nên ra Côn Đảo thời gian nào?

- Đi vào khoảng tháng 04 cho đến tháng 09 là an toàn, thời gian này biển đẹp lại êm, khỏi sợ bị "cưỡi thú nhún hay phê xì ke" gì đó.

- Vậy, hôm nào trở về nhà, em cho anh tháp tùng với nghe?

- Đừng nói là anh đi tìm tư liệu về viết tạp văn hay ký gì đó nghe.

- Ngữ nói cho em biết về anh rồi hả?

- Không! Em lén đọc cuốn "Lên Mù Sương Xuống Mù Sương" của anh tặng cho vợ chồng anh chị Ngữ rồi.

- Đồng ý nhé?

- Dễ thôi, anh sửa soạn sẵn đi, tới mùa trăng em ới anh một tiếng là lên đường.

- Sao phải đợi tới mùa trăng?

- Anh đi rồi sẽ biết vì sao nhà thơ Lý Bạch đã nhảy tòm xuống nước ôm lấy bóng trăng.

Đúng hẹn, Nụ cùng tôi bắt xe ra Vũng Tàu. Qua cầu Cỏ May, nhìn bên phải quốc lộ 51, thấy có bảng chỉ đường vào cảng Cát Lở. Nụ nhắc bác tài dừng xe cho xuống. Từ quốc lộ vào cảng phải đi qua ngôi chợ tự phát choán gần hết đường xe lưu thông. Qua mươi lăm phút đi bộ, bọn tôi vào đến nhà bán vé cũng là điểm chờ lên tàu. Nụ để tôi ngồi ở căn-tin uống nước, cô đi kiểm tra vé tàu điện tử đã đặt qua mạng trước đó.

Một lúc sau Nụ đã làm xong thủ tục, cô quay trở ra nói:

- Mình đi tàu sắt số 9, dự báo thời tiết tốt, ngủ một giấc tới tầm 6 giờ sáng ra đến cảng Bến Đầm.

Đúng 17 giờ, còi tàu Côn Đảo 9 hụ ba tiếng trước khi nhổ neo, bắt đầu chuyến hải hành trực chỉ Côn Đảo.

Ổn định xong chỗ nằm dưới khoang tàu, tôi theo Nụ lên căn-tin trên boong ăn uống, ngắm biển, chờ đợi hoàng hôn xuống. May thay, trong đám hành khách có mặt chật cứng ở hai bên hành lang, Nụ cũng tìm được cho tôi và cô chỗ đứng có thể nhìn thấy cảnh bồn xăng dầu, cảng biển, kho tàng, bến bãi container, kéo dài ra tới khu Bến Đình, nhà cửa lô nhô, đài rada, ngọn hải đăng, núi lớn, núi nhỏ... đang lui dần lại phía sau. Cùng lúc, có nhiều tiếng người suýt xoa, khen tặng vẻ đẹp lộng lẫy bên từng đám mây mới vừa thấy trắng như bông, tức thì biến thành sắc màu rực rỡ in trên nền trời, ở ngay sau lưng. Vì mới lần đầu tiên lênh đênh trên biển, tôi lạ lẫm đứng nhìn không chớp mắt cuộc trình diễn ánh sáng vô cùng hoành tráng của hoàng hôn, kéo dài cho tới khi bóng đêm phủ xuống, mang mặt trăng nhô cao dần khỏi mặt nước; đồng thời ném thứ ánh sáng kỳ ảo xuống những con sóng nhấp nhô, trông chẳng khác gì đang có muôn ngàn con cá vàng quẫy đuôi đùa giỡn. Tiếc thay, giữa khung cảnh thơ mộng và đầy lãng mạn như thế này, cô gái đứng bên tôi vẫn còn là ẩn số, cho nên tôi chẳng biết làm gì hơn là ngồi bên cô uống nước, ăn mì gói... hít hà mùi thịt da con gái quyến rũ ngây ngất trong bóng đêm.

Đang mơ mộng, bất ngờ tôi thấy Nụ quay lại, phát hiện ra ánh mắt của tôi đang nhìn cô say đắm, cô vờ như không biết hỏi:

- Bộ, trên mặt em dính gì hay sao mà anh nhìn em với ánh mắt gian gian thế nào ấy?

Ngay lúc ấy nhờ có anh thanh niên trong thủy thủ đoàn đi ngang, tôi mừng rỡ giữ anh ta lại hỏi thăm về con tàu số 9. Anh vui vẻ cho biết: con tàu dài 30 mét, rộng 7.8 mét, vận tốc trung bình 15 km trên giờ, mỗi chuyến ra khơi ngốn hết gần 8 tấn dầu và chở được khoảng 300 khách, gồm 238 giường nằm hai tầng và một ít ghế ngồi.

Khuya, tôi cùng Nụ rời boong tàu đi ngủ, dành sức để hôm sau còn khám phá Côn Đảo.

Đặt lưng nằm xuống giường khá lâu nhưng tôi không tài nào ngủ được, cứ nhắm mắt để đó, chỉ mong cho trời mau sáng. Tới đầu hôm, tôi thiếp đi trong giấc ngủ lúc nào không hay. Kinh nghiệm tích lũy được trong những lần đi cùng tập thể, giúp tôi ngồi dậy mang bàn chải đánh răng đi ra phía sau đuôi tàu, chiếm lấy bồn vệ sinh lộ thiên rửa mặt đánh răng, trước khi hơn 300 con người cùng túa ra đây cùng một lúc, tới lúc đó e chỉ còn nước đứng chờ dài cả cổ.

Từ khu vệ sinh nhìn ra, tôi thấy một đốm lửa đỏ mọc lên rất nhanh từ dưới mặt biển. Thì ra, tín hiệu ngầm báo một ngày mới đang đến. Tôi chạy vội lên boong tàu, ngắm cái chấm lửa mới đầu chỉ to hơn nửa quả trứng, sau lớn dần bằng quả bóng, trước khi biến thành chiếc mâm rực lửa rọi sáng cả một góc trời biển Đông. Ôi! Không phải là tuyệt tác thiên nhiên do tạo hóa ban tặng thì gọi là gì nhỉ? Kịp lúc quay lại, tôi đã thấy con tàu lừng lững tiến vào cửa vịnh được che chắn, bao bọc bởi các dãy núi cùng nhiều hòn đảo lớn nhỏ. Trước mắt, ngoài vịnh Bến Đầm hiện ra lờ mờ trong làn sương, tôi còn bắt gặp một cảng cá có thể tiếp nhận khoảng 20 tàu có công suất từ 150 đến 600 mã lực, ghé vào tránh bão, mua bán hải sản, đá lạnh, thực phẩm tươi sống, xăng dầu, sửa chữa máy móc, buôn bán ngư cụ, dịch vụ ô tô, dịch vụ xe ôm...

Do bận ngắm cái cầu cảng dài sọc như một sàn catwalk, chạy thẳng từ trong đảo ra tới ngoài vịnh Bến Đầm, tôi quên khuấy việc con tàu đã cập cảng từ lâu. Tới chừng, nghe tiếng Nụ gọi í ới dưới bến, tôi chợt nhớ mình là người khách cuối cùng còn đứng trên boong tàu. Quê quá, tôi chỉ còn biết cúi đầu xách ba lô hướng về chiếc thang dành cho khách đi tàu lên xuống, bước tới. Vừa đi, tôi vừa cố ý né tránh ánh mắt cùng nụ cười soi mói của nhiều người đang nhìn ngó theo tôi.

Dưới bến, các đội quân xe tải, xe ôm xếp hàng trật tự chờ đưa khách vào thị trấn Côn Sơn cách đấy chừng 12 cây số. Nụ khuyên tôi ngồi sau xe ôm cho thoải mái, để được hít thở không khí trong lành biển cả, vừa thưởng ngoạn phong cảnh đẹp như tranh vẽ nơi cung đường chạy dọc ven biển. Đúng như lời cô, con đường tuy không rộng lắm nhưng được cái thoáng đãng sạch sẽ với một bên là vách núi xanh rờn cây cỏ, một bên là đại dương trong vắt màu nước biển xanh ngọc. Cung đường dẫn qua địa danh: đỉnh Tình Yêu, mũi Cá Mập, Bãi Nhát, những khu resort, nhà hàng sang trọng mọc san sát bên nhau, chạy vào tận thị trấn bình yên rợp mát bóng những hàng cây bàng cổ thụ gốc rễ sần sùi, tượng trưng cho sức sống mãnh liệt của người dân Côn Đảo, được trồng giữa hai làn đường dắt nhau chạy uốn lượn ven biển, đẹp không thể chê vào đâu qua tiếng sóng vỗ rì rào thay cho lời tình tự.

Được biết, Côn Lôn, Côn Sơn hay Côn Đảo là tên của một trong số 16 hòn đảo lớn nhất tại đây. Mỗi hòn đảo đều mang một đặc thù riêng, thể hiện nơi các rạn san hô thân cứng, thân mềm, dạng bàn tay, sừng nai hoặc các loại tảo biển, vích... nhưng điểm chung nhất là cùng thừa hưởng một khí hậu trong lành, thích hợp cho những ai muốn đi du lịch sinh thái và nghỉ dưỡng.

Để đỡ phải mang vác vất vả, Nụ rủ tôi ghé nhà cô bỏ mấy thứ không cần thiết, xong quay ra đi dưới bóng mát những cây bàng, qua các con phố đìu hiu bên màu đỏ chói chang từ hàng rào bông giấy nhà ai. Tuy những con đường trên đảo thường không to, không dài nhưng được cái sạch trơn và đều hướng ra phía biển, tạo cảm giác dễ chịu giữa màu nắng hè gay gắt. Bỗng dưng, trong đầu tôi nảy ra ý nghĩ: nếu bạn đã một lần đi giữa đường phố cổ Hội An, nghe lòng mình ấm lại bên những câu chuyện cổ tích một thời thơ dại tuổi thơ thì, đi bên những bờ tường đá rêu phong dài hun hút cùng những mái nhà ngói đỏ xây dựng theo lối kiến trúc thời thuộc địa, khiến bạn liên tưởng tới một Côn Đảo chẳng khác gì vùng nông thôn nào đó ở tận miền Nam nước Pháp xa xôi.

Thấy tôi có vẻ suy nghĩ, Nụ mỉm cười hỏi:

- Anh có thấy chán với cái thị trấn vắng vẻ buồn hiu này chưa?

Tôi trả lời:

- Buồn thế nào được. Em không thấy mấy chàng thanh niên đang nhìn anh phát ghen lên hay sao?

Nụ cười đỏ mặt nói:

- Em tưởng nhà văn các anh chỉ giỏi viết lách, không dè tán tỉnh bọn con gái cũng ra trò.

Vừa đi, Nụ vừa chỉ tay về phía có cái quán cà phê lộ thiên, nằm dưới bóng của những cây bàng. Ngoài việc kinh doanh cà phê ra, ở đây còn bán cả thức ăn nhẹ, kiêm luôn việc cho thuê xe máy. Ngồi ăn sáng, Nụ hỏi thuê luôn xe máy với giá một trăm hai mươi ngàn đồng một ngày, hào hứng kể:

- Vào những đêm trăng tròn, ngồi ở ngoài sân kia vừa thưởng thức cà phê vừa ngắm thủy triều mang nước rút ra xa bờ, làm lộ ra những con cá, con mực lấp lánh dưới ánh trăng đẹp đến mê hồn.

Tôi không bỏ lỡ dịp may rủ rê cô:

- Đêm nay cũng sáng trăng, vậy tối nay mình lại ra đây ngồi uống cà phê, lội xuống biển bắt cá, chờ đến 12 giờ khuya đi ra nghĩa trang Hàng Dương xem người ta đi viếng mộ cô Sáu luôn thể?

- Ồ! Đêm nay em phải có mặt ở nhà, nếu cần anh cứ thuê xe ôm đến đó xem người ta thắp nhang cầu xin những điều tốt lành nơi cô Sáu. Ngày mai, em hứa sẽ đưa anh ghé đến miếu bà Phi Yến, cũng là một trong hai điểm du lịch tâm linh được nhiều người biết đến.

Nụ kể tới đây, tôi nhác thấy bóng người chủ quán bước đến báo cho cô biết thủ tục thuê xe đã làm xong. Nghe vậy, tôi đứng lên đi lại quày tiếp tân ký giấy nhận xe. Tại đây, cô nhân viên vui vẻ cho biết: "Ở Côn Đảo chỉ có độc nhất mỗi cây xăng và chỉ làm việc trong giờ hành chánh". Khỉ thật, tôi vội nhận chìa khóa xe, chạy bay ra cây xăng đổ một bình thật đầy. Yên chí, kể từ giờ trở đi tôi có thể chở Nụ đi khắp nơi mà không phải lo lắng.

Rời cây xăng, tôi chở Nụ vòng ra con đường cặp biển, nơi được xem đẹp nhất Côn Đảo, ghé Cầu tàu 914, thấy trên bia di tích ghi 914 con người đã bỏ mạng trong lao dịch khổ sai để xây dựng nên cây cầu dài 107 mét, chạy thẳng từ mép đường ra đến ngoài vịnh Côn Sơn. Đây cũng là nơi tiếp nhận những người tù đầu tiên bị đày ra đây. Có điều, con số 914 nghe đâu chưa thật chính xác?

Chụp vội mấy bức ảnh, tôi cùng Nụ quay sang dinh Chúa đảo ở ngay sau lưng. Vượt qua cái cổng chào đồ sộ bên đường, bọn tôi đứng trước cổng dinh có tấm biển nhỏ ghi "Bảo Tàng Lịch Sử Côn Đảo". Nơi làm việc, sinh sống của 53 đời Chúa đảo trải qua 113 năm, nay trở thành nơi giới thiệu khái quát hình ảnh nơi giam giữ, hiện vật tra tấn tù nhân yêu nước ba miền như: Phan Chu Trinh, Ngô Đức Kế, Huỳnh Thúc Kháng, Đặng Nguyên Cẩn, Võ Thị Sáu... riêng bài thơ Đập Đá của cụ Phan, người đứng đầu trong "Côn Lôn Quốc Sự Tù", được khắc trên đá hoa cương treo trước cổng khu khai thác đá: "Làm trai đứng giữa đất Côn Lôn/ Lừng lẫy làm cho lở núi non/ Xách búa đánh tan năm bảy đống/ Ra tay đập vỡ mấy trăm hòn/ Tháng ngày bao quản thân sành sỏi/ Mưa nắng chi sờn dạ sắt son/ Những kẻ vá trời khi lỡ bước/ Gian nan chi kể chuyện con con".

Từ nhà bảo tàng bước ra, tôi thấy mây đen ùn ùn kéo đến từ phía biển. Đoán sớm muộn gì trời cũng mưa, tôi cố chạy thật nhanh tìm chỗ trú chân. Biết tôi lo lắng, Nụ trấn an bằng câu:

- Anh yên tâm đi, trên đảo mưa không dai lắm đâu.

Chợt nhìn thấy trên vỉa hè phía trước có cái quán bày bán hàng đặc sản Côn Đảo, tôi chở Nụ chạy bay đến đó. Thấy khách ghé vào, chị bán hàng thân thiện kéo ghế mời chúng tôi ngồi, giới thiệu:

- Anh chị mua mứt bàng đi. Ai đã ra đến đảo, trước khi trở về đất liền, đều mua nó về làm quà cho người thân.

Trong lúc tôi cầm lọ mứt lên xem, Nụ chỉ tay về những quả dứa dại có màu đỏ, hỏi:

- Anh biết quả này tên gì không?

Tôi còn lạ gì những quả dứa dại này, vì đã có lần bị choáng ngộp trước màu sắc sặc sỡ của nó, bày bán ở biển Cổ Thạch, Mũi Nai, hay mới đây trên đường lên mũi Điện - Tuy Hòa.

- Quả dứa gai chứ gì. Tôi đáp.

Mưa bắt đầu rơi như thể "năng lưu khách". Trong lúc chờ cơn mưa đi qua, tôi chọn mua vài lọ mứt tặng Nụ, còn bao nhiêu mang về gửi lên Tây Bắc cho Mây và Nhã nếm thử đặc sản Côn Đảo, ngon, ngọt, mằn mặn hòa lẫn trong vị bùi béo tan trên đầu lưỡi nghe lạ lẫm. Kế đó, tôi không quên hỏi thăm chị bán hàng cách thức làm mứt bàng. Chị vui vẻ kể "Cây bàng ở Côn Đảo thuộc loại cây rừng nên cho lá và quả rất to. Thường vào tháng 7, tháng 8 bàng chín vàng trên cây, lúc đó dơi từ các nơi bay về ăn trái chín rất đông, cộng thêm việc trời chuyển gió thổi mạnh làm những quả bàng rơi đầy xuống mặt đường. Ai rảnh việc, đi nhặt của trời cho mang về phơi khô, dùng dao bén tách quả làm đôi, cậy lấy nhân bên trong rang chín đổ riêng ra một cái thau. Sau đó, cho đường hoặc muối đun trên lửa liu riu cùng với một ít nước, chờ sệt lại đổ bàng đã rang trước đó vào chung một chảo, dùng xạng đảo đều tay để đường hay muối thấm vào từng hạt bàng, cho tới khi tất cả ngả sang màu nâu là được".

Mưa một loáng đã tạnh, Nụ hối tôi chạy về phía phi trường Cỏ Ống, ở cách xa thị trấn khoảng 15 cây số, khám phá bãi tắm được đánh giá hoang sơ và đẹp nhất Đầm Trầu. Con đường chạy dọc ven biển thật thơ mộng, dẫn qua khu rừng dương sào sạc tiếng gió, bãi tắm Lò Vôi lãng mạn, đến những đoạn quanh co gấp khúc đầy nguy hiểm; đổi lại, tôi được chứng kiến cảnh rừng nguyên sơ với vô số cây rừng như bằng lăng tím, cây họ đậu trổ bông giống hoa anh đào, khu nghỉ dưỡng Six Senses (từng được tạp chí Travel &Leisure bầu chọn là khách sạn thứ 19 trong 52 khách sạn tốt nhất thế giới vào năm 2011, với 50 biệt thự bằng gỗ, hồ bơi riêng; đặc biệt với sự có mặt của đôi diễn viên điện ảnh Brad Pitt - Angelina Jolie)... tới ngã rẽ bên đường, thấy tấm bảng chỉ vào miếu Cậu và bãi Đầm Trầu cách xa phi trường non cây số.

Quẹo theo bảng chỉ dẫn còn in vết xe trên con đường đất, tôi lái xe xuyên rừng tới xưởng cưa xẻ đá bị bỏ hoang phế, chạy tiếp thêm một đoạn ngắn ghé vào thắp nhang ở miếu Cậu, nơi thờ hoàng tử Cải, con trai chúa Nguyễn Ánh với bà thứ phi Phi Yến, bị cha ném xuống biển vì khóc xin đòi cho mẹ được cùng chạy trốn, khi nghe tin quân Tây Sơn đang truy đuổi đến gần.

Buồn, nghe qua câu chuyện quá tàn nhẫn, ai nấy đều bị xúc động mạnh; riêng tôi và Nụ lẳng lặng lấy xe chạy tiếp lên quá 300 mét, leo lên một tảng đá có hình thù giống đôi bạn đang chụm đầu vào nhau, nhìn xuống bãi cát mịn màng trải một màu vàng ươm bên bờ biển, nghe tiếng gió thổi rì rào bên rừng phi lao như đang nhỏ to kể chuyện nàng Trầu xinh đẹp, kết thúc cuộc đời bất hạnh của mình trước mối tình oan nghiệt với người anh cùng cha khác mẹ. Để cảm thương cho mối tình nghiệt ngã của nàng Trầu, người dân làng Cỏ Ống chọn nơi nàng quyên sinh đặt tên cho bãi Đầm Trầu. Bãi biển sạch, nước trong veo, sóng gợn lăn tăn, uốn lượn hình cánh cung nhờ hai đầu có hai bãi đá cùng với rừng nguyên sinh nhô ra tận biển chắn gió.

Thay vì nằm ngả lưng xuống ghế bố, tận hưởng chút không khí trong lành của biển, tôi lôi Nụ xuống mép nước, đi dạo trên cát, nhặt từng chiếc vỏ ốc, từng viên đá có hình thù ngộ nghĩnh mang về chưng ở kệ sách; kể cả việc xông vào khu rừng nguyên sinh trên bờ, khám phá động thực vật trước khi trở xuống lặn ngụp dưới làn nước biển trong vắt màu xanh ngọc.

Vui đùa chán chê, bọn tôi lại lên xe rời bãi Đầm Trầu, chạy về hướng núi Chúa. Bỏ qua nhánh thứ nhất đường vào nghĩa trang Hàng Dương; bỏ qua nhánh thứ 2 chạy ngang khu sở tiêu; tôi chạy xuyên rừng Quốc Gia tới di tích Ma Thiên Lảnh (*). Đây là cây cầu do thực dân Pháp bắt tù nhân mở đường, nhằm nối 2 mỏm núi tới sở Ông Câu để dễ bề kiểm soát những tù nhân vượt ngục. Do địa thế hiểm trở, lao động lại nặng nhọc, cây cầu làm chưa đến đâu đã có 356 tù nhân phải bỏ mạng (đến tháng 8 năm 45 việc xây cầu bị ngưng luôn) và ngày nay chỉ còn nhìn thấy 2 cái mố cầu bị bỏ hoang phế. Để đi tiếp xuyên qua rừng Ông Đụng, tôi buộc phải để xe tại chỗ, vì con đường mỗi lúc một nhỏ rất khó đi do cây cỏ mọc um tùm; ngược lại, tôi có cơ hội ngắm nhìn thảm thực vật nơi rừng nguyên sinh với đủ loại hoa, bướm có màu sắc sặc sỡ bay lượn cùng tiếng chim hót nghe lạ tai. Kia rồi, bãi Ông Đụng hiện ra với nhiều cây bàng lớn, gốc rễ sần sùi đứng nhiêng mình soi bóng bên bãi cát có hàng ngàn viên đá cuội tròn nhẵn và khu rừng ngập mặn. Vui quá, Nụ xắn ống quần lên lội nước, đuổi theo đám cua núi màu vàng chạy trốn sau lớp lá mục khi nhác thấy bóng người, trong khi tôi hoay hoay gỡ từng con ốc bám chặt vào đá. Ốc Vú nàng? Tôi chợt nhớ lời dặn của bạn bè, khi ra bãi Ông Đụng nhớ hỏi con gì đó mà chỉ Ông Đụng mới biết. Tôi buột miệng đọc: "Ai qua đất thắm Bãi Bàng/ Hỏi thăm Ông Đụng vú nàng lớn chưa". Vú Nàng. Nụ ngạc nhiên nhìn nét mặt "giả nai" đầy tà ý nơi tôi, đỏ mặt giải thích: "Vú nàng là loại ốc biển bám vào đá, có lớp vỏ màu ngăm nâu, hình dáng khum khum giống như nhũ hoa phụ nữ. Ốc vú nàng khi tách ra thấy thịt bên trong màu hồng, mùi tanh, vị ngọt, ăn nghe sừng sực trong miệng". Ồ! Thì ra chuyện vú vê nơi trần tục đâu còn có liên quan gì tới Ông Đụng, bởi từ ngày bị đày ra Côn Đảo, ông đã rũ áo giang hồ ở ẩn không màng tới chuyện trai gái, hỏi chuyện vú nàng với ông làm gì cho rách chuyện?

Từ bãi ông Đụng trở ra, tiện đường Nụ đưa tôi đi tìm cảm giác mạnh trên con đường dốc cao gần như thẳng đứng lên đỉnh Thánh Giá. Cung đường núi nghe nói cao nhất ở Côn Đảo, luôn có mây mù bao phủ, trông thơ mộng lãng mạn không thua gì Đà Lạt hay Sapa, nhưng sự nguy hiểm được sánh ngang bằng những khúc cua tay áo trên vùng Đông - Tây - Bắc mà tôi từng đặt chân đến. Đặc biệt, khi đứng trên "nóc nhà Côn Đảo", bạn có thể quan sát toàn cảnh vịnh Côn Sơn, thảm thực vật nguyên sinh rừng nhiệt đới, cùng các hoạt động tàu thuyền di chuyển trên biển cũng như toàn bộ thị trấn Côn Đảo và cảng Bến Đầm bên dưới.

Chiều đến, trên đường trở về thị trấn ăn uống, nghỉ ngơi để sáng hôm sau ra thăm hòn Bảy Cạnh, nhưng khi vừa chạy đến chân núi Một, Nụ bảo dừng xe ghé miếu bà Phi Yến hay còn gọi là An Sơn miếu (nơi thờ bà thứ phi chúa Nguyễn Phúc Ánh, tục danh Lê thị Răm) thắp cho người phụ nữ có lòng yêu dân, thương nước một nén nhang. Tương truyền, cuối thu năm 1873 bà đã cùng chúa Nguyễn Ánh bôn đào ra Côn Đảo, tránh đi sự theo dõi của nhà Tây Sơn, thì cũng vào thời gian này nhà vua lại có ý định đưa hoàng tử Cải tháp tùng Bá Đa Lộc sang Pháp làm con tin để xin cầu viện. Bà Phi Yến đã khuyên vua không nên "Cõng rắn cắn gà nhà" nên bị nghi ngờ thông đồng với giặc và bị xử tội chết, may nhờ các quan can gián nên bà chỉ bị giam cầm trên một hoang đảo. Năm 1785, nhân làng An Hải có trai đàn, vài vị bô lão được cử sang làng Cỏ Ống, thỉnh Bà sang dự. Thuở ấy Bà mới 25 tuổi, nhan sắc đẹp tuyệt trần nên bị tên Biện Thi làng An Hải không cầm lòng được, lợi dụng lúc Bà ngủ say quyết tâm lợi dụng thân thể Bà, nhưng khi hắn vừa chạm đến tay, tức thì Bà giật mình thức giấc tri hô lên để dân làng kịp thời bắt hắn. Để giữ tròn phẩm tiết, Bà đã tự chặt đứt cánh tay, rồi thừa lúc mọi người sơ ý đã quyên sinh. Trước sự việc ấy, người dân làng An Hải đã phải lập đền thờ Bà để tạ tội và sau đó chọn hòn đảo nơi bà bị giam cầm, đặt tên là hòn Bà. Hàng năm, cứ đến ngày 18 tháng 10 âm lịch, người dân Côn Đảo tề tựu về làng Cỏ Ống cúng giỗ và tiếc thương cho cuộc đời đầy nghiệt ngã của hai mẹ con bà thứ phi qua câu hát để đời: "Gió đưa cây cải về trời / Rau răm ở lại chịu nhiều đắng cay".

Thế là, sau một đêm ngủ đẫy giấc, sáng sớm tôi cùng Nụ thuê thuyền ở bến tàu du lịch ra thăm Hòn Bảy Cạnh, hòn đảo lớn thứ 2 sau Côn Sơn. Ngồi trên thuyền, ngắm trời xanh biển lặng với núi non lô nhô vây quanh, tôi cảm thấy như lạc vào chốn bồng lai tiên cảnh. Bất ngờ, nghe tiếng của Nụ mừng rỡ kêu lên khi cô phát hiện ra đám cá có màu sắc sặc sỡ, bơi lượn lờ bên những rạn san hô.

- Đây rồi, san hô, rong biển, nấm biển đang ở ngay dưới nước, cách mặt biển chưa đầy nửa sải tay, tội gì mình phải mặc áo phao, đeo kính lặn, mang ống thở Norkelling chui xuống biển làm chi cho mệt ra.

Xuống thuyền ở bãi Cát Lớn, bọn tôi bỏ qua đường lên ngọn hải đăng, lội trên thảm san hô chết ở rừng ngập mặn, bắt hải sâm ngay dưới chân lên quan sát rồi thả chúng về chỗ cũ hoặc đuổi theo loài cua "xe tăng" chỉ thấy có ở Côn Đảo. Loài cua với hai chiếc càng to-nhỏ mất cân đối, trốn chạy rất nhanh khi nghe thấy tiếng khua động từ dưới nước. Riêng, con cầu gai với những cái gai độc mọc tua tủa, có hại cho môi trường và nhất là đối với những rạn san hô, thì dùng cây phạt hết gai mang về nấu cháo hoặc nướng trên bếp lửa, múc thịt bên trong ăn rất ngon.

Sau hơn một giờ lội đi, tránh né những chiếc rễ cắm phập xuống mặt nước nơi rừng đước, bọn tôi đã đến đứng trước trạm kiểm lâm giữa rừng. Không dè, ở đây lại có một ngôi nhà sàn xinh xắn với những chiếc chân cao loi ngoi trên doi đất, quay mặt nhìn ra biển. Ngồi nghỉ mệt, ăn uống, trò chuyện với các bạn ở trung tâm bảo tồn rừng và sinh vật biển, tôi nghe các anh nói cho biết "muốn xem vích đào lỗ đẻ trứng phải chờ tới tháng 8 tháng 9 mới là mùa sinh sản của chúng.

Tiếc thật, thôi đành phải đi câu cá, lặn ngắm san hô rồi trở về Côn Đảo, đợi dịp khác trở ra đây.

Chập tối, lúc tôi và Nụ ngồi ở quán cà phê cạnh biển, có người đến trao cho tôi tấm vé máy bay đã nhờ mua.

Nụ ngạc nhiên hỏi:

- Anh không về bằng đường biển nữa sao?

Tôi buộc lòng nói dối:

- Ở nhà gọi điện thoại ra báo phải về gấp.

Vậy là sáng hôm sau, tôi từ giã Nụ ra phi trường Cỏ Ống,

leo lên máy bay ATR chào tạm biệt Thiên Đường Biển Xanh Côn Đảo, một nơi chốn giờ đây không chỉ còn là những nhà tù khổ sai ám ảnh tâm trí mọi người nữa, mà trở thành thiên đường du lịch nghỉ dưỡng sinh thái dành cho bất kỳ ai muốn khám phá vẻ đẹp tiềm ẩn đầy nét hoang sơ vào loại bậc nhất hành tinh vậy./.

(*) Cầu Ma Thiên Lãnh: Đặt theo tên một ngọn núi ở Triều Tiên, phỏng theo truyện "Tiết Nhơn Quí chinh Đông".

ĐẢO NGỌC PHÚ QUỐC

Một tháng, sau chuyến đi Côn Đảo trở về của tôi, Nhã cũng bay từ Lạng Sơn vào Sài Gòn, mè nheo mãi về chuyện trốn đi chơi mà không báo cho cô biết. Đổi lại, cô bắt tôi phải đưa ra thăm Phú Quốc như đã từng hứa, nếu không muốn thấy tình bạn bị "treo" vĩnh viễn. Vậy là tôi phải chiều theo ý cô, mua 2 vé xe giường nằm ngủ một giấc từ khuya cho tới tận 5 giờ sáng, nhổm dậy đã thấy công trình nghệ thuật đặc sắc qua chiếc cổng làng Nam Bộ với 3 ô cửa vòm được gọi là cổng tam quan, dẫn vào thành phố lấn biển đầu tiên ở nước ta: Rạch Giá.

Để ra Phú Quốc, một là di chuyển bằng máy bay mất 25 phút, hai đi bằng tàu hơn 2 tiếng rưỡi với chặng đường dài 120 cây số. Được biết, Phú Quốc nằm trong vịnh Thái Lan, là một quần đảo du lịch sinh thái lớn nhất Việt Nam thuộc tỉnh Kiên Giang, hấp dẫn bởi còn nhiều bãi biển đẹp, tuy không hoang sơ bằng Côn Đảo, nhưng ai cũng mong có một lần đặt chân đến.

Sau một hồi trao đổi, Nhã quyết định đi bằng tàu cao tốc ra Phú Quốc để còn có dịp ngắm trời biển bao la. Thế là bọn tôi nhờ xe trung chuyển chở ra bến tàu cao tốc, mua vé tàu Superdong, trước khi ghé vào quán nước gần đấy uống cà phê ăn sáng; tiện thể giúp cô gái miền núi Đông Bắc, tận mắt nhìn cảnh sinh hoạt tất bật trên bến dưới thuyền của người dân lao động vùng biển Tây Nam Bộ.

Đúng 8 giờ, còi tàu hụ lên vài tiếng báo hiệu rời cảng Rạch Giá, sau đó lướt đi nhẹ nhàng trong nắng sớm. Bên cầu thang dẫn lên cánh cửa bị khóa chặt trước đó, vừa được mở ra cho khách tự do đi lên boong tàu ngoạn cảnh biển, tôi và Nhã theo sau một số người leo lên trên đó, "mục sở thị" cảnh trời nước bao la. Đúng như tôi nghĩ, biển đối với con gái ở tận vùng địa đầu đất nước, quả là một món quà xa xỉ đầy bất ngờ pha lẫn sự thích thú; bởi nơi cô ở chỉ có rừng núi, sương mù và giá lạnh căm căm, nên khi được ngồi giữa con tàu to như một rạp hát, di chuyển êm ái trên mặt biển khiến cô có cảm giác như đang lơ lửng trên chín tầng mây.

Từ chỗ ngồi dã chiến trên boong tàu, hai tay Nhã bám chặt vào những thanh sắt rào chắn, cố nhoài đầu ra ngoài nhìn xuống hai vệt nước thoát ra ở 2 động cơ phản lực, tạo nên những đám hoa biển tan nhanh trên mặt nước. Tôi nghĩ, với vận tốc chừng này nếu thay cho 2 chiếc tàu sắt 9, sắt 10 chạy tuyến Côn Đảo, ít ra cũng rút ngắn thời gian phân nửa, giúp cho ngành công nghiệp không khói địa phương ăn nên làm ra, chứ phải lênh đênh trên biển suốt hơn 12 tiếng trong đêm thì, dù có là người yêu Côn Đảo đến mấy cũng dễ bị nản lòng; ngược lại, cũng bằng ấy thời gian đi từ Sài Gòn ra Phú Quốc, không hiểu sao giá máy bay lại rẻ một nửa so với Côn Đảo?

Mất 2 giờ 30 phút lênh đênh trên biển, tàu bắt đầu giảm tốc, cập vào cầu cảng Bãi Vòng. Được biết, cây cầu này dài 500 mét, nối từ đất liền ra tận ngoài biển, mới được đưa vào sử dụng từ năm 2007; tuy không lớn nhưng đủ chỗ cho 2 chiếc xe con tránh nhau. Từ đây, muốn đi vào thị trấn Dương Đông, cách xa nơi đây khoảng 20 cây số, tôi và Nhã leo lên xe khách 16 chỗ đang chờ đón khách. Có lẽ, nhờ vào vóc dáng nhìn bắt mắt, cô được ưu tiên xếp ngồi cạnh tài xế, nên có dịp nhìn ngang ngó dọc trên những vách đá dựng đứng dãy núi Hàm Ninh, nơi từng được ví von là "nóc nhà Phú Quốc", đồng thời cũng là nơi bắt nguồn của 2 con suối Tranh, suối Đá Bàn thơ mộng.

Chạy độ nửa giờ qua đoạn đường bị đào bới nham nhở rồi bỏ đó, khách cứ phải cắn răng, nín thở chịu đựng sự nhồi sóc kể cả bị hất văng ra khỏi ghế ngồi. Cuối cùng, xe cũng về đến trước cửa phi trường Phú Quốc cũ (sẽ là trung tâm thương mại), thả mọi người xuống bên đường Nguyễn Trung Trực.

Sắp xếp xong chỗ ở, tôi cùng Nhã đi bộ ra chợ Dương Đông cách đấy chưa đầy 200 mét. Từ xa, dõi mắt nhìn qua hàng rào tôn vây kín khu vực chợ mới, tôi chỉ thấy mỗi nóc tầng lầu hoành tráng của khu chợ tương lai. Đi men theo con đường chật chội, do những người buôn bán ngồi lấn ra tận đường, khó khăn lắm bọn tôi mới ra được phía sau nhà lồng chợ, nhìn ghe thuyền vận chuyển tôm, cua, cá, ghẹ, ốc... vừa đánh bắt trong đêm đưa lên chợ bán. Đặc biệt, muốn thưởng thức món ăn không có trong menu nhà hàng như trứng sam, bún Nhăm, bánh canh cá lóc, chả cá chiên sôi sùng sục trên bếp lửa... nhớ ghé chợ lúc sáng sớm. Ngoài ra, còn có món bánh tét ngâm nếp với nước lá rau ngót cho ra ruột màu xanh nhẹ nhàng, do hai bà lão ngồi bán ở trước cửa chợ Dương Đông, gói rất khéo theo hình tam giác cân với lá mật cật hái từ trên núi Hàm Ninh xuống, cũng là mặt hàng độc chỉ có ở Phú Quốc, ăn một lần nhớ đời: Bánh tét Mật Cật

Lang thang chán chê nơi chợ Dương Đông, Nhã theo tôi đi qua cầu Bạch Đằng hướng về phía có hòn đá nổi lên từ biển, bên trên có ngôi miếu thờ thần Long Vương được gọi nôm na là Dinh Cậu. Theo truyền thuyết thì, người dân trên đảo Phú Quốc phần đông sống bằng nghề đi biển, nên thường phải đối đầu với sóng to gió lớn, do đó có nhiều người ra đi mà mãi mãi không về. Bỗng một hôm, từ dưới làn nước xanh nơi cửa biển nổi lên một ghềnh đá lạ. Cho rằng đây là điềm lành linh ứng, người dân liền xây dựng trên bãi đá một ngôi đền thờ để thờ các vị thần sông nước. Từ đó, trước mỗi chuyến ra khơi, người dân thường tới đây lễ bái, dâng cúng lễ vật, cầu xin cho mỗi chuyến ra khơi gặp nhiều may mắn. Quả nhiên, sau mỗi chuyến đi họ đều mang về sự thắng lợi. Tiếng lành đồn xa, tập tục thờ cúng nhờ đó được duy trì cho đến hôm nay. Vì thế, hàng năm vào các ngày 15,16 tháng 10 âm lịch, dân trên đảo thường tổ chức lễ hội linh đình, nhằm tỏ lòng thành kính và biết ơn đối với thần Long Vương.

Lần theo 29 bậc đá đi lên Dinh Cậu, bắt gặp bên đường ngôi miếu thờ vị Thổ Thần, tiếp đó là hàng rào bê tông vững chãi, rồi mới đến khoảng sân rộng đầy nắng gió. Đứng từ nơi này, phóng tầm nhìn ra phía biển trước mặt thấy từng đợt sóng đuổi nhau, va vào mấy hòn đá làm cho chúng nhẵn bóng, tạo nên những hình thù đá lạ lẫm. Quay lại phía sau là một hành lang trống trơn, gồm những hàng cột đắp nổi những câu liễn bằng chữ Hán: Tọa đại thạch đầu qui danh hiển (1). Vạn cổ anh linh thông tứ hải (2). Chấn phong bình lượng bảo lương dân (3). Phong điều vũ thuận dân an lạc (4). Kế đến là kiến trúc của ngôi miếu thờ Long Vương cổ, với cửa chính bằng gỗ, bên trên ghi 3 chữ "Thạch Sơn Điện", bên dưới ghi ngày 14 tháng 7 năm 1937.

Bước vào chánh điện thấy có bàn thờ thờ Chúa Ngọc Nương Nương và 2 khánh tượng thờ cậu Tài cậu Quí, là những bậc cao nhân bảo vệ an lành cho người dân trên đảo.

Trên đường trở xuống vừa đi Nhã vừa kêu:

- Anh ơi! Tô hủ tiếu Nam Vang ăn lúc sáng, giờ nó đã về tới Phom - Penh lại rồi.

- He! He. Người đẹp xấu tính quá, chưa đến 12 giờ đã kêu đói nhắng cả lên.

- Chứ không phải anh định hành hạ bao tử em thay cho cái tính keo kiệt?

Để gây sự bất ngờ cho Nhã, tôi đưa cô đi ăn món gỏi cá trích dân dã nhưng chế biến rất công phu để trở thành món đặc sản của Phú Quốc.

Thoạt nhìn đĩa cá trích sống nhăn được nhà hàng dọn ra cùng với đủ loại rau rừng, Nhã kêu thét lên:

- Ối trời! Món cá sống nhăn như thế này ai dám ăn?

Tôi cười giải thích:

- Mới đầu nhìn thấy món này, ai cũng kêu lên oai oái như em vậy, nhưng sau khi ăn thử một cuốn lại muốn ăn tiếp cuốn thứ hai.

Tôi nhón miếng bánh tráng trải ra trên đĩa, lấy các loại rau thơm đặt lên trên, thêm một chút hành tây xắc mỏng, dừa nạo, vài lát thịt cá trích, đậu phộng rang giã nhuyễn, cuộn tròn lại thành một cuốn; chấm vào chén nước chấm làm từ ớt, tỏi, đường, đậu phộng, pha chung với nước mắm Phú Quốc đưa cho Nhã. Miễn cưỡng, cô mới chịu cầm lấy cuốn gỏi đưa lên miệng, căn từng miếng nhỏ nhai thử rồi phát biểu:

- Ôi! Em cứ tưởng gỏi cá tanh lắm nhưng ăn vào mới thấy tuyệt vời làm sao. Ngọt, mặn, chua,cay, bùi, béo, hòa lẫn vào nhau tạo nên hương vị rất lạ trong miệng; thảo nào chẳng được nhiều người sành ăn, không tiếc lời khen ngợi.

Do yêu cầu của Nhã, anh quản lý trẻ vui vẻ chia sẻ với cô về cách chế biến gỏi cá trích, để khi về Lạng Sơn cô còn PR với bạn bè:

- Trước hết, chọn những con cá tươi có nhiều thịt đánh vảy sạch, cắt bỏ đầu đuôi, ruột, vây, rồi lạng lấy thịt filê ở dọc 2 bên lườn cá. Sau đó trộn đều thịt cá trích cùng nước sốt chua từ dấm nuôi bằng trái ổi chín của Phú Quốc. Để có hương vị chua thanh đậm, nêm vào đó muối, đường, tiêu, đậu phộng rang đâm nhuyễn cùng với rau thơm xắt nhỏ.

Ăn trưa xong, tôi xuống bãi đi dạo cùng Nhã trên bãi cát có dốc thoai thoải bên bờ nước lúc xanh lúc ửng hồng, lúc tím thẫm lúc chuyển qua màu ngọc bích, tùy thuộc vào độ nông sâu và ánh mặt trời phản chiếu với mặt nước biển, kéo dài từ mũi Dinh Cậu ra đến tận khóe Tàu Rũ hay còn gọi là Bãi Trường, dài, đẹp, bao gồm nhiều đoạn nhỏ nối nhau bởi các gềnh đá, cây xanh, các làng chài... dài hơn 20 cây số. Tiếc rằng, thời gian đang vào lúc giữa trưa, nếu không tôi đã nhảy ùm xuống biển, ngụp lặn trong làn nước mát. Bất chợt, tôi nhớ ra lời mời từ anh bạn quen biết trong dịp đến Phú Quốc lần trước: có ra đây nhớ ghé chơi với mình. Anh này khá giàu, sớm thụ hưởng một bãi tắm không những thơ mộng mà còn vô cùng lãng mạn đang bỏ không ở xã Ông Lang. Không bỏ qua cơ hội, tôi thử gọi xem anh ta có ở ngoài này hay đã bay vào Sài Gòn? May quá, từ đầu bên kia giọng anh mừng rỡ mời bọn tôi ghé chơi.

Tôi liền thuê một chiếc xe máy, chở Nhã quay lại chợ Dương Đông, mua ít hải sản rồi xuôi đường sau chợ, chạy qua khu dân cư chuyên sống bằng nghề đi biển, tới một ngã ba gặp con đường đất đỏ, rẽ trái tiếp tục chạy xuyên qua các làng mạc yên bình, vườn cây ăn trái, hướng lên Bắc Đảo. Chạy miết trong bụi mù, ổ gà ổ voi, kịp đến khi nhìn thấy bên trái có bảng chỉ đường vào miếu thờ Bà Lớn, vợ kế của nhà yêu nước Nguyễn Trung Trực (người dân quen gọi bà Quan Lớn Tướng- Lê Kim Định, đã mất cùng đứa con sinh non tại sông Cửa Cạn, khi cùng với cánh nghĩa quân trên đường bôn tẩu về đất liền. Để tưởng nhớ vợ nhà yêu nước này, người dân đã chôn cất, lập đền thờ Bà tại bãi Ông Lang thuộc ấp Ông Lang ngày nay).

Quẹo vào đường có ngôi miếu thờ, chạy đến cuối đường và cũng là bờ biển, tôi gửi xe cho bác trông coi miếu, sóng đôi Nhã đi dưới bóng hàng dương rợp mát, nghe bên tai tiếng gió lao xao như lời tỏ tình thì thầm từ ai đó, giữa một bên là biển xanh ngút ngàn, một bên là con lạch nhỏ do thủy triều tràn bờ tạo ra, trước khi ghé đến nhà bạn ở cách xa đó một cây số.

Đưa hết số hải sản cho người giúp việc làm mồi nhậu, anh bạn kéo cả bọn ra ngồi nơi chiếc bàn đặt ngoài sân cỏ, đãi khách bằng rượu sim rừng do tự tay anh chế biến. Anh kể:

- Mùa sim ở Phú Quốc bắt đầu từ tháng chạp qua hết tháng 2, bất kể người lớn hay trẻ con rảnh việc, có thể tự "cứu đói" mình trên những cánh rừng sim bạt ngàn, bằng cách hái những trái sim chín mọng mang bán hoặc rửa sạch, phơi khô, ủ cho lên men với đường trong môi trường hiếm khí, thế là có rượu để uống; đặc biệt, rượu sim công nghiệp ở Phú Quốc được làm từ trái hồng sim, chứ không phải loại sim tím bình thường có tại nhiều địa phương khác nên có mùi vị rất đặc trưng.

- Tôi cầm chiếc ly thủy tinh có chân đế cao lên, ngắm cái màu nâu cánh dán đến thèm thuồng, trước khi kê miệng nếm cái mùi vị chua, cay, thơm ngọt, ngon không thua gì vang Merlot.

- Thế nào rồi anh bạn?

- Ừ! Ngon "đíu" chịu được.

Mùi hải sản thơm lừng cũng vừa chín tới, được người giúp việc dọn ra bàn làm mồi nhậu. Nhã nhìn đĩa cua rang muối đỏ gạch nằm phơi mình trên đĩa như một thách thức, khiến cô không khỏi thòm thèm nuốt nước miếng một cách âm thầm. Tội nghiệp, trông thấy vậy tôi dù có muốn trêu cô một chút cũng không đành lòng, bèn gắp vào chén cho cô một phần tư con cua, nói:

- Một miếng là một ly đó nghe em.

Nhã cười trả lời tỉnh queo:

- Hơ! Hơ. Em chỉ xin được làm dũng sĩ "diệt mồi" trước 2 ông anh thôi.

Vừa ăn uống, bọn tôi vừa trò chuyện, đùa giỡn cho tới khi mồi mèn sạch trơn, anh bạn mang ra hai chiếc võng, chỉ những gốc dừa ven biển, nói: "thế giới riêng của hai người ở đó".

Ngủ một giấc cho đến chiều, anh bạn rủ rê với lời hứa dẫn đi lên Bắc Đảo vào ngày mai, khám phá vương quốc hồ tiêu, rừng sinh thái Quốc Gia, bãi Gành Dầu, bãi Thơm... chưa biết ý

Nhã thế nào, nhưng khi kịp quay lại, tôi thấy cô tỏ ra vui mừng sau lời mời mọc khá hấp dẫn ấy. Vậy là, nhân lúc trời còn vương chút nắng, tôi đưa cô men theo con đường mòn lá thấp, ghé Bleu Sea, Chen Sea, Eo Xoài, Bo resort... ngắm các bungalow cùng với buồng tắm thiết kế độc đáo ngoài trời bằng cây, gỗ, mái lá, lấy tận trong rừng; tạo cho du khách cảm giác như được sống gần gũi với thiên nhiên hoang dã.

Đúng hẹn, sáng sớm bọn tôi điểm tâm qua loa với bánh mì, hai quả trứng ốp-la cùng tách cà phê sữa nóng, rồi dong xe lên hướng Bắc Đảo. Trên đường đi, không gặp một bóng người; ngoại trừ sương sớm còn lãng đãng bên những vườn cây ăn trái, vườn tiêu bạt ngàn nơi sườn núi Khu Tượng. Theo bạn, mùa này đi từ ông Lang lên Cửa Cạn, Cửa Dương, Cửa Lấp, đâu đâu cũng bắt gặp những vườn tiêu bạt ngàn; nhiều nhất vẫn là ở Khu Tượng "vương quốc hồ tiêu".

Nhờ có sự quen biết, anh bạn được một chủ vườn vui vẻ mời vào thăm vườn nhà. Lần đầu tiên Nhã chứng kiến qui trình làm ra thứ gia vị mà bất kỳ gia đình hay hàng quán nào cũng phải dùng đến nó để tạo mùi thơm cho các món chiên, xào, kho, canh... bằng cách thuê lao động thời vụ, hái từng chùm tiêu chín đỏ trên cây bỏ vào những chiếc cần xé lớn, mang về nhà đổ ra sân phơi, phơi dưới nắng khoảng 8 đến mười hôm, khi thấy hạt tiêu chuyển từ màu đỏ sang màu đen sẫm là có thể mang đi sàng sẩy, phân loại tiêu đỏ, tiêu đen, tiêu sọ, sau đó mới đưa ra thị trường tiêu thụ. Tiêu Phú Quốc có hạt mẩy, vỏ mỏng, ruột đặc, vị thơm, cay nồng hơn so với nhiều loại tiêu khác trên thị trường nên ai cũng thích.

Rời "vương quốc hồ tiêu", tôi chạy bở hơi tai đến cửa rừng, thấy một đường dẫn ra Bãi Thơm, một đường đi về Suối Cái - Gành Dầu. Theo sự hướng dẫn của bạn, tôi chạy xuyên rừng nguyên sinh Quốc Gia Phú Quốc với một bên là vách núi sừng sững, một bên vực sâu thăm thẳm của biển. Càng chạy sâu vào rừng, không khí càng trở nên mát mẻ; nhất là nghe tiếng chim kêu vượn hú hay đuổi theo những đàn bướm sặc sỡ, bay lượn nhởn nhơ trước mặt, quên mất là đã ra khỏi rừng lúc nào không hay. Ngó lại, bắt gặp đền thờ nhà yêu nước Nguyễn Trung Trực sừng sững bên đường, người mà trước khi bị giặc Pháp mang ra chém đã dõng dạc hô to: "Bao giờ Tây nhổ hết cỏ nước Nam mới hết người Nam đánh giặc Tây".

Không ai bảo ai, bọn tôi dừng xe ghé vào đền thờ, thắp cho vị anh hùng nén nhang trước khi chạy đến bãi biển Gành Dầu cách đấy không xa.

Để xe cho bạn trông, tôi đưa Nhã đi dạo bên bãi cát trắng mịn dài hơn nửa cây số, chắn gió 2 đầu bởi 2 vồ núi cùng với rừng nguyên sinh nhô ra tận biển, vẽ ra cảnh biển đẹp như nửa vầng trăng khuyết. Điều này nhắc tôi nhớ tới bãi Đầm Trầu-Côn Đảo hoang sơ kỳ vĩ qua chuyến đi "bụi" vừa rồi; khác chăng, đứng ở Gành Dầu có thể nhìn thấy hòn Bàng, hòn Thầy Bói của nước ta chếch về hướng Tây và hòn Nần, núi Tà Lơn thuộc hải giới Campuchia nằm ở phía xa xa. Và, điều làm cho tôi ngạc nhiên khi biết thêm: "Đã ra tới Gành Dầu mà không ghé lại Bãi Dài coi như chỉ mới biết có một nửa Phú Quốc"?

Thực vậy, khi đã đứng trước Bãi Dài, tôi cứ ngỡ mình đang đi lạc vào thiên đường nắng gió, cát trắng mịn màng, cùng khí hậu trong lành quyến rũ với hương biển, hương rừng dâng lên ngồn ngộn. Bởi ngoài vẻ đẹp hoang sơ ra, bãi biển dài hơn 15 cây số này còn lôi cuốn mọi người qua những khu rừng sinh thái ngập mặn, xuất hiện tại các cửa sông nhỏ trải dài từ Gành Dầu về tới rạch Cửa Cạn. Có lẽ, nhờ phong cảnh hoang sơ đẹp không thua gì một bức tranh thủy mặc nên Bãi Dài đã lọt vào mắt nhiều hãng tin lớn như: ABC - Úc, CNN - Mỹ, BBC - Anh bình chọn là 1 trong 5 bãi biển đẹp nhất hành tinh.

Trong lúc tôi và anh bạn đứng bình luận về Bãi Dài, Nhã âm thầm mang tấm vải bạt ra trải dưới tán hàng dương cổ thụ xanh mát nơi mô đất cao. Tắm biển nào. Bọn tôi thay quần áo bơi, lao người ra biển, vẫy vùng bên làn nước trong vắt cho đến mỏi nhừ tay chân, sau đó trở lên bờ mua tôm, mực... do người dân xỏ vào que nướng trên than củi, chấm với muối, tiêu, chanh, đường, vừa tận hưởng mùi vị thơm lừng, ngon ngọt từ hải sản mới đánh đưa vào bờ, vừa ngắm hòn Đồi Mồi xa xa, mà khách du lịch nước ngoài rất thích đi thuyền ra đó nằm phơi mình dưới nắng, đọc sách, nghe nhạc hay lặn ngắm san hô từ đáy nước xanh biếc.

Theo dự kiến bọn tôi sẽ còn đi ra Bãi Thơm, nhưng nghe kể ở đó cũng chẳng đẹp hơn bãi Gành Dầu, mà còn có khá nhiều đá ngầm, tàu thuyền neo đậu; chỉ thích hợp cho việc cắm trại ăn uống.Thôi thì, cứ ở lại đây vui chơi đến cuối ngày rồi, trở về thị trấn luôn cho đỡ mất công đi xa thêm làm gì cho mệt.

Tối đến, khi đã về lại thị trấn Dương Đông, dỗ giấc ngủ mãi vẫn không được, Nhã rủ tôi đi tìm chút gì bỏ bụng:

- Chà! Kỳ này về Lạng Sơn chắc có người đi không nổi. Tôi ghẹo Nhã.

Cô đối đáp:

- Chứ! Không phải có người sợ hao hầu bao hay sao?

- He! He.

Từ chỗ ở ra tới đường Trần Hưng Đạo - Võ Thị Sáu đã ngửi thấy mùi hải sản nướng thơm lừng lùa vào mũi, trong khi bụng Nhã cứ sôi lên sùng sục bên cạnh tôi. Dừng lại trước cái cổng chào bề thế, tôi nhìn lên bảng đèn sáng rực, đọc hàng chữ "Chợ đêm Dinh Cậu" kính chào quí khách. Ôi! Một khu chợ đã chiến đông vui mà đa phần thấy bày bán các mặt hàng lưu niệm chế tác tại địa phương, sau đó mới là gian hàng ẩm thực với đủ các loại nghêu, sò, ốc, hến, tôm, cua, ghẹ, cá... bên cạnh bếp lửa đỏ rực than củi. Tôi và Nhã đi diễu qua một vòng xem xét tình hình, sau đó ghé lại quán của đôi vợ chồng bự như 2 chiếc thùng phi di động đang vồn vã chào mời. Vốn là cặp đôi vui tính, vợ người chủ quán hướng dẫn bọn tôi đi chọn từng con mực, con cá tươi rói để nấu lẩu, vì thông lệ ở đây "khách chỉ con nào làm thịt con đó". Điều này làm tôi nhớ tới lời nói tếu táo của anh chàng hướng dẫn du lịch trẻ, trong chuyến đi từ Thái Lan sang Malaya bằng đường bộ. Anh ta giới thiệu: "Trưa nay quí khách sẽ được thưởng thức món cơm chỉ, chiều đến sẽ là món cơm giỏ". Ai nấy nghe nói thế cũng nóng lòng muốn biết món cơm chỉ, cơm giỏ đặc biệt ra sao; tới chừng xe dừng lại ở một siêu thị ăn uống dọc đường, mới hay cơm chỉ là món mà khách thích ăn món nào cứ việc chỉ cho người bán hàng gắp bỏ vào dĩa cơm cho mình. Còn cơm giỏ? Là thứ cơm dẻo như nếp, đựng trong những chiếc giỏ đan bằng tre nứa, khi ăn dùng những ngón tay phải bốc từng nhúm vo tròn ăn chung với thức ăn. Hi! Hi. Chẳng phải người đã nói "Đi một đàng học một sàng khôn "hay sao? Hóa ra chợ đêm Dinh Cậu cũng na ná như chợ đêm ở Siem Reap, nhưng lại thua xa sự ồn ào náo nhiệt và ăn chơi thác loạn so với chợ đêm Pattaya gấp nhiều lần.

Có lẽ, nhờ nạp đủ năng lượng ở chợ đêm Dinh Cậu, tôi và Nhã sau khi trở về phòng, ai nấy đều ngủ say như chết. Sáng ra, thấy tinh thần thật sảng khoái, dư sức đi tiếp lên Nam đảo rồi ghé về Đông đảo, kết thúc chuyến đi khám phá Đảo Ngọc Phú Quốc.

Do được tư vấn trước, tôi và Nhã chọn áo quần màu tối để mặc, nếu không muốn bị những đoạn đường đất đỏ bám chặt vào người giặt không ra.

Từ ngã năm Trần Hưng Đạo tôi và Nhã đi thẳng một lèo đến nơi gần nhất: "Bảo tàng Cội Nguồn". Đây là bảo tàng do tư nhân, được ví như một phiên bản Phú Quốc, bao gồm cả chục ngàn hiện vật mang đậm tính nhân văn qua nhiều thời đại. Bảo tàng cao 5 tầng; tầng 1: giới thiệu điều kiện tự nhiên về Phú Quốc; tầng 2: giới thiệu khái quát lịch sử, khám phá, hình thành, đấu tranh xây dựng đảo; tầng 3: giới thiệu bộ sưu tập hiện vật, cổ vật sưu tầm tại đảo; tầng 4: giới thiệu cổ vật được vớt lên từ những tàu bị đắm ở phía Đông đảo; tầng 5: giới thiệu cuộc sống đời thường của cư dân, đặc biệt với khu bảo tồn loài chim biển và giống chó có xoáy dọc dài trên sống lưng, được nhiều người biến nó thành loài vật huyền thoại nhờ vào thiên hướng săn mồi, bảo vệ, làm người đồng hành của nó.

Rời bảo tàng Cội Nguồn, con đường đất đỏ như son, đồng hành với bọn tôi là bãi Trường xanh đẹp bên những bóng dừa đổ liêu xiêu trong gió, gợi nhớ đến bãi biển Phan Thiết. Rải rác đây đó là những cửa hàng trưng bày ngọc trai cùng cơ sở nuôi cấy. Nhưng hỡi ôi, nhìn vào bảng giá của một viên ngọc trai thường thôi, tôi thấy nó đã hơn tháng lương còm của nhiều người. Biết là đứng ở đây lâu dễ bị "viêm màng túi", tôi viện cớ đi qua dãy nhà kế bên xem người ta trình diễn các thao tác nuôi cấy ngọc trai; bởi tôi chỉ đủ khả năng mua tặng bạn những viên ngọc trai TQ bày bán rẻ rề ở chợ đêm Dinh Cậu. Để chuộc lỗi, tôi đưa cô đi ngắm Bãi Sao, chụp vài tấm hình rồi chạy thẳng tới Bãi Khem ăn món nhum nướng và còi mai nướng mỡ hành chấm muối ớt, nghe quảng cáo là "dzách lầu mụ pho".

Chao ôi! Đường vào Bãi Khem có quá nhiều cát, ngó lui thấy bánh xe lún sâu trong cát làm tay lái tôi cứ loằng ngoằng, khiến Nhã sợ quá định nhảy xuống. Ôi! Cát ở đây thật trắng đến mịn màng, thảo nào người dân địa phương chẳng bảo giống kem nên gọi là Bãi Kem. Biển thật sạch và hoang sơ, có lẽ nhờ trước đây là khu luyện tập quân sự nên ít ai được phép ra vào.

Ngồi chơi ăn uống tới trưa, bọn tôi theo đường An Thới -

Hàm Ninh đi qua Đông đảo khám phá những con suối trong vắt ẩn mình trên dãy Hàm Ninh, chảy róc rách qua những khe đá, thảm cỏ tranh mượt mà, trước khi hòa vào dòng chính đổ ầm ào vào Suối Tranh hay suối Đá Bàn...

Mua vé xong, tôi dẫn Nhã bước qua chiếc cổng xi măng đồ sộ cách điệu một thân cây cổ thụ ghi tên Suối Tranh, tận hưởng khung cảnh thiên nhiên hữu tình dưới những tán cây rừng cùng tiếng chim hót véo von trên đầu nghe thật vui tai. Tiếp tục đi dọc theo con đường nơi bờ suối lên đến chân thác, nghe bên tai tiếng nước đổ ì ầm từ trên cao xuống, tạo thành một chiếc hồ rộng mà nơi ấy đang có nhóm bạn trẻ bơi lội đừa giỡn ồn ào. Thấy bọn tôi có hai người, nhóm bạn rủ rê nhập bọn đàn hát, vui chơi, ăn uống cho đến quá trưa, tôi viện cớ còn phải đi thăm nhà thùng, trước khi ghé qua Hàm Ninh mua ít cá ngựa về biếu ông bà ngâm rượu.

Tại cửa hàng trưng bày sản phẩm nước mắm Phú Quốc, nói khéo mãi ông chủ nhà thùng vui vẻ hướng dẫn tôi và Nhã đi thăm cơ sở sản xuất của mình.

Khi cánh cửa nặng nề được mở ra, mùi đặc trưng của nước mắm xộc lên mũi tôi và Nhã hương vị thơm lừng nơi những dãy thùng làm bằng gỗ Bời Lời xếp hàng ngay thẳng. Theo lời chủ nhân: "mỗi thùng được niềng bởi 8 sợi dây đai, mỗi đai dùng đến 120 sợi mây bện lại, nếu sử dụng thường xuyên tuổi thọ nó vó thể lên đến 60 năm. Mỗi thùng chứa từ 7-13 tấn cá cơm, ủ trong 15 tháng cho ra loại nước mắm 40-45 độ đạm, có vị ngọt cùng mùi thơm quyến rũ của loài cá cơm. Đặc biệt, giới thợ lặn hay những người đi biển vào mùa lạnh, mỗi lần ra khơi chỉ cần uống một chén nước mắm là đủ sưởi ấm cho tới chiều".

Và, để kết thúc chuyến đi khám phá Đảo Ngọc Phú Quốc, tôi cùng Nhã ghé thăm những ngôi nhà tranh liếp nứa giản dị, với mặt sau dựa lưng vào núi rừng mặt trước là biển cả, nằm ngay dưới chân núi Hàm Ninh. Đây là ngôi làng cổ, từ bao đời nay người dân chuyên sống bằng nghề truyền thống mò ngọc trai, đánh bắt hải sâm, cua, ghẹ. Vào những hôm nước ròng, biển lộ ra bãi cát trắng mênh mông, trải dài từ trong bờ ra tới tận biển xa, tạo ấn tượng đối với du khách với cây cầu Hàm Ninh mỏng manh như sợi chỉ nổi lên trên mặt biển.

Trong lúc ngồi uống nước ở quán cà phê ngay đầu cầu Hàm Ninh, tôi và Nhã được một lão ngư đã mấy đời sống tại đây, kể cho nghe câu chuyện thuộc loại độc nhất vô nhị, mà nhiều người từng đặt chân đến Phú Quốc chưa hề nghe qua: "Chuyện món tiết canh chế biến từ cua".

Theo lão: "Để có đủ tiết cho một đĩa tiết canh cua, người ta cần 3 đến 4 con cua gạch biển to cỡ 700 gram cho tới 1 kí. Vì tiết cua không thể hãm theo cách của vịt hay heo nên phải chuẩn bị trước nguyên liệu từ một con cua khác, luộc trong nước có pha thêm chút rượu để làm giảm mùi tanh. Khi cua chín gỡ nạc cua cho vào đĩa trộn với gia vị, rau quế, ngò gai xắt nhuyễn để làm dậy mùi. Kế, dùng dây buộc chặt các ngoe ở cùng một bên cua lại thành một chụm, dùng kéo bén cắt chúng một lượt để nước cua từ từ chảy vào đĩa có nguyên liệu chuẩn bị sẵn. Cứ thế, tiếp tục cắt tất cả những chiếc ngoe của số cua còn lại, xong gỡ gạch ở mu cua bày lên trên mặt đĩa tiết. Khi tiết đông, thấy có phần nước nổi lên trên mặt đĩa tiết, khéo tay dùng muỗng hớt hết lớp nước bên trên mặt đĩa tiết cho thật khô. Sau cùng rắc thêm hạt tiêu, đậu phộng rang giã nhỏ, ớt... ăn bằng cùng bánh tráng nướng, xúc từng miếng tiết canh cua có vắt thêm tí chanh, ăn kèm với ngỏ rí, rau húng lủi..." ngon hết biết.

Wow! Nghe kể chuyện tiết canh cua mà nước miếng của Nhã cứ muốn trào ra nơi khóe miệng. Cô nhất định, khi về đến Lạng Sơn, thế nào cũng mang chuyện tiết canh cua này ra kể cho mọi người nghe làm quà.

Tin hay không còn tùy thuộc vào người đối diện. Hy vọng, nếu ai có dịp đến Đảo Ngọc Phú Quốc, muốn ăn món tiết canh cua này, hãy chịu khó đi lùng sục khắp nơi may ra mới gặp được người chế biến. Còn nếu, cứ nghĩ sẽ tìm thấy dễ dàng trong menu của các nhà hàng, thì đến tết Công Gô chưa chắc đã thấy./.

(1)- Dinh Cậu nổi tiếng tọa lạc ở đầu của mõm đá giống con rùa.

(2)- Từ xưa anh linh của Dinh Cậu đã vang lừng khắp 4 biển.

(3)- Dinh Cậu như tấm bình phong bảo vệ dân lành.

(4)- Nhờ ơn Cậu mà mưa gió thuận hòa dân cư an lạc.

Mục lục

• Vịnh Hạ Long - Kỳ quan Đá Dựng   9

• Đồ Sơn - Hải Phòng   31

• Gió biển Sầm Sơn   55

• Nam Định - Biển quê Ngoại   79

• Lý Sơn - Vương quốc tỏi   105

• Bình Ba - Đảo Tôm Hùm   131

• Về Phú Yên thăm biển Tuy Hòa   157

• Nha Trang - Miền quê hương cát trắng   181

• Phan Thiết - Thủ đô của Resort   211

• Vũng Tàu - Năm vết thương của Chúa Cứu Thế   229

• Côn Đảo - Thiên đường biển xanh   253

• Đảo Ngọc Phú Quốc   267

Liên lạc Tác giả
Minh Nguyễn
minhnguyenndm44@gmail.com

Liên lạc Nhà xuất bản
Nhân Ảnh
han.le3359@gmail.com
(408) 722-5626